மாதொருபாகன்

மாதொருபாகன்

பெருமாள்முருகன் (பி. 1966)

படைப்புத்துறைகளில் இயங்கிவருபவர். அகராதியியல், பதிப்பு ஆகிய கல்விப்புலத் துறைகளிலும் ஈடுபாடுள்ளவர். அரசு கல்லூரி ஒன்றில் தமிழ்ப் பேராசிரியராகப் பணியாற்றுகின்றார்.

பெருமாள்முருகன்

மாதொருபாகன்

காலச்சுவடு பதிப்பகம்

மாதொருபாகன் ❖ நாவல் ❖ ஆசிரியர்: பெருமாள்முருகன் ❖
© பெருமாள்முருகன் ❖ முதல் பதிப்பு: டிசம்பர் 2010, திருத்தப்பட்ட
ஐந்தாம் பதிப்பு: டிசம்பர் 2016, பதினைந்தாம் பதிப்பு: செப்டம்பர் 2020 ❖
வெளியீடு: காலச்சுவடு பப்ளிகேஷன்ஸ் (பி) லிட்., 669 கே. பி. சாலை,
நாகர்கோவில் 629001

maatorupaakan ❖ Novel ❖ Author: PerumalMurugan ❖ © Perumal
Murugan ❖ Language: Tamil ❖ First Edition: December 2010,
Revised Fifth Edition: December 2016, Fifteenth Edition: September
2020 ❖ Size: Demy 1 x 8 ❖ Paper: 18.6 kg maplitho ❖ Pages: 192

Published by Kalachuvadu Publications Pvt. Ltd., 669 K.P. Road,
Nagercoil 629001, India ❖ Phone:91-4652-278525 ❖ e-mail: publications
@kalachuvadu.com ❖ Wrapper printed at Print Specialities, Chennai
600014 ❖

ISBN: 978-93-80240-36-7

09/2020/S.No. 382, kcp 2654, 18.6 (15) usss

என்னைத் தன் மகனாகக் கருதிப்
பிரியம் காட்டிய
சிற்பியும் கூத்துக்கலைஞருமான
என் மாமனார் வே.மு. பிச்சாண்டி அவர்களின்
நினைவுக்கு

முன்னுரை

சமர்

'மாதொருபாகன்' நாவலின் புதிய பதிப்பு, திருத்தப் பதிப்பு இது. இதை எழுதிய காலத்தில் அற்புதமான பாத்திரங்களையும் அருமையான சம்பவங்களையும் சிருஷ்டித்துவிட்ட மமதை எப்படியோ எனக்குள் உருவாகியிருந்தது போலும். சம்பவங்களுக்குக் காவியத்தன்மை ஏற்பட்டு என் பாத்திரங்கள் உயிர்பெற்று அவை தம் களங்களில் சுதந்திரமாகக் கைவீசி உலவி என்னை நல்ல 'கவனிப்பு'க்கு ஆளாக்கிவிட்டன. அவை என்னை அலைக்கழித்ததும் பழிவாங்கப் புறப்பட்டதும் ஏன் என இன்னமும் விளங்கவில்லை. அவற்றின் மனமொழியை நான் கைப்பற்றிவிட்டேன் என்னும் ஆங்காரமாக இருக்கக்கூடுமோ? தம் ரகசியங்களைப் பகிரங்கப்படுத்திவிட்டேன் என்னும் வஞ்சமோ?

இப்படியும் தோன்றுகின்றது. மண் கொண்டு சிற்பங்களை உருவாக்கும்போது ஒன்றின் கைகளை முடமாக்கியும் ஒன்றை வெறும் முண்டமாகவும் ஒன்றின் முகத்தை மழுக்கியும் அரைகுறையாக விட்டுவிட்டேனோ? முழுமையாகாத அவை பிசாசுகளின் ரூபம் பெற்று என்னை அந்தரத்தில் தூக்கி நிறுத்தி அங்கிருந்து பூமியை நோக்கி வீசிவிட்டனவோ? படைப்புகள் கர்த்தாவின்மேல் காழ்ப்புக் கொள்வது வழமைதானோ? படைத்தவனை நொந்துகொள்வதும் அவனோடு தீவிரமாக விவாதிப்பதும் சண்டையிடுவதும் அவனிலிருந்து விலகி சுயேச்சையாக உருக்கொள்வதும் நான் அறிந்தவை. பகையாகிப் படைத்தவனுக்கு எதிராகப்

படை திரட்டி நிற்பது எனக்குப் புதிது. என்றால் கைகளைத்
தூக்கிச் சரணடைவதைத் தவிர வேறு வழியேது?

இந்தத் திருத்தப் பதிப்பைப் பற்றி நேரடியாகச் சொல்லச்
சில குறிப்புகள் உண்டு. எழுத்தின் மூலமாகப் புண்படுத்துவதோ
பண்படுத்துவதோ என் நோக்கமாக ஒருபோதும் இருந்ததில்லை.
என் சிந்தனையை, வாழ்க்கைப் பார்வையைப் புனைவின்
மூலமாகப் பகிர்ந்துகொள்வதைத் தவிர எழுதுவதற்கு எனக்கு
வேறு காரணமேதும் கிடையாது. இது நாவல்; புனைவு; கதை;
அதாவது முழுக்கற்பனை. இதில் வரும் பெயர்கள் எவரையும்
குறிப்பனவல்ல; எவ்விடத்திற்கும் உரியனவல்ல. இங்கே
இடம்பெறும் சம்பவங்கள், உரையாடல்கள் அனைத்திலும் துளி
உண்மையுமில்லை. கையாளப்பட்டிருப்பவற்றில் சில இடக்கர்
சொற்கள். என்ன செய்வது? கதைக்குத் தேவைப்பட்டதால்
இவற்றை எழுத வேண்டியாயிற்று. இப்படியெல்லாம் இருப்பதால்
இதை வாசிப்போரில் சிலர் அசௌகரியமாக உணரலாம். ஒப்ப
இயலாத மென்மனத்தோர், நல்லோர், ஒழுக்கம் உடையோர்
இவற்றை வாசிப்பதைத் தவிர்த்துவிடுவது உத்தமம் என்பதைப்
பணிவுடன் தெரிவித்துக்கொள்கிறேன்.

அனைவரின் பாதாரவிந்தங்களுக்கும் என் கோடானுகோடி
நமஸ்காரம்.

நாமக்கல்   பெருமாள்முருகன்
26–11–16

மாதொருபாகன்

1

பூவரசு இலைகளாய் அடர்ந்திருந்தது. உற்றுப் பார்த்தால் தெரியும் வாய் விரிந்த மஞ்சள் பூக்கள். சிவந்து குவிந்த வாடல் பூக்கள் சிரித்து அழைத்தன. வாட வாட அழகு ஏறிக்கொண்டே இருப்பவை பூவரசம் பூக்கள். தாவிப் பூவொன்றைப் பறித்தான் காளி. ஈர்க்கும் எதையும் தன்வசமாக்கும் உணர்வைத் தவிர்க்க முடிவதில்லை. பிய்ந்த இலைகளோடு பூ முழுதாய் வந்தது. கட்டிலில் உட்கார்ந்து மோந்து பார்த்தான். நாசிக்கருகில் வைக்கும்போது மட்டும் லேசான மணம். மரத்திலேயே விட்டிருக்கலாம். இந்த மணத்தைவிடப் பார்வைக்குப் பூ அழகு.

மரத்தைச் சுற்றிலும் கண்ணோட்டினான். கொண்டு வந்து நட்டது அவன்தான். மாமனார் வீட்டுக்கு வரும்போதெல்லாம் வெறும்வாசல் கண்ணை உறுத்தும். வெயில் தாழும்வரை வீட்டுக்குள்ளேயே அடைந்து கிடக்க வேண்டும். அவன் இருப்பதால் பெண்களும் கலகலப்பாகப் பேச முடியாது. மச்சானிடம் சொன்னான்.

'வாசல்ல ஒரு மரமிருந்தா நல்லா இருக்குமில்ல.'

'கல்லக்கா காயப் போடோனும் சோளம் காயப் போடானுமின்னு மரம் வெக்க வேண்டாங்கறாங்க. நீதான் எங்கப்பங்கிட்டச் சொல்லிப் பாரேன்.'

மச்சான் சொன்னதற்குப் பிறகு அவன் எதுவும் பேசவில்லை. ஆனால் அடுத்த முறை வந்தபோது கையில் ஆளுயரப் பூவரசங்கொம்பு. பொன்னாயி 'இத எதுக்கு மாமா தூக்கிக்கிட்டு வர்ற' என்று கேட்டதற்குச் சிரித்தானே தவிர ஒன்றும் சொல்லவில்லை. 'வாய் தொறந்து ஒருவார்த்த பேசாத. இப்பிடிச் சிரிச்சுச் சிரிச்சே மயக்கிப்புடு' என்று கன்னத்தில் இடித்தாள்.

கல்யாணமாகி அப்போது மூன்று மாதம். இருவரும் கொஞ்சநேரம்கூடப் பிரிந்திருக்கமாட்டார்கள். ஒருவர் முகத்தை ஒருவர் பார்த்துக்கொண்டே இருக்கவேண்டும். மாமனாருடைய வீட்டுக்கு வந்ததும் உள்ளேகூட நுழையவில்லை. கடப்பாரையும் மண்வெட்டியும் எடுத்து வேலையைத் தொடங்கிவிட்டான். வாசல் ஓர்அணப்பு அளவுக்கு விரிந்து கிடந்தது. புழங்கத் தொந்தரவில்லாமல் மரம் வளர்ந்தால் எல்லாப் பக்கமும் தடங்கலின்றிக் கிளை விரிக்க வாகாய் இடம் பார்த்து நட்டான். எந்த மரமாக இருந்தாலும் அது செடியாகக் கொம்பாக இருக்கும்போதே பத்திருபது வருசத்திற்குப் பின்னான அதன் தோற்றம் அவன் மனதுக்குள் விரிந்துவிடும்.

அவனுடைய தொண்டுப்பட்டியில் எப்போது வைக்கப்பட்ட தென்று தெரியாத காலந்தொட்டு இருக்கும் பூவரச மரத்தி லிருந்துதான் இந்தக் கொம்பை வெட்டி வந்தான். அந்தப் பூவரசின் பேருருவம் அவன் மனதில் இருந்தது. அதைப் போல இதுவும் விரியும் என நினைத்தான். அப்படி விரிந்தால் இந்த வாசல் எப்படி இருக்கும் என அவனுக்குள் கற்பனை ஓடியது. குளிர்காற்று வீசும் நிழலடியில் சுகமாகப் படுத்திருப்பதாக எண்ணிக்கொண்டே நட்டான். புதுமருமகன் செயலுக்கு யாரும் மறுப்புச் சொல்லவில்லை.

கொம்பு நுனியில் அவன் வைத்த சாணப்பத்தை உலர்ந்து உதிர்வதற்குள் துளிர் வந்துவிட்டது. மருமகன் வைத்த மரத்தைக் காப்பாற்ற வேண்டிய கட்டாயம். வேலைகளில் மரத்திற்குத் தண்ணீர் ஊற்ற மறந்துவிடும் என்று மாமியார் பாத்திரம் துலக்கும் இடத்தை மரத்தடிக்கு மாற்றியிருந்தாள். பெரிய பானையை மண்ணில் பதித்துத் தண்ணீர் ஊற்றிவைத்ததால் வந்ததும் கைகால் கழுவவும் அந்த இடம் என்றாயிற்று. அதனால் எப்போதும் ஈரம் இருக்கும். விருந்தாட வந்தால் முதலில் அந்தக் கொம்பிடம்தான் போய் நிற்பான். ஒவ்வொரு முறையும் அதன் வளர்ச்சியை நோட்டமிடுவது அவன் வேலை.

'உம் மருமவன் நம்மளுக்குக் கொடுத்திருக்கற சீரச் செரியா வெச்சுப் பொழைக்கறமான்னு பாக்கறதுக்குத்தான் இங்க வர்றாரு.'

அவனில்லாதபோது மாமனார் பேசிய கேலியே நிலைத்து விட்டது. மருமகன் சீர் அது. மருமகனைப் பேர் சொல்லி அழைப்பதில்லை. அதே போலப் பூவரசையும். அநாதி காலமாய் நிற்கும் பூவரசின் கொம்பு ஆதலால் ஒரே வருசத்தில் அடியில் கொஞ்சநேரம் நின்றுகொள்ளும் அளவு கிளை விரிந்துவிட்டது.

அடுத்த வருசம் பூக்கள். காய்கள். மரம் வைத்துப் பன்னிரண்டு வருசங்கள் நொடி போல ஓடிவிட்டன. வருசந்தோறும் அது விரிகிறது. பத்துக் கட்டில்கள் போட்டுக்கொண்டாலும் நிழல் தாங்கும். இலைகளையும் அளவாகத்தான் உதிர்க்கும். அந்தச் சமயத்தில் மட்டும் 'மருமவன் குடுத்த சீரக் கூட்டி வாரி முடியலம்மா' என்பாள் மாமியார். குப்பைக்குழி இலைகளால் நிறைவதைப் பார்த்து மாமனார் குளிர்ந்துபோவார். ஒருமாடு தரும் எருவுக்குச் சமமாக இந்த மரமும் தருகிறது. எப்படியும் ஓர்அணப்புக்கு இதுவே எருவைக் கொடுத்துவிடும். மருமகன் கொடுத்தது உண்மையாகவே சீர்தான்.

கிட்டத்தட்ட இரண்டு வருசங்களாகவே இந்தப் பக்கம் காளி அவ்வளவாக வருவதில்லை. இந்த இரண்டு வருசத்தில் பூவரசின் கைகள் வான் நோக்கி விரிந்துவிட்டதாகப் பட்டது. சிறிதாக இருக்கும்போது சட்டென வளர்ச்சி தெரியும். பெரிதாகப் பெரிதாகக் கண்ணுக்குத் தெரியாத வளர்ச்சி. ஆனால் மரத்தை அளவிட அவனால் முடிந்தது. வாசல் தாண்டி வீட்டுப் பக்கம் போன கிளைகளை அரக்கிவிட்டிருந்தார்கள். ஓர் உறுப்பு முடமாகிவிட்ட மாதிரி இருந்தது. ஏதாவது தவசம் காயப்போட வெயில் வேண்டும் என்பதற்காக வெட்டியிருப்பார்கள். அந்தக் கிளைக்காயத்தையே கொஞ்சநேரம் பார்த்திருந்தான்.

அவன் வராததால் பொன்னாளும் வரவில்லை. இந்த வருசம் கரட்டூரில் நோம்பி முதல்நாளன்றே மச்சினன் அழைப்புக்கு வந்துவிட்டான். 'இந்த வருசம் வந்துதான் ஆவோனும்' என்று ஒரே பிடிவாதம். மச்சான் சொல்லைக் காளியால் தட்ட முடியவில்லை. மாத்தேர் வடம் பிடிக்கும் நாளே பொன்னாளை அனுப்பிவைத்தான். சாமி கரடேறும் கடைசி நாளாகிய பெருநோம்பி அன்று வந்து மறுநாள் கறி தின்றுவிட்டுத் திரும்பிவிடலாம் என்று அவளை முன் அனுப்பினான். அவன் வைத்த மரம்தான் என்றாலும் அதனடியில் கட்டிலைப் போட்டுப் படுத்துக்கொண்டு எவ்வளவு நேரம்தான் அண்ணாந்து பார்த்துக் கொண்டே இருக்க முடியும்?

மச்சான் முத்து சிறுவயது முதலே சேக்காளி. 'உந்தங்கச்சியக் கட்டிக்கறன்டா' என்று தைரியமாக அவனிடம் கேட்க முடிகிற அளவு நெருக்கம். மாப்பிள்ளை ஆனபின் ஒரு இடைவெளி உருவாகி அது நிரந்தரமாகிவிட்டது. அவன் சுபாவப்படி காட்டுவேலை ஏதாவது செய்யலாம் என்றால் 'மாமனார் ஊட்டுக்கு அடிம வேல செய்யறான் பாரு' என்று காதுபடவே பேசுவார்கள். ஊரிலும் எல்லாவற்றையும் அப்படியே விட்டுவிட்டு

வரவேண்டும். மாடு கன்றுகளை ஆடு குட்டிகளை ஒருநாள், இரண்டு நாள் பார்த்து அம்மா சமாளிப்பாள். அப்புறம் திட்டத் தொடங்கிவிடுவாள்.

'மாமனார் ஊட்டுல போயிக் குந்த வெச்சுத் தின்னுக்கிட்டு இருந்தா இங்க ஆடு மாட்டுக்கு வவுறு ரொம்பீருமா. ஒரு குடியானவனுக்கு இந்த வாயில்லாச் சீவன் நெனப்பு வேண்டாம்? இந்தச் சீராயி இருக்கற வரைக்குந்தான் போட்டதப் போட்ட படி உட்டுட்டுப் போவீங்க. இன்னைக்கோ நாளைக்கோ நான் போயி அந்த மவராசன் காலடியில சேந்துட்டா அப்பறம் என்ன பண்ணுவீங்க?'

அம்மா திட்டத் தொடங்கும் நாள் அவனுக்குத் தெரியும். அதற்கப்புறம் ஒன்றிரண்டு நாட்கள் அதிகமாகிவிட்டால் அவள் வாய் புழுத்துப்போனது போலச் சொற்கள் கொட்டும். அப்பன் முகம் மட்ட மத்தியான வெயிலில் தூரத்தே தெரியும் உருவம் போல அலையாடி மங்கலாக அவன் மனதில் இருக்கிறது. அவ்வளவுதான். சிறுவயது முதலே அம்மா வளர்ப்பு. அதனால் 'முண்டை வளர்த்த பிள்ளை தண்டமாகத்தான் போகும்' என்று யாரும் ஒரு வார்த்தை சொல்லிவிடக் கூடாது என்பதில் கவனம் கொண்டிருப்பாள். எல்லாருக்கும் சமமாகத் தாங்களும் நிற்க வேண்டும் என்று பிடிவாதம். ஏர் ஓட்டுவது, ஏற்றம் இறைப்பது எல்லா வேலைகளும் அவளுக்கு அத்துபடி. எதற்கும் ஒருவரை அண்டியிருக்கக் கூடாது என்பாள். ஏதோ ஒருவருசம் காட்டில் விதைப்புக்கு ஆளே வரவில்லையாம். வெள்ளைச் சேலைக்காரி விதைத்தால் ஒன்றும் விளையாது என்பார்கள். பல பேரையும் கூப்பிட்டுப் பார்த்துவிட்டு 'நாலு பயிரு மொளச்சாலுஞ் செரி. அதும் இல்லாத போனாலுஞ் செரி' என்று அவளே விதைத்து ஓட்டிவிட்டாள். ஒன்றும் மோசம் போகவில்லை. எல்லாருக்கும் விளைந்த மாதிரியே அவளுக்கும் விளைந்தது.

என்றாலும் அவன் பொட்டுக்கூடையைத் தூக்கி வைத்துக்கொள்ளும் அளவு கை வலுப் பெற்றதும் அவனிடம் கொடுத்துவிட்டாள். அவன் விதைப்பு ஒரே சீராக வரும்வரை கூடமாட ஒத்தாசை செய்தாள். அதன்பின் முழுக்கவே அவன் பொறுப்பானது. காடுமேடு என்று திரிந்தாலும் எப்போதும் அம்மாவுக்குக் கட்டுப்பட்டே இருப்பான் காளி. கல்யாணத்திற்கு முன்னால் எங்கெங்கோ சுற்றி அலைவான். வேலைச் சமயத்தைத் தவிர மற்ற நாட்களில் அவனைக் கண்டுபிடிப்பதே கடினம். சீராயிடம் யாராவது கேட்டால் 'நாயிக்கு என்ன வேல? நெவுலுக் கண்ட எடத்துல குழி பறிச்சுப் படுத்துக் கெடக்கும். இல்லீனாக் காடுமேடுன்னு ஓடிச் சலிக்கும். எங்க

போனா என்ன, ராத்திரி பட்டிச்சோத்துக்குக் கூப்புடும்போது ஓடியாந்திரும்' என்பாள். அந்த நம்பிக்கையை அவன் ஒருபோதும் குலைக்கவில்லை. காட்டுவேலையில் குறை வைக்கமாட்டான். இப்போது சமீப காலமாக அவனுண்டு காடுண்டு என்றுதான் இருக்கிறான். எங்கும் போவதில்லை. யாரையும் பார்ப்பதில்லை. சேக்காளிகளை எல்லாம் விட்டு விலகிவிட்டான். வேலி சூழ்ந்த தொண்டுப்பட்டியே கதி. அப்படி ஆகிவிட்டது.

○

2

கட்டிலில் படுத்துக் கண்களை மூடிக்கொண்டான். வேலை இல்லை என்று தெரிந்துவிட்டால் உடலில் அசதி குடிபுகுந்துகொள்கிறது. சொன்னது போல அவன் வந்துவிட்ட சந்தோசம் பொன்னாளுக்கு. புதிதாகக் கல்யாணமாகி வந்து சேர்ந்திருக்கிற மாதிரி ஒரு துள்ளாட்டத்துடன் வீட்டுக்குள் அவள் நடமாடுவதை உணர்ந்தான். எங்கிருந்தாலும் அவள் என்ன செய்வாள், எப்படிச் செய்வாள் என்பதெல்லாம் அவனுக்கு அத்துபடி. அவன் எண்ணங்களில் நிரம்பி அசைவுகளையும் சொல்லும் அளவுக்கு ஆக்கிரமித்துவிட்டாள். மாமனுக்காகப் பலகாரம் செய்துகொண்டிருப்பதை அவன் நாசி உணர்ந்திருந்தது. என்ன பலகாரமாக இருக்கும் என்பதும் அவனறிந்ததுதான்.

கொஞ்ச நேரத்தில் ‘மாமா மாமா’ என்று எழுப்பினாள். கையில் பலகாரத் தட்டம். காரப் பக்கடாவும் அரிசிக் கச்சாயமும். உறங்கி விழிப்பவன் போல எழுந்தான். அவள் முகத்தில் சிரிப்பு. கண், மூக்கு, கன்னம், நெற்றி எல்லாம் ஒருசேரச் சிரிக்கும் சிரிப்பு இவளுக்கு எங்கிருந்துதான் வருகிறதோ. அவன் மடியில் பலகாரத் தட்டத்தை வைத்துவிட்டுக் கீழே உட்கார்ந்தாள். ‘மரத்தப் பாத்தியா’ என்றான். காரப் பக்கடா மொறுமொறுவெனக் கரைந்தது.

‘ஆமா வர்றப்பெல்லாம் மரத்தப் பாத்துக்கிட்டுத் தான இருக்கறன்’ என்றாள் சலிப்புடன்.

‘இல்ல பிள்ள. ஒருக்கா அண்ணாந்து பாரு. எலையும் தழையுமா மரம் எப்பிடி ஓடி வளந்திருக்குது. பூவுக்கும் பம்பரக் காய்க்கும் அளவில்ல’ என்றான் உற்சாகக் குரலில்.

உள்ளிருந்து அவள் அம்மா ‘பொன்னா இங்க வா. இந்தக் கருப்பட்டியச் சீவிக் குடு’ என்று சத்தம்

போட்டாள். 'இதா வர்றம்மா' என்று குரல் கொடுத்துவிட்டு அவன் பக்கம் திரும்பினாள்.

'நம்ம கல்யாணம் ஆனப்ப வெச்ச மரம். அதா இதான்னு பன்னண்டு வருசம் ஓடிப்போயிருச்சு' என்று பெருமூச்சு விட்டாள்.

அவள் முகத்தில் நிழல் படர்ந்தது. பன்னிரண்டு வருசத்தில் மரம் காய்த்துச் செழிக்கிறது. இந்தப் பாழும் வயிற்றில் ஒரு புழு பூச்சிக்குக்கூட வழியில்லையே என்று யோசித்திருப்பாள். எதைப் பார்த்தாலும் தன் குறை நினைவுக்கு வந்துதொலைக்கிறது.

கல்யாணமானபோது அவள் அப்பனிடம் சண்டை போட்டு மாட்டுக்கிடாரி ஒன்றைப் பிடித்து வந்தாள். அது ஏழெட்டு முறை ஈன்றுவிட்டது. அதன் வருக்கம் தொண்டுப்பட்டி நிரம்பிக் கிடக்கிறது. அந்த மாட்டைப் பார்க்கும்போதெல்லாம் கண்ணீர் தானாக வரும். 'இந்த வாயில்லாச் சீவன் வாங்கி வந்திருக்கிற வரம் நான் வாங்கலியே' என்று வாய் விட்டுக் கதறியும் இருக்கிறாள். அவள் அழுகை பொறுக்காமல் அந்த மாட்டு வர்க்கத்தையே அடியோடு ஒழித்துவிட வேண்டும் என்று அவனுக்கு வெறி வரும். ஆனால் அதன் முகத்தைப் பார்த்ததும் 'நம்ம கஷ்டத்துக்கு இது என்ன பண்ணும், பாவம்' என்று நெகிழ்ந்துவிடுவான்.

'கருப்பட்டி போட்டாலே கச்சாயத்துக்குத் தனி ருசிதான்' என்று பேச்சை மாற்றினான். கொஞ்சம் பிய்த்து அவள் வாயருகே கொண்டுபோனான். 'ஆமா இப்பத்தான் பாசம் பொத்துக்கிட்டு வருது' என்று கோபிப்பது போலச் சந்தோசமாய் வாயில் வாங்கிக் கொண்டாள். உள்ளேயிருந்து அவள் அம்மா அழைத்தாள்.

'இங்க வா பிள்ள. எண்ண காயுது.'

'கொஞ்சநேரங்கூடப் பொறுக்காதே. 'வல்லாயி பொல்லாதவ, நாளும் கெழமயும் இல்லாதவ'ன்னு சும்மாவா செலவாந்தரம் சொல்லியிருக்குது. எதுக்கு இப்ப இப்பிடிக் கூப்படறாளோ' என்று எழுந்து போனாள் பொன்னா.

போகிறவளைப் பார்த்தபடி கண்கள் நின்றன. குலையாத உடம்பு. பார்க்கப் பார்க்கத் தீராத ஆசை பெருகிப் பொங்க இப்போதே அவள் வேண்டும் போலிருந்தது. மாமனார் வீட்டில் தனியாக இருந்துகொள்ள அறை கிடையாது. கல்யாணம் ஆனபோது தவச மூட்டை, மொடா வரிசைகள் அடுக்கியிருந்த வீட்டை அப்படி இப்படிச் சரிசெய்து ஒதுக்கிக் கொடுத்தார்கள். பழைய ஆள் ஆனதும் திண்ணையிலோ வாசலிலோ கட்டில்.

வாவென்று இழுத்து ஊருக்குக் கூட்டிப் போய்விட்டால் என்னவென்று பரபரத்தான்.

மொட்டை வெயில் நேரத்தில் உடம்பு படுத்தும் பாடு தாளவில்லை. அடைமழைக் காலத்திலெல்லாம் அடைக்கோழி போல அவளையே அணைந்து வீட்டில் கிடப்பான். ஒவ்வொரு சமயம் தோன்றும். அவள் வயிறு திறந்திருந்தால் எல்லாப் பெண்களையும் போல உடம்பு பருத்துக் கிழவியாகி இருப்பாளோ? பெண் பற்றிய கவனம் ஏற்பட்ட வயதில் அவள் உடம்பு அவனைச் சீண்டிக்கொண்டே இருக்கும். இம்சை தாளாது அவளைப் பார்ப்பதைத் தவிர்க்க முயல்வான். ஆனால் மனதின் கண்கள் அவளைத் துழாவியபடியே இருக்கும். இப்போதும் அதில் மாற்றமில்லை. சீண்டலுக்கு ஆட்பட்டு அவளை அணைக்கும்போது இது பழைய அணைப்பில்லை என்று தோன்றிவிடுகிறது. ஒவ்வொரு முறையும் புதிதாக அவளை அறிந்துகொள்ளும் ஆர்வமும் வேகமும் இருந்தன. இப்போது தணிந்துபோனது. முகத்தருகே முகம் போகும்போதே 'இந்த முறை உருவாகுமா?' என்று மனம் யோசிக்கத் தொடங்கிவிடும். முழங்கிய தீ அணைந்து நெருப்புக் கங்குகளாகிச் சாம்பல் பூக்கும். தண்ணீர் தெளித்து அணைக்கும் முயற்சியாக அவன் எந்திரமாகிவிடுவான். 'சாமீ... இந்த முற குடுத்திரு. எப்படியாவது குடுத்திரு' என்று சொல்லிக்கொண்டே இருப்பான். புகைந்து தணியும்.

ஏழெட்டு வருசமாகவே இரண்டாம் கல்யாணம் பற்றிப் பேச்சு வெளிப்படையாகவும் மறைமுகமாகவும் நடந்துகொண்டிருக்கிறது. அதனாலேயே பொன்னாயிக்குப் பல பேரைப் பிடிக்காமல் போய்விட்டது. ஆடு மாடு வியாபாரம் செய்யும் செல்லப்பன் ஒருமுறை தொண்டுப்பட்டிக்கு வந்திருந்தார். ஒருகிடாரி இரண்டு மூன்று முறை காளைக்குச் சேர்த்தும் சினையாக வில்லை. விற்றுத் தொலைத்துவிடலாம் என்று அவரை வரச் சொல்லியிருந்தான். அவரோடு பேசிக்கொண்டிருந்தபோது பொன்னா சாணி அள்ளிக் கட்டுத்தரையைச் சுத்தம் செய்துகொண்டிருந்தாள். தொண்டுப்பட்டிக்கு வந்தால் சும்மா இருக்கமாட்டாள். அவன் சாணி எடுத்து முடித்திருந்தாலும் கட்டுத் தரையைச் சுத்தமாக்குவாள். மாடு கன்றுகளைக் கழுவிவிடுவாள். மாற்றிக் கட்டுவாள். தீனி போடுவாள். பெரும்பாலும் ஆட்டுப் பட்டியை அவளே கூட்டி அள்ளிக் கொட்டுவாள். அவள் வேலையில் கவனமாக இருந்தாள். என்றாலும் தன் குடுமியைத் தட்டி முடிந்தபடி அவளைப் பார்த்துக்கொண்டே அவர் சொன்னார்.

'கெரகம் சில மாடுங்க இப்படித்தான் மாப்ள. எத்தன மொற போட்டாலும் செனையாகித் தொலைக்காது. பேசாத

மாட்ட மாத்திப்புடுங்க. நீங்க செரின்னா இன்னொரு மாட்ட ஒடனே புடுச்சாந்தரலாம்.'

சிரித்துக்கொண்டே அவர் சொன்னாலும் பொன்னாவுக்குப் புரியாதா? அவள் நெஞ்சில் பாறை விழுந்து அழுத்தியது போலிருந்தது. அவர் குடுமியைப் பிடித்து இழுத்துச் சாட்டை வாரால் விளாச வேண்டும் என்றிருந்தது. கட்டுத்தரை ஓரமாகக் கூளம் சேர்க்கப் போட்டிருந்த கவைக்குச்சியை எடுத்து மாட்டின் கால்களிலும் முதுகிலும் சாத்தினாள். மாடு பாவம். இதை எதிர்பார்க்காமல் கட்டுத்தரையைச் சுற்றிச் சுற்றி ஓடியது. கண்களில் பீதி.

'ஈனவானந் தெரியாத கெரகம். சாணி அள்ளறமுன்னு தெரிய வேண்டாம்? கால்ல கால்ல போட்டு முதிக்குது. என் வவுத்தெரிச்சலக் கொட்டிக்கறதுக்குன்னே வந்து சேந்திருக்குது. இன்னக்கி எங்கிட்டயா வாலாட்டற? வால அறுத்து மொண்டு வாலி ஆக்கறன் பாரு. சனியன் புடுச்சதுவ.'

'சரி மாப்ள அப்பறம் வர்றன்' என்ற அவர் போயே போய்விட்டார். அப்புறம் வரவே இல்லை. எங்காவது பார்க்கும் போது சொல்வார்.

'சில மாடுவ இப்பிடித்தான் மாப்ள. முன்னால போனா முட்டும். பொறத்தாண்ட போனா ஒதைக்கும். உம்பாடு கஷ்டந் தான்.'

சிலசமயம் 'என்ன மாப்ள புதுமாடு பாத்தரலாமா?' என்பார். 'அப்பிடியே தொண்டுப்பட்டிப் பக்கம் வாங்க மாமா. மாட்டுக் கதையப் பேசலாம்' என்பான். 'பொச்சுல சுக்க வெச்சு ஊதி உட்டுட்டு வேடிக்க பாக்கலாம்னு பாக்கறயா. உம் மாட்டுக் கதையே எனக்கு வேண்டாம் போப்பா' என்று கழன்றுகொள்வார்.

அவரிடம் வேடிக்கையாகப் பேசினாலும் மனதில் பெருவருத்தம் கனக்கும். ஊர் வாயில் விழ இப்படி ஆனேனே என்று குமைவான். இந்த மாதிரி பேச்சோடு வருகிற யாரையும் விளக்கமாற்றால் அடிக்காத குறையாக வார்த்தை பேசி விரட்டுவதில் பொன்னா சளைப்பதில்லை. அவள் இருக்கும்போது யாரும் பேச்செடுப்பதில்லை. அவனைத் தனியாகப் பார்க்கும் போது அதைப் பற்றிப் பேசாமல் இருப்பதில்லை.

3

நெருக்கத்தில் பொன்னா கேட்பாள்.

'மாமா ... என்னய உட்டுட்டு இன்னொருத்தியக் கண்ணாலம் பண்ணிக்க நெனைக்கறையா. சொல்லு மாமா.'

அவன் அவளைக் கொஞ்சுவான்.

'நீ யாரு? எங்கண்ணு. எம் முத்து. என் ராசு. உன்னய உடுவனா.'

'அப்பிடிச் சொல்லு மாமா' என்று கிறங்குவாள்.

அவளைச் சீண்டிப் பார்க்க ஆசை பெருகும். 'உன்னய உடமாட்டன். இன்னொருத்தி வந்தாலும் உன்னய உடமாட்டன்' என்பான். 'ச்சீ' என்று கோபத்தோடு தள்ளிவிட்டு அழுவாள். இந்த விஷயத்தில் அவளிடம் பொய்க் கோபம் என்பதே கிடையாது.

யாராவது வந்துவிட்டுப் போனால் 'என்ன கண்ணால விஷயமா?' என்பாள். 'ம்' என்பான்.

'முடிவாயிருச்சா?'

'ஆனாப்பலதான்.'

'அப்பறம் எங்கதி?'

'ஒரு மூலயில கெடந்துக்க' என்பான். அழுது மாய்வாள்.

'எனக்கென்ன தலையெழுத்தா? ஒருத்திகிட்ட எரந்து குடிச்சுக் கெடக்கோனும்னு. இப்பவே போயர்றன் எங்க அப்பமூட்டுக்கு. பெத்த பாவத்துக்கு ஒருவேள சோறு போடாதயா போயிருவாங்க? எம் பொறப்பு ஒருத்தன் இருக்கறானே, அவன் காலக் கட்டிக்கிட்டுக் கெடக்கறன், காலம் முழுக்க ஒருவா கஞ்சி ஊத்துடான்னா ஊத்த மாட்டானா?

இல்லீனா எனக்கு ஒருமொழக் கவுறு சிக்காதயா போயிரும்? அதான் ஒன்னுக்கு ரண்டு பூவரச மரம் கெளையோடிக் கெடக்குதே. போட்டுத் தொங்கீர்றன்.'

மனதுக்குள் சிரிப்போடு அவள் செய்வதைப் பார்த்துக் கொண்டே இருப்பான். எல்லாம் முடிவாகி ஒருத்திக்குத் தாலி கட்டி அவளை அவன் வீட்டுக்கே கூட்டி வந்துவிட்ட மாதிரி நடந்துகொள்வாள். அப்படி எதுவும் நடைபெற்றால் அப்போது என்ன செய்வது என்பதற்கு ஒத்திகை பார்க்கிறாளோ என்று தோன்றும். அவளைச் சமாதானப்படுத்துவதற்குச் சில நாட்கள் கூட ஆகும்.

இருவருக்கும் இது ஒரு விளையாட்டு. வீட்டில் ஓடி விளையாடக் குழந்தை இருந்தால் தங்களுடைய இந்த விளையாட்டுக்குத் தேவையிருக்காது என்று நினைப்பான். ஒருவர் மூஞ்சியை ஒருவர் பார்த்துக்கொண்டே இருப்பதில் அலுப்பு ஏற்படாமல் இருக்க இப்படி எதையாவது உருவாக்கிக் கொள்வார்கள். அவளை விட்டு இன்னொருத்தியைக் கல்யாணம் செய்து கொள்ளும் எண்ணம் அவன் மனதில் துளியும் இல்லை.

'இந்த ஜென்மத்துல ஒரு கொடும எனக்குப் போதும்' என்று சொல்வான்.

'அப்ப நான் உன்னயக் கொடுமப்படுத்தறனா?' என்று கோபிப்பாள்.

'மாமா எனக்குக் கொழந்த பொறக்காதா' என்று ஏக்கமாகக் கண்ணீரோடு அவள் கேட்கும்போது அவன் மனம் நெகிழ்ந்து அவளைக் கரையேற்றும்.

'உனக்கென்னம்மா... இப்பத்தான் இரவத்தெட்டு வயசாவுது. உன்னயக் கண்ணாலம் பண்ணிக்கும்போது பதினாறு வயசு. அப்ப எப்படி இருந்தயோ அதேமாதிரிதான் இப்பவும் இருக்கற. அவுங்கவுங்க நாப்பது, நாப்பத்தஞ்சு வயசுல கொழந்த பெத்துக் கறாங்களே. நமக்கென்ன அவ்வளவா வயசாவுது?'

மனம் நம்பிக்கையும் இன்மையுமாகத் தவித்துக் கிடந்தது. இருவருக்குமே குறிப்பு எழுதிவைக்கவில்லை. பிறந்ததைப் பற்றிக் கேட்டால் அவன் அம்மா சொல்வாள்.

'பனிக்கொடம் ஒடஞ்சு ரண்டு நாள் தவிச்சுக் கெடந்தன். ஆரு என்னயப் பாத்தாங்க. பண்டிதகாரிச்சி கைவைத்தியம் பண்ணி எப்பிடியோ பிரிச்சி எடுத்து ரண்டு உசிரையும் காப்பாத்துனா. அந்தக் கூளியாயித் தாயிகிட்ட வேண்டிக்கிட்டன். உனக்குக் காளியண்ணன்னு பேரு வெச்சன். மாசியோ பங்குனியோ

மாசங்கூட எனக்கு மறந்து போச்சு. நாம என்ன கோட்ட கட்டி ஆள்ற வம்சமா. குறிப்பு எழுதி வெக்கறதுக்கு? புழுதிக்காட்டுல பொரள்றவனுக்கு என்ன குறிப்பு? நீ எண்ணெயப் பூசிக்கிட்டுப் பொரண்டாலும் ஒட்டற மண்ணுத்தான் ஒட்டும் போ.'

பொன்னாளுக்கும் குறிப்பு கிடையாது. போகிற பக்க மெல்லாம் கையை விரித்துக் காட்டுவார்கள். ரேகை பார்த்துச் சொல்வதைக் கேட்டுக்கொள்வதுதான். சந்தைக்குப் போனால் கிளி ஜோசியம் பார்ப்பாள். எத்தனை கிளி ஜோசியகாரர்கள் இருக்கிறார்களோ எல்லாரிடமும் வரிசையாகப் பார்த்தாகி விட்டது. எல்லாரும் நல்லவிதமாகவே சொன்னார்கள். ஒரு முறையும் மோசமான படம் வரவில்லை. சந்தைநாளில் கோடு பார்க்கும் ஆட்களும் இருப்பார்கள். சிலபேர் கொட்டமுத்தைக் கொண்டு பார்ப்பார்கள். சிலர் கூழாங்கற்களாகக் குவித்து வைத்திருப்பார்கள். ஒருகாசு ரண்டு காசு கொடுத்தால் போதும். எல்லாக் கோட்டுக்காரர்களும் நல்ல சேதிதான் சொன்னார்கள். கலியாணம் ஆகிப் பத்து வருசத்திற்கு மேலாகிவிட்டது என்று சொன்னால் மட்டும் 'கொஞ்சம் பொறுத்துக் கெடைக்கும். ஆனாக் கெடைக்காத போகாது' என்பார்கள். கஷ்டம் வந்துவிட்டால் எல்லா நம்பிக்கைகளும் ஒருசேர வந்து நின்றுகொள்கின்றன.

4

காரப் பக்கடாவையும் கச்சாயத்தையும் தின்று முடித்துக் கையைத் துடைத்துக்கொண்டிருந்தபோது பொன்னா இன்னொரு தட்டில் பலகாரத்தையும் சொம்புத் தண்ணீரையும் எடுத்து வந்தாள். விருந்தாட வந்தால் இருப்பு பூவரச மரத்தடிதான். இரவானாலும் பகலானாலும் அதுதான் கிடை. காட்டுக்குள் வீடு தனித்து இருந்ததால் தொந்தரவு ஒன்றுமில்லை. தூறல் எதுவும் வந்தால் திண்ணைக்குப் போவான். வீட்டுக்குள் போவதேயில்லை. ஒருவீடும் பட்டாசாளையும்தான். அதற்குள்ளே மச்சினன், அவன் மனைவி, ஒரு குழந்தை, மாமனார், மாமியார் என்று எத்தனை பேர்? மாமனாரின் இருப்பும் திண்ணையோடு சரி. பட்டிக் குடுசுதான் அவருக்கு. மச்சினன் ராத்திரி படுப்பதற்குத்தான் உள்ளே போவான்.

'நோம்பிச் சீரு வாங்கிக்கிட்டயா?' என்றான் பொன்னாவிடம்.

'அது ஒன்னுதான் கொறையாக் கெடக்குது. கையில ஒன்னு இடுப்புல ஒன்னு வவுத்துல ஒன்னுன்னு இருந்தனா, 'குடுடா தாயோலிவளா'ன்னு எங்கப்பனையும் அண்ணனையும் கழுத்துல துண்டப் போட்டுக் கேப்பன். ஒன்னுக்கும் வழியில்லாத போச்சே. குடுத்தா வாங்கிக்கலாம். குடுக்காட்டிக் கேக்க வேண்டாம்.'

இரண்டு வருசமாக நோம்பிக்கு வரவில்லை. வந்துகொண்டிருந்த வரைக்கும் புதுச்சேலை, வேட்டி, துண்டு என்று தடபுடலாக இருக்கும். நோம்பிக்காசு என்று எப்படியும் பத்திருபது ரூபாய் கிடைத்துவிடும். எதையும் அவன் எதிர்பார்க்கவில்லை என்றாலும் அவள் மனதை அறிந்துகொள்ளக் கேட்டான்.

ஆசையாக அவள் கையைப் பற்றிக் கட்டிலில் உட்கார வைத்தான். நெகிழ்ந்த மாராப்பினுள் குறுகுறுவென்று அவன் பார்வை புகுந்தது. மாராப்பை இழுத்துவிட்டுக்கொண்டு 'மட்ட மத்தியானத்துல கண்ணு போவுது பாரு' என்றாள். 'நான் பாக்கறதுக்கில்லாத வேறெதுக்காம்' என்று சிணுங்குவது போலக் கேட்டான்.

'அடியே பொன்னா இங்க வாடி. இந்தப் பருப்பக் கொஞ்சம் பாரு. நான் எத்தனயப் பாக்கறது' என்று அவள் அம்மா கத்தினாள்.

'கெழவிக்கு ஒன்னும் முடியில போ' என்று சொல்லியவாறு எழுந்தாள். அவன் முக ஜொலிப்பைப் பார்த்துச் சிரித்துக் குடுமியைப் பற்றி இழுத்து அவிழ்த்துவிட்டு ஓடிப்போனாள்.

எப்போதும் அவன் குடுமிமேல் அவளுக்குப் பிரியம் அதிகம். அவிழ்த்துச் சடை போட்டு விளையாடுவாள். 'என்னோடத விட உனக்குத்தான் மயிரு அடம்பு மாமா' என்பாள். 'இதப் புடிச்சு இழுத்துத் தோள் மேல ஏற ஒரு பூங்கையி இல்லயே' என்று முடிப்பாள்.

எதையும் குழந்தையோடு முடிச்சுப் போடுவது அவளுக்கு வழக்கமாகிவிட்டது. உள்ளுக்குள்ளே மறைத்து வைத்துக் கொள்ளக்கூடிய குறை அல்ல இது. எப்படியும் எல்லாருக்கும் தெரிந்துவிடும். எந்த நிமிசமும் யாராவது இதைப் பற்றி விசாரிப்பார்கள் என்று எதிர்பார்த்துப் பார்த்து அதை எதிர்கொள்ளும் யோசனையைத் தவிர வேறு ஒன்றும் இருப்பதில்லை.

நோம்பியின்போது ஊருக்குப் போகாவிட்டால் என்ன என்று போன வருசம் தேர் பார்க்கப் பொன்னாவைக் கூட்டிப் போனான். மாத்தேர் வடம் பிடிக்கிற நாள். சுத்துப்பட்டிக் கிராமத்து மக்கள் எல்லாரும் தெருக்களில் மொய்த்துக்கொண்டு கிடந்தார்கள். கூட்டமாகச் சேர்ந்தாலே மனம் கொண்டாட்டம் போடத் தொடங்கிவிடுகிறது. இரண்டு பேரும் கடைகளைச் சுற்றிக்கொண்டிருந்தபோது, 'டேய் காளி . . . நல்லாருக்கறயா' என்ற கத்தல் காதில் விழுந்தது. திரும்பிப் பார்த்தான்.

கூட்டத்தின் அக்கரையில் கோளூர் மணி சிரித்தான். அவன் ஊரை விட்டுப் போய் வருசக்கணக்காகிவிட்டது. கோளூரிலேயே நிலம் வாங்கிக் குடியேறிவிட்டான். அங்கிருந்தே கத்தினான். 'கொழந்த இருக்குதா?' காளிக்கு முகத்தில் ஈயாடவில்லை. கூட்டம் அதன் போக்கில் இருந்தாலும் அந்தக் கேள்வியால் எல்லாரும் தன்னையே திரும்பிப் பார்ப்பதாக உணர்ந்தான்.

நல்லவேளையாகப் பொன்னா வளையல் கடைக்குள் இருந்தாள். சங்கடத்தோடு அவன் இல்லை என்று கையசைத்தான். உடனே மணி தலையில் அடித்துக்கொண்டு ‘இன்னொரு கலியாணம் பண்ணிக்க’ என்றான். சிரித்தபடி கூட்டத்தில் கலக்க வேண்டியதாயிற்று. தங்கள் பொச்சு எப்படி நாறினாலும் கவலையில்லை. மற்றவனுடையதைக் கவிழ்ந்து படுத்து நோண்டி நோண்டி எதையாவது எடுத்துக் காட்டிக்கொண்டு திரிவதில்தான் எத்தனை இன்பம். ஒரு பொதுஇடம் என்பதுகூடவா நினைவில் இல்லாமல் போய்விடும்? தன்னிடமிருப்பது மற்றவனிடம் இல்லை என்றால் மிகப் பெரிய தலைக்கிறுக்கு வந்துவிடுகிறது. எல்லாருக்கும் எல்லாம் இருக்கிறதா? எப்போதும் ஏதாவது குறையத்தான் செய்யும்.

எல்லா இடத்திலும் இதை நினைவுபடுத்துவதற்காகவே யாராவது வந்துவிடுவார்கள். ‘எனக்குக் கொழந்த இருந்தா இருக்குது, இல்லாட்டிப் போவுது. உனக்கென்னடா மயிரு. மூடிக்கிட்டுப் போ’ என்று கத்திச் சொல்ல வேண்டும் போலிருக்கும். ஆனால் முடிவதில்லை. முகத்தில் அடித்த மாதிரி அவர்களைப் போலப் பேச என்ன தடையாக இருக்கிறது? பொன்னா கொஞ்சம் துடுக்காகக் கேட்டுவிடுவாள். அவனுக்கு அது முடிவதில்லை.

அம்மாவுக்கு எதுவென்றாலும் களியூர்க் குறிகாரரைப் பார்த்தால் தீர்ந்துவிடும் என்பது நம்பிக்கை. வாரத்தில் ஒருநாள்தான் குறி பார்ப்பார். மரமேறிவிட்டுப் பத்து மணி வாக்கில் அவர் காட்டுப் பாலமரத்தடி முனி முன்னால் வந்து உட்கார்வார். பூசை எளிமையாக நடக்கும். எலுமிச்சை அறுத்துப் பலியிடுவது முக்கியம். பிரித்து வலக்கைக் கொட்டமுத்தை இரு கைகளிலும் அள்ளிக் குலுக்குவார். இரட்டை இரட்டையாக அடுக்குவார். ஒற்றை மிஞ்சினால் சாதகம். இரட்டையாக முடிந்தால் பாதகம். காளிக்கும் பொன்னாவுக்கும் பார்த்த எல்லாச் சமயத்திலும் ஒற்றைதான். அதனால் குழந்தை பாக்கியம் கண்டிப்பாக உண்டு என்பது அவர் நம்பிக்கை.

‘பரம்பரையில எதோ சாப்பமிருக்குது. அது என்னன்னு தெரிஞ்சு பரிகாரம் பண்ணுனா செரியாப் போயிரும்’ என்றார் ஒருமுறை.

அம்மாவுக்கும் என்ன சாபமாக இருக்கும் என்று தெரியவில்லை. ‘எந்த நாயோ செஞ்சது உம்மேல ஏன்டா வந்து விடியோனும்’ என்று புலம்பினாள். இரண்டு மூன்று நாள் யோசித்துவிட்டு அப்பறம் ஒரு சம்பவத்தைச் சொன்னாள். அவன் தாத்தாவின் அப்பன் காலத்தில் நடந்ததாம்.

அவர் பெயர் நாச்சி. கடலைக்காட்டில் கொட்டமுத்துப் போட்டு அந்த வருசம் நல்ல விளைச்சல். வாரம் ஒரு மூட்டை இரண்டு மூட்டை என்று சந்தைக்குக் கொண்டு போனார்கள். ஒருவாரம் இரண்டு மூட்டை கொண்டு போய்ப் புளியமரத்தடியில் இறக்கி வைத்தார்கள். கொட்டமுத்து வாங்கும் ஏவாரி புளியமரத்தடியில் படியும் வள்ளமுமாக ஆட்களோடு இருப்பார். அப்போது என்ன, படி ஓரணாவிற்கும் குறைவுதான். ஒரு மூட்டை கொண்டு போனால் ஐந்து ரூபாய் கிடைத்தால் அதிகம்.

நாச்சி தன் வண்டியிலிருந்து மூட்டைகளை இறக்கி வைத்த அதே சமயத்தில் பழையூரிலிருந்து ஒரு வண்டி வந்து நின்றது. வண்டி நிறைய மூட்டைகள். பெரிய பண்ணயம் போல. மூட்டையை இறக்க ஆளில்லை. ஏவாரிதான் சொன்னார்.

‘அப்பிடியே அந்த மூட்டைய எறக்கிக் குடுங்க. கூலி வாங்கிக் குடுத்தர்றன்.’

நாச்சி ஓடி ஓடி இறக்கினார். கடைசியில் பார்த்தால் ஒருமூட்டை குறைகிறது. வண்டிக்காரர், ‘மொத்தம் பதினாலு மூட்டை’ என்றார். இருந்தது பதின்மூன்று.

நாச்சி இறக்கி வைத்திருந்த இரண்டு மூட்டை இப்போது மூன்று மூட்டைகளாயிருந்தன. ஏவாரி பார்த்துவிட்டு, ‘நீங்க ரண்டு மூட்டதான எறக்குன மாதிரியிருந்தது’ என்றார். ‘மறந்தாப்பல இங்க கொண்டாந்து ஒன்ன எறக்கிட்டன்’ என்று சொல்லியிருந்தால் பிரச்சினை அத்தோடு முடிந்துபோயிருக்கும். ‘நான் மூனு மூட்ட கொண்டாந்தன்’ என்று அவர் சாதித்தார். பழையூர் வண்டிக்காரர் விடவில்லை. பிரச்சினை சத்தியத்திற்குப் போயிற்று.

தீராத பிரச்சினைகளுக்கெல்லாம் முடிவான நீதிமன்றம் கரட்டூர் தேவாத்தா கோயில்தான். கரட்டின் பாதி வழியில் பாறையில் செதுக்கிய தேவாத்தா நின்றிருக்கிறார். ஒருகாலத்தில் கோயிலே அதுதான் என்றும் ஐதீகம். கரட்டைச் சுற்றிலும் காடாக அடர்ந்திருந்த காலத்தில் காட்டுக்குள் வசித்த குடிகள் உருவாக்கிய தெய்வம் அது. ஆதிதெய்வம் இன்றும் சத்தியம் காத்து நிற்கிறது. எழுபது சத்தியப் படிகள் தொடங்கியதும் ஒவ்வொரு படியிலும் குனிந்து கும்பிட்டபடியேதான் கரடேறுவார்கள். கரட்டு உச்சிக்குப் படி வெட்டி மேலே கோயில் அமைத்துப் பெரிதாக்கிவிட்டாலும் ஆதித் தெய்வம் எழுபதாம்படி தேவாத்தாதான்.

எழுபது படிகளிலும் எண்ணெய் ஊற்றி ஏற்றும் வகையில் கல்விளக்குகள். குற்றம் சாட்டுபவர் கல்விளக்குகளை நிறைத்து ஏற்றி வைப்பார். மறுப்பவர் எழுபது விளக்குகளையும் வரிசையாக அணைத்துக்கொண்டே வந்து தேவாத்தா காலடியில் 'சத்தியமா இத நான் செய்யல' என்று முடிக்க வேண்டும். நாச்சி எழுபது விளக்குகளையும் அணைத்தார். பாறையில் கீறிய உருவமாய் நினைத்துத் தேவாத்தா காலடியில் சத்தியம் செய்தார். கேவலம், ஒரு மூட்டை கொட்டமுத்துக்காய், வெறும் ஐந்து ரூபாய்க் காசுக்காய்ப் பொய்ச் சத்தியம் செய்தார்.

அந்தச் சத்தியத்திற்கு அப்புறம் நாச்சி கொஞ்சநாளில் பைத்தியம் பிடித்துச் சுற்றிக்கொண்டிருந்தாராம். யாரைப் பார்த்தாலும் 'வா எழுபதாம் படிக்குப் போலாம்' என்று கையைப் பிடித்து இழுப்பாராம். ஊரிலிருந்து போய்க் கரட்டூர் தெருக்களில் திரிந்துகொண்டிருந்தவர் என்ன ஆனார் என்று யாருக்கும் தெரியாதாம். அவருக்குத் தாத்தா ஒரே குழந்தை. தாத்தாவுக்கு அப்பன் ஒரே குழந்தை. தாத்தாவும் அப்பனும்கூட அற்பாயுளில் போய்ச் சேர்ந்துவிட்டார்கள். அம்மா இதைச் சொல்லி ஒப்பாரி வைத்தாள்.

அதற்குப் பரிகாரம் கேட்டுக் காளியும் பொன்னாவும் கரட்டுப்படி ஏறி இறங்கினார்கள். எழுபது நாட்கள் எழுபதாம் படி விளக்குகளை ஏற்றி தேவாத்தா காலடியில் விழுந்து மன்றாடினார்கள். அந்த வருசம் விளைந்த கொட்டமுத்து அத்தனையும் எண்ணெய் ஆயிற்று. அப்பவும் போதவில்லை. காசுக்கு வாங்கியும் தானம் பெற்றும் படி விளக்குகளை நிறைத்தார்கள். தேவாத்தா மேனி குளிர எண்ணெய் வார்ப்பு.

பொழுது அடிச்சாய வண்டியைக் கட்டிக்கொண்டு இருவரும் கிளம்புவார்கள். அடிவாரத்தில் மாடுகளை அவிழ்த்துக் கட்டிப் பூக்கடைக்காரரிடம் சொல்லிவிட்டுக் கரடேறினால் எழுபதாம்படி அடைவதற்குள் பொழுது மசங்கிவிடும். எழுபதாம் படிப் பூசாரி தயாராக இருப்பார். காளி கல்விளக்குகளில் எண்ணெய் ஊற்றப் பொன்னா ஏற்றிவைப்பாள். தினமும் விளக்கெண்ணெயால் தேவாத்தாவைப் பூசாரி குளிக்கச் செய்வார். நூறாண்டுக் கோபத்தைத் தணித்துக் குளிர்ச்சி தர விளக் கெண்ணெய்தான் உபாயம். பூசை முடித்துக் கரடிறங்கி ஊருக்கு வந்து சேர்வதற்குள் ஊரடங்கிப்போகும். அப்பவும் தேவாத்தா தணிந்து இறங்கவில்லை.

பாட்டி வேறொரு கதை சொன்னாள்.

'உங்கம்மாதான் கொட்டமுத்து மூட்ட வாங்கற ஏவாரியா இருந்தாளா? எதோ நாய் கொட்டமுத்து மூட்டயத் திருடுச்சாமா.

அத எம் பரம்பர மேல கொண்டாந்து எறக்கறா. எந்தலக்கட்டுல இப்பிடி ஆரும் சொல்லிக் கேக்குல. உங்கொம்மா ராத்திரி எல்லாம் ஓசிச்சு ஓசிச்சு இப்பிடி ஒன்ன அவளே உருவாக்கி இருப்பா. அவளுக்கென்ன வாப்பாடா தெரியும். இப்ப வந்த கழுத. எப்படியோ சாமிக்குத்தான வெளக்குப் போட்ட. நல்லதுதான் உடு' என்றாள் பாட்டி. அவளும் தன் பரம்பரை தங்குமா என்னும் கவலையோடுதான் போய்ச் சேர்ந்தாள். எந்தக் கோயில் நோம்பி என்றாலும் 'போயி மடிப்பிச்ச குடாயான்னு வேண்டிக்க' என்று சொல்லி அனுப்புவாள். எல்லாரிடமும் மடிப்பிச்சை கேட்டு ஏந்தி நின்றாயிற்று. ஆனால் மடியில் ஒன்றும் விழவில்லை.

அம்மாவுக்குப் போட்டியாகப் பாட்டியும் கதை சொன்னாள். சாபக்கதை சொல்வதில் மாமியாரும் மருமகளும் போட்டியிடுவதாக அவன் நினைத்தான். யார் எதைச் சொன்னாலும் அதைத் தட்டாமல் செய்தாக வேண்டிய நிலையில் என்னை வைத்துவிட்டாயே என்று புலம்புவான். செய்ய மறுத்தால் பொன்னா புலம்புவாள். அந்தக் காரியம் ஒன்றைச் செய்துவிட்டால் உடனே குழந்தை பிறந்துவிடும் என்னும்படி அவசரம் காட்டுவாள். பாட்டி கதைக்கும் அப்படித்தானாயிற்று. பாட்டி சொன்ன கதைக்குக் காலில்லை. வெறும் வாய்தான்.

5

அந்தக் காலத்தில் கரட்டூரின் சுற்று வட்டாரம் முழுக்க வனமாய் இருந்தது. குடியானவர்கள் வந்து கொஞ்சம் கொஞ்சமாய் நிலமாக்கினார்கள். வனத்தை நிலமாக்குவது அவ்வளவு சாதாரணமல்ல. அதனால் முதலில் ஆடுமாடுகளை மேய்த்துக்கொண்டே உழைத்தார்கள். ஆடுமாடுகள் மந்தை மந்தையாக இருக்கும். இளவட்டப் பையன்கள்தான் வனத்திற்குள் பயமில்லாமல் புகுந்து மேய்த்துவரத் தோதானவர்கள். அப்படி நால்வர் ஆடோட்டிப் போனார்கள். மட்ட மத்தியான உச்சிவேளையில் வனத்திற்குள்ளிருந்து பெண்ணின் அழுகுரல் ஓலமாய்க் கேட்டது.

வனத்திற்குள் பேய்கள் உலவும் கதைகள் பலவுண்டு. இளவட்டப் பையன்களை மயக்க மோகினி செய்யும் மாயம் என்று பயந்தார்கள். குரல் மானிடக் குரல் போலச் சீராக ஒலிக்கவும் பயத்தோடு குரல் வந்த திசை நோக்கிப் போனார்கள். மரங்கள் எல்லாம் இலை உதிர்த்துவிட்டு மொட்டையாய் நிற்கும் வேனல். வனத்திற்குள் வேம்பும் பாலையும் மட்டும் பசுமையாய்த் தோன்றும். பாலமரம் ஒன்றினடியில் அவள் உட்கார்ந்திருந்தாள். இடுப்பில் சிறுகண்டாங்கி மட்டும். குறுமுலைகள் அரும்பி நின்றன. பதினான்கு பதினைந்து வயதே இருக்கும் காட்டுவாசிப் பெண் அவள்.

வனத்தினுள் காட்டுவாசிகள் வசிப்பது அவர்களுக்குத் தெரியும். எப்போதாவது அவர்கள் பத்துப் பதினைந்து பேராகக் கூட்டமாக வருவதுண்டு. தங்கள் பொருளுக்குப் பண்டமாற்றாகத் தேவைப் படும் பொருள்களை வாங்கிப் போவார்கள். அவர்களுக்கு விவசாயம் தெரியாது. கிழங்கு கெல்லி எடுத்தும் கனிகள் பறித்து உண்டும் வாழ்பவர்கள். அவர்கள் வனத்திடம் இருந்து பெறும் ஒரே தானியம் தினை மட்டும்தான்.

அந்த இனத்தைச் சேர்ந்த பெண் அவள். சிறுபிள்ளைக் கோபம் காரணமாக வெளியேறி வனத்தின் ஓரப் பகுதிக்கு வந்து சேர்ந்துவிட்டாள். எல்லாரும் தேடி அலையட்டும் என வெறி கொண்டிருந்தாள். நால்வரும் அவளை முதலில் பரிதாபத் தோடுதான் பார்த்தார்கள். ஆனால் இளமை வேகமும் அந்தப் பெண்ணின் தனிமையும் அவர்களைத் தூண்டின. வனத்தின் பிள்ளையாக வலிமையோடு இருந்தபோதும் உழைப்பில் திமிர்த்திருந்த நான்கு இளைஞர்களுக்கு மத்தியில் அவளால் எதுவும் செய்ய முடியவில்லை. சிதைத்ததோடு கழுத்தை நெரித்து உயிரையும் போக்கி வனக்குழி ஒன்றினுள் தள்ளிவிட்டார்கள். அதுதான் தங்களுக்குப் பாதுகாப்பு என்று கருதியிருக்கலாம். ஆனால் மூன்றாவது நாள் அவள் உடல் கிடந்த குழிக்குள்ளிருந்து இன்ன மரம் என்று சொல்ல முடியாத மரம் ஒன்றின் மணம் மேலெழுந்து வந்து பரவியது. அந்த மணத்தைப் பற்றியபடி வந்த காட்டுவாசிகள் அவள் உடலைக் கண்டெடுத்தார்கள்.

காட்டுவாசிகளின் கணைகளுக்குப் பயந்து நான்கு பேரும் ஊரை விட்டு ஓடிப்போனார்கள். போனவர்கள் என்ன ஆனார்கள் என்று யாருக்கும் தெரியாது. அதைப் பற்றிப் பல கதைகள். தூக்கு மாட்டிச் செத்துப்போனதாகச் சொல்வதுண்டு. தூர தேசத்தில் கல்யாணம் பண்ணிக்கொண்டு சந்தோசமாகக் குடும்பம் நடத்துவதாகவும் சொல்வார்கள். காடு கொன்று நாடாக்கி எத்தனையோ வருசம் கழிந்தது. பஞ்சகாலம் ஒன்றில் மேற்குத் திசையில் வயக்காடு ஓட்டிப் பிழைக்கலாம் என்று நான்கைந்து பேர் போனபோது அங்கே இவர்களின் குலதெய்வம் கூளியாயி இருக்கக் கண்டு விசாரித்தார்கள். வேற்றூரிலிருந்து முன்னோர் இங்கு வந்து குடியேறிய சமயம் கையோடு கொண்டு வந்து வைத்த தெய்வம் என்று சொன்னார்கள்.

எந்த ஊரிலிருந்து வந்தவர்கள் என்று யாருக்கும் தெரிய வில்லை. முன்னோர் அதைச் சொல்லிச் சென்றிருக்கவில்லை. இங்கிருந்து ஓடிய அந்த நால்வர் குடியாக இருக்கலாம் என நம்பி அவர்களோடு பங்காளி உறவு கொண்டாடியவர்கள் உண்டு. அப்படி உறவு கொண்டாடிய குடும்பங்களை அந்தக் காட்டுவாசிப் பெண்ணின் சாபம் துரத்திக்கொண்டேயிருக்கிறது.

'என்ன இந்தக் கெதிக்கு ஆளாக்குனவங்கள அதோ அந்தக் கரட்டுல இருக்கற தேவாத்தா, எங்க கொல சாமி கேக்கட்டும். இவங்க வம்சத்துல பொண்ணே பொறக்காத போகட்டும். ஆணு பொறந்தாலும் ஓரியாப் பொறந்து ஓரியா இருந்து அற்பாயுசுல போயரோணும்.'

பெருமாள்முருகன்

காட்டுவாசிப் பெண்ணின் அந்தச் சாபம்தான் இன்னும் சுற்றிக்கொண்டேயிருக்கிறது. இந்த வம்சத்தில் பெண் குழந்தையே பிறப்பதில்லை. பிறந்தாலும் ஓரிருநாளில் மடிந்துவிடும். ஆண்களுக்கும் அற்பாயுள்தான். பாட்டியும் இதைச் சொல்லி ஒப்பாரி வைத்தாள். வம்ச ரகசியத்தை வாயிருக்க மாட்டாமல் அவனிடம் சொல்லிவிட்டதாகப் புலம்பினாள். 'சாமி உன் நல்ல மனசுக்கு நாலஞ்சு கொழந்த பொறக்கும். நீ நூறு வருசம் நல்லாப் பொழைப்பீடா கண்ணு' என்று நம்பிக்கையும் ஊட்டினாள்.

தனக்கும் அற்பாயுள்தானோ என்று காளி மனதுக்குள் ஓடியது. ஓரியாகவேனும் ஒருகுழந்தை பிறக்கும் என்னும் நம்பிக்கை வந்தது. குழந்தை பிறந்தால் தன் ஆயுள் முடிந்துவிடும் என்பதால் தள்ளிப்போகிறதோ? நாற்பது வயதாகும்போது குழந்தை பிறக்கலாம். குழந்தை நடந்தோடும்வரையோ அதற்கு எட்டு பத்து வயதாகும்வரையோ உயிருடன் இருக்க முடியும். அப்பன், தாத்தன் எல்லாம் அப்படித்தான் இருந்தார்கள்.

அப்பனின் முகம் அவனுக்குத் தெளிவாகவில்லை. எனினும் அம்மா அவ்வப்போது விவரிக்கும் காட்சிச் சித்திரம் ஒன்று அவன் மனதில் உண்டு. வயிற்று வலி என்று எந்நேரமும் வயிற்றைப் பிசைந்துகொண்டிருப்பாராம். கள்ளும் சாராயமும் தான் அவர் உணவு. 'எங்காளிம்மா' என்று அவனைக் கொஞ்சு வாராம். எங்கே போனாலும் அவனைத் தோளில் ஏற்றி உட்கார வைத்துக்கொண்டு போவாராம். பெண் குழந்தை பிறக்காத வம்ச ஏக்கம் அவர் அழைப்பில் வெளிப்பட்டிருக்கக் கூடும். அப்படியானால் ஐம்பது வயதுவரைக்கும் உயிரோடு இருக்கலாம். அது போதாதா?

அவன் எண்ணத்தைக் கண்டுணர்ந்தவள் போலத் தலை கோதி மார்போடு அணைத்துக்கொண்டாள் பொன்னா. பாட்டி சொன்னதைக் கேட்டபோது 'இத்தனை சாப்பம் உள்ள குடும்பத்தில் வந்து வாழ்க்கைப்படத் தனக்கு விதித்திருக்கிறதே' என்று நொந்தாள். ஆனால் காளியின் நிலை அவளைத் தன்னை மறக்கச் செய்தது. எங்கே தன்னை விட்டுவிட்டுச் சீக்கிரமே கிளம்பிவிடுவானோ என்று பயந்தாள். குழந்தை இல்லை என்கிற குறையைத் தவிர அவர்கள் வாழ்வில் வேறு எந்தக் குறையும் இல்லை. அவனாக விரும்பிக் கேட்டுத் தன்னைக் கல்யாணம் செய்துகொண்டதாலோ என்னவோ, எல்லாம் அவள் மனதுப்படி நடக்கும்.

மாமியாருக்கும் மருமகளுக்கும் ஒத்து வரவில்லை என்பது தெரிந்தவுடன் அம்மாவைத் தனியாகச் சோறாக்கிக்கொள்ளச்

சொல்லிவிட்டான். 'ஒத்தைக்கு ஒரு மகனப் பெத்து, சின்ன வயசிலருந்து படாத கஷ்டப்பட்டு உன்னய வளத்தனேடா' என்று ஊரைக் கூட்டினாள். 'பக்கத்துலதான இருக்கற. உனக்கு எல்லாம் நான் பாக்கறன். ஒத்து வராதப்ப ஒன்னாருந்து எதுக்குக் கஷ்டம். தனியா இருந்தா எப்பவும் சேந்து இருப்பீங்க பாரு' என்றான். அவன் சொன்னபடிதான் ஆயிற்று. சமயத்தில் இருவரும் சேர்ந்துகொண்டு அவனைப் பாடாய்ப் படுத்துவார்கள்.

காட்டுவாசிப் பெண்ணைப் பற்றிய கதையைப் பாட்டி சொன்னதும் அதற்குப் பரிகாரம் செய்தாக வேண்டும் என்று மாமியாரும் மருமகளும் பிடித்துக்கொண்டார்கள். என்ன பரிகாரம் செய்வதென்று தெரியவில்லை.

'கரட்டுலதான் இப்பவும் அந்தத் தேவாத்தா இருக்கறா. அவளுக்குப் பூச போட்டுத் துணிமணி எடுத்து வெச்சுக் கும்பிட்டாப் போதும். சாமி கோபம் சனங்ககிட்ட நிக்காது' என்றாள் பாட்டி. குறிகாரரும் பாட்டி சொன்னதை ஆமோதித்தார்.

சின்ன வயதிலிருந்து எத்தனையோ முறை கரடேறி இருக்கிறான். பையன்களுடன் கூட்டமாக அங்கே அலைந்து திரிந்திருக்கிறான். ஆனால் கோயில் பற்றி அவனுக்கு ஒன்றும் தெரியவில்லை. பாட்டி காலையில் அன்ன ஆகாரம் குடிக்கும்முன் கரட்டுப்பக்கம் திரும்பி நின்று கும்பிடுவாள். 'தேவாத்தா' என்பாள்.

கரட்டுக்குப் போய் வயதான பூசாரியைப் பார்த்துத் 'தேவாத்தா சாமிக்குப் பூச போடோனும்' என்றான். அவர் அவனை மேலும் கீழும் பார்த்தார். 'ஆரு சொன்னா' என்றார். பாட்டியைச் சொல்லி அந்தக் கதையையும் சொல்லி முடித்தான்.

'இதுதான் தேவாத்தா தம்பி. நாங்க மாச்சாமின்னு சொல்லி நூத்துக்கணக்கான வருசமாப் பூச பண்ணிண்டு வர்றோம். மாச்சாமி பெரியவா வழக்கு. தேவாத்தா பாமர வழக்கு. ரண்டும் ஒன்னுதான். ஆணும் பெண்ணும் சேந்தாத்தான் லோகம். அத நமக்கெல்லாம் காட்டத்தான் பகவான் மாச்சாமியா நிக்கறார். பகவானத் தந்தையா நெனச்சிக்கிட்டுப் பாத்தா ஆணாத் தெரிவார் மாச்சாமி. பகவானத் தாயா நெனச்சிக்கிட்டுப் பாத்தாப் பெண்ணாத் தெரிவார் மாச்சாமி. உருவத்துல இல்ல பகவான். நம்ம மனசுல இருக்கார். மனசு எப்படி நெனைக்குதோ அப்படிப் பகவான் தெரிவார்ங்கறதுக்கு அத்தாட்சிதான் மாச்சாமி. உள்ள பாருங்கோ பகவான் முகத்துக்கு அலங்காரமே கெடையாது. அலங்காரபூரணன் அப்படீன்னு ஒரு பேர் இந்த மாச்சாமிக்கு உண்டு. அலங்காரத்தில், அழகில் முழுமை

அடைந்தவன் அப்படீன்னு அர்த்தம். அலங்காரம் பண்ணிட்டா ஒரே ரூபந்தான். அலங்காரம் இல்லீனாப் பல ரூபம். முன்னால நின்னு கண்ண மூடித் தெறக்கும்போது நம்ம மனசுல ஆண் பிம்பமோ பெண் பிம்பமோ எது இருக்குதோ அதுவாத் தெரிவார் மாச்சாமி. எத்தன பேருல அழச்சாலும் எல்லாமே அந்தப் பகவான் ரூபம். மொத்த ஜனமும் மாச்சாமின்னு சொல்லிக் கும்படறா. இந்தப் பாமர ஜனங்க சிலபேரு தேவாத்தான்னு சொல்றா. எல்லாமே பகவான் பேருதான்' என்று அவர் குட்டிப் பிரசங்கம் செய்தார்.

கடைசியில் அவர் கேட்ட இருபது ரூபாயைக் கொடுத்தான். சாமிக்குப் புதுத்துணி எடுப்பது தனியாக அவன் பொறுப்பு. தேவாத்தா ஆணும் பெண்ணும் கலந்திருக்கும் ஒற்றை வடிவம். எல்லா நேரமும் உடலோடு உடலாய் இப்படிக் கலந்திருந்தால் பெரும் சுகம்தான். கடவுள்தான் அந்தப் பெரும் சுகத்தை அனுபவிக்க முடிகிறது. இரண்டு வகையான உடையும் எடுக்க வேண்டியிருந்தது.

மாமனார் வீட்டுக்காரர்கள் எல்லாரும் வந்தார்கள். பெருங்கூட்டம். பெருஞ்செலவு. பூசை ஏற்பாடுகள் நடந்து கொண்டிருந்தபோது கோயிலைச் சுற்றி வந்தார்கள். கோயிலுக்கும் கரட்டுச்சிக்கும் இடையே பள்ளமான நிலப்பகுதி குட்டி வனமாக இருந்தது. மரங்கள் பலநூறு ஆண்டுகளைக் கடந்திருக்கக் கூடும். புதர்ச்செடிகளும் முட்களும் அடர்ந்த அங்கிருந்து பறவைகளின் விதவிதமான குரலொலிகள் வந்தன. சுற்றிலும் விளிம்பு கட்டிக் கரட்டுப்பாறை பெரும்பாம்புடலாய்க் கிடந்தது. இத்தனை உயரத்தில் இப்படி ஒரு வனமா என வியந்தான்.

அவனும் முத்துவும் இளம்வயதில் எத்தனையோ முறை இந்தப் பகுதியில் ஓடிக் கரட்டுச்சி மொட்டைக் கல்லைத் தொட்டிருக்கிறார்கள். கரட்டுச் சரிவுகளில் அசட்டையாக ஏறி இறங்கும் வெள்ளாடுகளைப் போலவும் தாவியோடும் குரங்குகளைப் போலவும் திரிந்த அப்போதெல்லாம் இந்த வனம் அவனுக்குள் தனித்துக் காட்சியாகவில்லை. அதனோடு அவன் கலந்திருந்தான். வயது கடக்கவும் எல்லாவற்றையும் விலகி நின்று காண்கிறான். வனம் வியப்பாய்த் தெரிந்தது. முத்துவுக்கும் அதே எண்ணம் வந்திருக்க வேண்டும்.

'இதுக்குள்ள நாம ஓடித் திரிஞ்சிருக்கறம். ஆனா இப்படிப் பாத்ததில்ல' என்றான் முத்து.

வனத்திற்குள் நுழையும் வழி எங்கேயிருக்கிறது என்று தேடினார்கள். பறவைகளுக்கும் விலங்குகளுக்கும் வனம் முழுக்க

வழிதான். மொட்டைக்கல்லுக்குப் போகும் பாறைவழியில் ஒரு சரிவிலிருந்து இறங்கி ஒற்றையடித் தடம் ஒன்று வனத்திற்குள் போயிற்று. பரவசத்தோடு அதற்குள் நுழைந்தார்கள். அவர்களைக் கண்டு கீரி ஒன்று புதர்ச்செடிகளுக்கிடையே மறைந்தது. தடம் நேராகப் போய் ஒரு மரத்தடியில் முடிந்தது. சற்றே விலகியபோது மரத்தின் அந்தப்பக்கம் பேருருவம் ஒன்று படுத்துக் கிடந்தது. காளி சட்டெனப் பயந்துபோனான். முத்துவின் கையை இறுகப் பற்றிக்கொண்டு நகர்ந்து முன்னால் போனான்.

மண்ணால் செய்யப்பட்ட பெண் தெய்வம். உடல் முழுக்கச் சிவப்பு தூவப்பட்டு ரத்த வண்ணத்தில் முகம் ஆங்காரத்தோடு கனன்றது. கடைவாயில் லேசான சிரிப்பு. என்னை என்ன செய்துவிட முடியும் என்னும் அலட்சியம் கொண்டதாக அந்தச் சிரிப்பை உணர்ந்தான். தெய்வத்தின் காலடியில் போய் நின்றபோது இந்தப் பெருநிலம் முழுவதும் தனது படுக்கைதான் என்று கருதிப் பள்ளி கொண்டிருக்கும் பிரம்மாண்ட உருவத்தைத் தரிசித்தான். கைகளும் கால்களும் திரண்ட அடிமரமாய்த் தோன்றின. உருண்டை முகம். விழித்த கண்கள் நேருக்கு நேர் மோதின. கண்களை விலக்கிக்கொண்டாலும் அவை தன்னையே துளைப்பது போல உணர்ந்தான்.

'என்ன சாமீடா மச்சான் இது?' என்றான், வனம் தரும் பயத்தைப் போக்கிக்கொள்ளும் குரலில்.

'இவதான் எங்கம்மா தேவாத்தா' என்று குரல் கேட்டது.

வனம் அனிச்சையாய்ப் பேசுவது போலிருந்தது. ஒற்றையடித் தடத்தில் இக்கத்தில் குடத்தோடு கிழவி ஒருத்தியும் இரண்டு குழந்தைகளும் வந்துகொண்டிருந்தனர். பதில் சொன்னது கிழவிதான். பெண் தெய்வத்தின் உருவத்தைச் சுற்றிலும் மண்ணோடு இணைந்திருக்கும்படி நடப்பட்ட கற்கள். அதற்கும் கீழே கல் மறைவில் இரண்டு மூன்று சட்டிகளும் பைகளும் இருந்தன. பாட்டி இந்தச் சாமிக்குப் பொங்கல் வைக்க வந்திருப்பவள் என்று தெரிந்தது. காதுகள் நிறைய நகைகளோடு இருந்த அந்தக் கிழவி அவளாகவே பேசினாள்.

'குளுகுளுன்னு மரத்து நெவுலும் பக்கத்துலயே சொனயும் வெச்சிக்கிட்டு எங்க தேவாத்தா இங்கதான் இருக்கறா. இவளக் கொண்டுக்கிட்டுப் போயிக் கோயிலுக்குள்ள அடச்சு வெச்சுக் கிட்டுப் பூச பண்றாங்க. வனத்துல தங்குண்டியாத் திரியறவள செவுத்துக்குள்ள புடுச்சு வெக்க முடியுமா? எங்கம்மா இங்கதான் இருக்கறா. அவுங்க வெறுங்கல்லுக்குப் பூச பண்றாங்க.'

'நீங்க எந்த ஊரும்மா?' என்றான் காளி.

குழந்தைகள் வனத்திற்குள் ஓடி விளையாடின. மரம் ஏறுவதும் குதிப்பதும் என உற்சாகமான விளையாட்டு. குழந்தைகளின் பேச்சும் சிரிப்பும் புதுவிதப் பறவைகளின் குரலொலியாய்த் தோன்றின. கிழவி பொங்கல் வைப்பதற்கான ஏற்பாடுகளைச் செய்துகொண்டே பேசினாள்.

'எங்களுக்கு அக்கரப் பக்கம் தம்பி. இந்தப் பக்கத்திலிருந்துதான் எப்பவோ குடி போனவங்க. வவுத்துப் பொழப்புக்கு நாங்க போனாலும் எங்கம்மா வரமாட்டம்னுட்டா. நான் தேவைன்னா இங்க வந்து பாத்துட்டுப் போங்கன்னு புடிவாதமாச் சொல்லிட்டா. ஏதோ வருசத்துக்கு ஒருதரம் இப்பிடி வந்து அம்மாளுக்கு ஒரு பூச போட்டுட்டுப் பொங்கல் வெச்சுச் சாப்பிட்டுப் போவம். எங்க சனமெல்லாம் இந்தக் கரட்டச் சுத்தியிருந்த வனத்துலதான் வெகுகாலம் இருந்தாங்களாம். வனமழிஞ்சு ஊடும் காடுமா ஆனதுக்கப்பறம் திக்காலுக்கு ஒன்னாச் செதறிப் போயிட்டாங்க. மாசித் தேரப்ப முடிஞ்சவுங்க சேந்து வருவாங்க. இல்லீனா எங்களாட்டம் எப்ப வேண்ணாலும் வர்றதுதான். எல்லாம் பத்துப் பாஞ்சு பேரு வந்திருக்கிறம். கோயிலப் பாத்துட்டு வர்றமுன்னு போயிருக்கறாங்க. எங்கம்மா இங்கிருக்கறப்ப அங்க பாக்க என்ன இருக்குது. அதான் இந்த ஏற்பாடெல்லாம் பண்ணாலான்னு வந்துட்டன்.'

காளியின் மனதில் இந்தச் சாமிக்குத்தான் பூசை போட்டுப் பொங்கல் வைக்க வேண்டும் என்று தோன்றியது. செம்பாறைகளாய்க் கிடக்கும் கரட்டுக்கு நடுவில் தனக்கென வனம் ஒன்றை அமைத்துக்கொண்டு மண்ணில் படுத்திருக்கும் இவள்தான் தேவாத்தா. ஏதோ ஒரு காலத்தில் காட்டுவாசிப் பெண் இறைஞ்சிச் சாபம் கொடுத்தாளே, அவள் சொன்ன குலசாமி இன்னும் மெருகழியாமல் வாழ்கிறது. தேவாத்தாளின் காலடியில் உட்கார்ந்துகொண்டான். லேசாகக் காலை அசைத்தால் மூஞ்சியில் ஓங்கி உதைவிழும் என்று பட்டது. உதைக்குப் பயந்து தலையைப் பின்னிழுத்துச் சிலிர்த்துக்கொண்டான்.

'இந்தச் சாமிக்குப் பூச பண்றது யாரும்மா?' என்றான்.

'எங்க சாமிக்கு வேற ஆரப் பூச பண்ண உடுவம்? அம்மாளுக்கு வேணுங்கறதெல்லாம் நாங்களே பண்ணுவம். எங்க சனத்தச் சேந்த குடும்பம் இந்தூர்லயே சிலபேரு இருக்கறாங்க. அவுங்கள்ள ஒருத்தரு வாரம் ஒருக்காப் பூச பண்ணுவாரு. எங்கிருந்தாலும் எங்க சனம் வருசத்துக்கு அஞ்சு ரூவான்னு சேத்தி அவுங்களுக்குக் குடுத்துருவம்' என்றாள் கிழவி.

'நான் ஒருபூச போடோனுமே அம்மா.'

'நல்லாச் செய்யி சாமி. ஒரு மத்தியானமா வாங்க. பூசக்காரரு வருவாரு. அவுருகிட்டக் கேட்டு என்ன வேணுமோ செய்யிங்க. ஒரு வேலெடுத்து வெக்கோனும். சாவக்கோழி அறுத்து ரத்தம் உடோனும். அதுதான் முக்கியம்.'

கரட்டுக்கோயிலில் பூசாரி செய்யும் பூசையில் அவன் மனம் ஈடுபடவில்லை. மேலே செலவானாலும் பரவாயில்லை, வனம் வாழும் இந்தத் தேவாத்தாவிற்குத்தான் பூசை என்று முடிவு செய்துகொண்டான். வருசம் முழுக்கக் காடுகரைகளில் படும்பாடு முழுக்கவும் இப்படி வேண்டுதலுக்கே செலவாகிப் போகிறது. போகட்டும். கட்டிச் சேர்த்து வைத்திருந்து எந்தப் பிள்ளைகளுக்குப் பங்கு போடுவது?

'செரிம்மா. மத்தியானம் வர்றம்' என்று புறப்பட்டான்.

'அதுக்குள்ள பொங்கல் தயாராயிரும். சாப்பிட்டுப் போறாப்பல வாங்க தம்பி' என்றாள்.

தலையசைத்து வெளியேறும்போது மரத்தின் மேலே குரங்கோடு அந்தச் சிறுவர்கள் விளையாடிக்கொண்டிருப்பது தெரிந்தது. யார் எதைச் சொன்னாலும் செய்து தொலைக்க வேண்டியிருக்கும் நிலையில், வனத் தேவாத்தாவுக்குச் செய்த பூசை உண்மையாகவே மன நிறைவாக இருந்தது.

◯

பெருமாள்முருகன்

6

வனத் தேவாத்தாவுக்குப் பூசை செய்தவர் மண்டியில் மூட்டை தூக்கும் வேலை செய்து கொண்டிருந்தவர். பூசைக்கெனப் பெரிய பட்டியல் எதையும் அவர் தரவில்லை. பணமும் வாங்கவில்லை. வழக்கமான பூசைப் பொருட்களுக்குமேல் எட்டணாவுக்குச் சிவப்பு வாங்கச் சொன்னார். கீழ்க் கோயில் சந்தில் இருந்த கடை ஒன்றைச் சொல்லி அங்கே துணி எடுத்துவரச் சொன்னார். பலியிடச் சேவல் ஒன்று. பொன்னாவும் அவள் நங்கையும் பொங்கல் வைத்தார்கள்.

தேவாத்தாவை அலங்காரம் செய்துகொண் டிருந்தார் பூசைக்காரர். முதல்நாள் பார்த்தபோது ஏற்பட்ட பயம் அன்றைக்கு இல்லை. மெல்லிய துணியில் பொறுமையாகத் துடைத்துக்கொண் டிருந்தார். அப்போது பார்க்க நம் வீட்டுப் பெண் ணொருத்தி அசதியில் மல்லாக்கப் படுத்துக் கொண்டிருப்பதைப் போலத் தோன்றியது. காளியும் முத்துவும் அந்தச் சிறுவனத்துக்குள் சுற்றி வந்தார்கள்.

வேம்பும் பாலையும் அடர்ந்திருந்தன. இரண்டு மூன்று கொன்றை மரங்கள் ஓங்கி வளர்ந்து கொத்துப் பூக்களைத் தொங்கவிட்டுக் கொண்டிருந்தன. வனம் முழுக்கக் காசரளி எங்கும் புதர் போல மூடிக் கிடந்தது. கையகலத் தடங்கள் வனத்திற்குள் இருந்தன. எந்தப் பக்கமிருந்தும் தேவாத்தா கோயிலுக்கு வரலாம்.

காளி சொன்னான், 'மச்சான், இந்த வனத்துக் குள்ளயும் ஒரெடத்தக் கண்டுபுடிடா. எப்பவாச்சும் வந்தம்னா ஆவும்டா.'

முத்து சிரித்தான். 'இதுவரைக்கும் மனசன் கண்டுபுடிக்காதயா இருப்பான்? அங்க பாரு' என்று காட்டினான்.

வெளியே புதராய்த் தெரிந்த காசரளிக்கு நடுவில் வட்டமாய் மனிதர்கள் உட்கார்ந்திருந்த தடம். சில சீட்டுகள் இரைந்து கிடந்தன. ஒன்றிரண்டு போத்தல்கள் ஓரங்களில் உருண்டு கிடந்தன.

'மனசனுக்கு இப்படி எடம் தேவப்படுதுடா மாப்ள. இந்த மாதிரி எடத்தத் தேடித்தான் எப்பவும் அலையறான். செல பேரு கண்டுபுடிச்சர்றாங்க. செல பேரு தேடிக்கிட்டே இருக்கறாங்க. செல பேரு கண்டுபுடிச்சாலும் அங்க போறதுக்குப் பயப்படறாங்கடா' என்று விவரித்தான் முத்து.

'என்னய உடுடா சாமி' என்று காளி தேவாத்தா கோயிலை நோக்கிப் போனான். சாதாரணமாகப் படுத்துக் கிடந்த பெண்ணை அங்கே காணோம். சிவப்பு நிற ஆடையில் உடல் முழுக்கத் தூவப்பட்ட சிவப்பில் ஆக்ரோசம் கொண்ட பெண் தெரிந்தாள். மிக லேசான சிவப்பைக் கண்ணுக்குத் தடவிப் பெரும் உக்கிரத்தைக் கொண்டு வந்திருந்தார் பூசைக்காரர். காளிக்கும் முத்துவுக்கும் பேச்சே இல்லை. வாயைக் கட்டிக்கொண்டு பூசை செய்தார். மணியோசை மட்டும் தனித்துக் கேட்டது. படையலின்போது சிறுபோத்தலில் சாராயத்தை எடுத்துக் கொடுத்தான் முத்து. பூசைக்காரர் அதைச் சொல்லவில்லை. எப்படியோ முத்து தெரிந்து வைத்திருந்தான். கோழி அறுத்து ரத்தம் முழுவதையும் அம்மாவின் காலடியில் விட்டார்.

சமைத்து முடித்துச் சாப்பிட்டார்கள். பெருங்கூட்டுச் சேவல். காளி, பொன்னா, அவன் அம்மா. மாமனார் வரவில்லை. அவர் எப்போதும் இது மாதிரி விசேசங்களில் தலைகாட்ட விரும்பமாட்டார். மாமியார், மச்சினன், அவன் பெண்டாட்டி. அவ்வளவுதான். ஆறு பேர் சாப்பிட்டுத் தீருமா? பூசைக்காரரும் உண்டார். என்றாலும் கறி மிஞ்சிற்று. முழுவதையும் அங்கேயே சாப்பிட்டுவிட்டுப் போக வேண்டும். பூசைக்காரர் வனம் விட்டு வெளியேறி மண்டபங்களில் இருந்த பிச்சைக்காரர்கள் நான்கைந்து பேரைக் கூட்டி வந்தார். அவர்களின் பாத்திரங்களில் நிறைத்ததும் சந்தோசத்தோடு போனார்கள்.

பொன்னா மனநிறைவோடு இறங்கினாள். கரட்டுக்குப் போகும் தருணங்களில் அப்படியே தேவாத்தா கோயிலுக்கும் போய் வந்தான் காளி. பல மாதங்கள் பூசைத்துணி மாறாமலே இருந்தது. அன்றைக்குப் பூசைக்காரர் அரையணாகூட வாங்க மறுத்துவிட்டார். அந்தக் காட்டுவாசிப் பெண் விட்ட சாபத்திற்குக் கண்டிப்பாய் விமோசனம் கிடைத்திருக்கும் என்று நினைத்துக் கொண்டான்.

தேவாத்தா பூசைக்குப் பின் பொன்னாயியும்கூட மிகவும் நம்பிக்கை கொண்டிருந்தாள். அடுத்து வந்த மாதங்களில் ரொம்பவும் எதிர்பார்த்தாள். இருபது நாட்கள் ஆகிவிட்டால் போதும். நிலைகொள்ளாமல் தவிப்பாள். 'ஆண்டவனே, இந்த மாசமாச்சும் என் வவுத்த அடச்சிரு' என்று வேண்டுவாள். ஒருநாள் தள்ளிப் போனாலும் 'அதுதான்' என்று உற்சாகம் பொங்கத் திரிவாள். அடுத்த நாள் தீட்டாகிவிட்டால் இழவு வீடுதான். அதுமாதிரி நடந்துகொள்வாள். உண்டும் உண்ணாமலும் விழுந்து கிடப்பாள். அப்போதெல்லாம் அவன் அம்மாவிடம்தான் சோற்றுக்குப் போக வேண்டியிருக்கும். கோழி அறுத்து வேலெடுத்து வைத்துத் தேவாத்தாளின் தாகம் தணித்தும்கூட ஒரு வழி பிறக்கவில்லை.

மறுபடியும் எப்போதாவது கரட்டுக்குப் போக நேர்ந்த தருணங்களில் எல்லாம் வனத்திற்குள் போய்த் தேவாத்தாளின் காலடியில் நிற்பான்.

'காலகாலமா உந்தாகம் அடங்காத இருக்குதா? உன் நீட்டுன நாக்கத் தள்ளி உள்ள சேக்க என்னால ஆவாதம்மா. நான் சாதாரண மனுசன். ஏழேழு ஜென்மத்துக்கும் என்னால ஆவறதச் செய்யறன். ஊரு வாயிலருந்து என்னயக் காப்பாத்தாயா. கேக்கற நாய்களுக்குப் பதில் சொல்லி முடியல. பொன்னா துரும்பாப் போயிக்கிட்டு இருக்கறா. நான்தான் தத்தேரிப் பரம்பரையில பொறந்து தொலச்சிட்டன். பொன்னாள எதுக்காயா பழி வாங்கற?' என்று மனமுருகக் கேட்பான்.

ஆனால் தேவாத்தா தன் கோபத்தைத் தணித்துக் கொள்ளவேயில்லை.

○

7

பலகாரத்தைத் தின்றுவிட்டுக் கட்டிலில் படுத்த அவனுக்குத் தூக்கம் வரவில்லை. என்றாலும் வெயிலுக்குக் குளுமையாய் இருந்த நிழலும் மெல்ல வீசிய பூங்காற்றும் கண்களை மூடி இருக்கச் செய்தன. உள்ளே சமையல் வேலை மும்முரமாக நடந்துகொண்டிருக்கும் ஓசை கேட்டது. புரண்டு புரண்டு பார்த்துவிட்டுக் கட்டில் கிரீச்சிட எழுந்து உட்கார்ந்தான். நோம்பியும் பலகாரமும் சந்தோசமாகவே இல்லை. ஏதேதோ எண்ணங்களைக் கூட்டிவந்து மனதைக் குழப்புகின்றன. முத்து எங்கோ போயிருக்கிறான். இன்றைக்கும் காட்டில் வேலையா? முத்து யாருக்கும் தெரியாத புதுப்புது இடங்களைக் கண்டுபிடித்தும் உருவாக்கியும் வைத்திருப்பான்.

போனமுறை வந்தபோது கிணற்றுக்குக் கூட்டிப் போனான். தண்ணீர் குறைவாகக் கிடந்தது.

'இதுல எப்படிடா மச்சான் நீத்தமடிக்கறது?' என்று காளி கேட்டான்.

'இத்தன வருசம் என்னோட பழகி நீ புரிஞ்சுகிட்டது இவ்வளவுதானாடா? நீத்தமடிக்கவா உன்னயக் கூட்டியோவன்? வா, வந்து பாரு. அசந்து போயிருவ' என்று படிகளில் இறங்கினான்.

ஆழக்கிணறு. முழுக்கப் பாறை. அந்தக் காலத்தில் பாறையை உடைத்து இத்தனை ஆழம் தோண்ட என்ன கஷ்டப்பட்டார்களோ? படி சரியாக இறங்கி ஓரிடத்தில் நின்று கொஞ்சம் சமதளமாகிப் பின் மறுபடியும் இறங்கிற்று. அந்தச் சமதளத்தில் நின்ற முத்து மேலே அண்ணாந்து பார்த்தான். ஆள் தலையோ நிழலோ தெரியவில்லை. 'மாப்ள பாத்து வரணும்' என்று சொல்லிவிட்டுக் கீழிறங்கும் படிக்கு எதிர்ப்புறச் சுவரில் ஒரு கல்லை எட்டிப் பற்றிச் சட்டென ஒருபொந்துக்குள்

போய்விட்டான். கல்லும் முள்ளும் காடும் மேடும் காளிக்கு அத்துபடிதான். என்றாலும் முத்துவைப் பின்பற்றி அந்தப் பொந்துக்குள் நுழையத் தயக்கமாயிருந்தது.

உள்ளிருந்து தலையை நீட்டி 'வாச்சியாட்டம் நீட்டிக் கிட்டிருக்கற கல்லப் புடிச்சுக்க. கீழ கால் வெக்கறதுக்குச் சின்னதாக் கூர் மட்டும் தெரியுது பாரு. பயப்படாத. உழுந்தாலும் கெணத்துக்குள்ளதான் உழுவ. அடிபடாத அளவு தண்ணி இருக்குது' என்றான் முத்து.

சிறுபிடிமானத்தைக் கவ்விப் பற்றும் உடும்பு போல அந்தப் பொந்துக்குள் காளி போனான். போனபின்தான் தெரிந்தது, அது பொந்தல்ல, பெருங்குகை. அடிப்பகுதி பாறை. மேலே மண் கூரை. மண்ணை வேண்டுமளவு குடைந்து காரை போட்டதுபோல் ஓடமண்ணால் பூசிவிட்டிருக்கிறான். முன் பக்கம் மறைப்புக்குக் கோவைக்கொடிகள் திரை போலத் தொங்கின. காளி அசந்து போய்விட்டான். அதற்குள் பெரிய விருந்தே நடத்தும் அளவுக்குப் பொருட்கள் வைத்திருந்தான். அன்றைக்குப் பிடித்து அண்ணாக்கயிற்றில் கட்டித் தொங்க விட்டுக் கொண்டுவந்திருந்த வெள்ளெலிகள் இரண்டையும் பக்குவம் செய்தான் முத்து. வெதிர் பெருத்த கடுவன் ஒன்றும் பொட்டை ஒன்றும். இரண்டும் சேர்ந்தால் எப்படியும் ஒரு கூறு கறி வரும்.

சூரிக்கத்தி, மரக்கட்டை, சிறுவடிவக் கற்கள் வைத்துக் கூட்டப்பட்ட அடுப்பு, மண் வடச்சட்டி என எல்லாம் இருந்தன. சிறுசெலவுப் பெட்டி ஒன்றும் இருந்தது. மிளகாய் கிள்ளிப் போட்டுக் கறி வறுத்தான் முத்து. புகையாமல் எரியும் விறகுத் துண்டுகளை எங்கிருந்து கொண்டு வந்தானோ. கிணற்றில் யாராவது ஏற்றம் இறைத்தால்கூட இங்கே உள்ளே ஆள் இருப்பது தெரியாது. காளி கால் நீட்டிப் படுத்துக்கொண்டான். கறி ருசிக்கும் அவன் வைத்திருந்த சாராயத்திற்கும் அப்படி ஒரு பொருத்தம். அடியில் கொஞ்சமாய் நின்றிருந்த சாறு அவ்வளவு சுவையாக இருந்தது. உள்ளங்கையில் ஊற்றி 'உறுப்'பென்று உறிஞ்சினான் காளி. இரண்டு பேரும் எந்தத் தொந்தரவும் இல்லாமல் குடித்தும் தின்றும் வெகுநேரம் தூங்கியும் நேரம் கழித்துவிட்டுச் சாயங்காலமாக வெளியே வந்தார்கள்.

'கெணத்துப் பொந்துல பாம்புதான இருக்கும்' என்றான் காளி.

'நெசப்பாம்பு வராத இருக்க வசம்பு வெச்சிருக்கறன் பாரு' என்று காட்டினான்.

வசம்பு வாசத்துக்குப் பாம்பு வராது. கறி தின்றபின் கொஞ்சம் சாம்பிராணி போட்டுப் புகைத்துவிட்டால் வாசமிருக்காது.

'மனசனெல்லாம் இந்த எடத்தக் கண்டுபிடிக்க முடியாது. நீதாண்டா பாம்பு' என்று காளி சொன்னான்.

அந்த இடம் இன்னும் யாருக்கும் தெரியாமல்தான் இருக்கும். யாராவது கண்டுபிடித்துவிட்டால் உடனே இடத்தை மாற்றிவிடுவான் முத்து. அந்தக் கிணற்றுக்குள் யார் இறங்கப் போகிறார்கள்? இறங்கினாலும் கோவைக் கொடித்திரை தொங்கும் அந்தக் குகையைக் கண்டுபிடிக்கச் சாதாரணக் கண் போதாது. உள்ளே எத்தனை நாள் வேலை செய்திருப்பானோ? மண் வேலைக்காரன் கெட்டான். அப்படிப் பூசி மெழுகி மேற்கூரையை அமைத்திருந்தான். இப்போது அவனிருந்தால் பரவாயில்லை. அவனோடு அப்படியே காட்டுப்பக்கம் போய் வந்தால் கொஞ்சம் ஆறுதலாக இருக்கும் என்று நினைத்தான்.

அவன் உட்கார்ந்திருப்பதைப் பார்த்துப் பொன்னா ஓடி வந்தாள். 'மாமா தண்ணி வேணுமா' என்று கேட்டாள். ஆமோதிப்பாய்த் தலையசைத்தான். உள்ளே ஓடினாள். இங்கே வந்துவிட்டால் அவனுடைய சின்ன அசைவுகளையும் கவனித்து வேண்டியதை உடனுக்குடன் செய்வாள். வேறு ஏதோ வேலையில் இருப்பது மாதிரி தெரியும். அவள் கவனம் முழுக்க அவன் மேலேயே இருக்கும்.

அவள் அம்மா, 'உனக்குத்தான் அரிசயமாப் புருசன் வாச்சிருக்கறான். வெரலசஞ்சாப் போதும், ஓடிப் போய் நின்னுக்கற' என்பாள்.

'ஆமா எம்புருசன் எனக்கு அதிசயந்தான்' என்று விட்டுக் கொடுக்காமல் பேசுவாள் பொன்னா.

'எல்லாம் ஒரு கொழந்த பொறக்கட்டும். புருசன ஓடி ஓடிக் கவனிக்கறதப் பாக்கறன்' என்பாள் அம்மா.

'பத்துக் கொழந்த பொறந்தாலும் எனக்கு மொதக் கொழந்த அவருதான்' என்று பெருமை பொங்கச் சொல்வாள்.

'ஆசயிருக்கலாம்டி. உனக்குப் பேராச. அதான் அந்தக் கடவுளுக்கே பொறுக்கலியோ என்னமோ' என்று அம்மா பெருமூச்செறிவாள். பேச்சு அத்தோடு முடிந்து மௌனம்.

அவள் கொண்டுவந்த பெரிய பித்தளைச் சொம்புத் தண்ணீர் முழுவதையும் ஒரேமூச்சில் குடித்துவிட்டான்.

'என்ன மாமா இவ்வளவு தாகம்' என்று சிரித்தாள்.

'அந்தத் தேவாத்தா தாகத்தவிடக் கம்மிதான்' என்று சொல்ல வாய் வந்து நிறுத்திக்கொண்டான்.

இன்றைக்குப் பெருநோம்பி என்பதாலோ என்னவோ எல்லாம் அதைப் பற்றிய நினைவாகவே இருக்கிறது.

'உங்கண்ணன் எப்ப வருவான்?' என்று கேட்டான்.

'அண்ணன் எங்கயோ காத்தாலயே போச்சு. இன்னங் காணாம். எப்படியும் சோத்து நேரத்துக்கு வந்துரும். இன்னக்கி உங்களுக்குப் புடிச்ச முருங்கக்காச் சாறு' என்று சொன்னாள்.

வாய் சிரித்தாலும் மனம் லயிக்கவில்லை. பொன்னாவையும் அருகில் படுக்க வைத்து இறுக அணைத்து அவள் மார்பில் தலைசாய்த்துக் கிடந்தால் எல்லா நினைவுகளும் கழன்றோடி விடும் என்று தோன்றியது. பட்டப்பகலில் பூவரச மரநிழலில் கட்டிலில் . . . எதற்கு மனம் இப்படி நடக்கமுடியாத விஷயங்களை எல்லாம் யோசிக்கிறது? அவள் கையைப் பிடித்தெடுத்துக் கன்னத்தில் தேய்த்துக்கொண்டான். மெல்லத் தடவினான். அதற்குள் அம்மாவின் அழைப்பு. அவள் நங்கை இருந்திருந்தால் பொன்னாவுக்கு வேலை அதிகம் இருக்காது. குழந்தையையும் கூட்டிக்கொண்டு அம்மா வீட்டுக்குப் போயிருக்கிறாள் நங்கை. அங்கே நோம்பி அழைப்பு.

வாசல் கடந்து உள்ளே போகும் பொன்னாவையே பார்த்தான். அவளும்தான் குழந்தைக்காக என்னென்ன செய்திருக்கிறாள். எதைச் சொன்னாலும் தட்டமாட்டாள். கல்யாணம் ஆகி ஐந்தாறு மாதம்தான் எல்லாருக்கும் பொறுமை. அதுவரைகூட ஜாடைமாடையாகப் பேச்சு இருக்கும். அதற்கப்புறம் வெளிப்படையாகவே கேட்பார்கள். கல்யாணம் ஆன மாதத்திலேயே கருவுற்றால்தான் உண்டு. இல்லாவிட்டால் எந்த வகையிலாவது விசாரணை தொடங்கிவிடும். ஆறுமாதம்வரை பொறுமை காத்த மாமியார் அப்புறம் தன் கைவைத்தியத்தைத் தொடங்கினாள்.

அந்த மாதம் பொன்னா வீட்டுக்குத் தூரம் ஆகும் நாளைக் கவனித்துக்கொண்டேயிருந்தாள். ஆனவுடன் சொல்லிவிட்டாள். மூன்றாம் நாள் காலையில் தழைச்சாறு குடிக்க வேண்டும் என்றும் மறந்து எதையாவது சாப்பிட்டுவிடாதே என்றும் சொன்னாள். சாறு கசப்பாக இருக்கும், கண்ணை மூடிக்கொண்டு குடித்துவிட வேண்டும் என்றும் கறாராகச் சொல்லிவிட்டாள். அதன் பிறகு விதவிதமான தழைகளைத் தின்றும் சாறுகளைக் குடித்தும் அவளுக்குப் பழக்கமாகிவிட்டது. நாக்கு சுரணை கெட்டுப் போயிற்று. குழந்தை மட்டும்தான் நோக்கம். அதற்காக

எதையும் செய்யத் தயாரானபின் கசப்பெல்லாம் ஒரு விஷயமல்ல. ஆனால் மாமியார் கொடுத்த சாற்றைக் குடிக்க ரொம்பவும் கஷ்டப்பட்டாள்.

பொன்னா எழுந்து வெளியே வருவதற்கு முன்பே பெரிய கொத்து வேப்பந்தழையைக் கொண்டுவந்து உருவிச் செக்கில் போட்டு இடித்துக்கொண்டிருந்தாள் மாமியார். அதைப் பார்த்ததும் வாந்தி வருவது போல இருந்தது. சாதாரண மருந்துச் சாற்றைக் குடிக்கவே அவள் வீட்டில் அம்மாவைப் படாதபாடு படுத்துவாள். 'வேப்பந்தழயா திங்கச் சொல்றன் நான்' என்று அம்மா அதட்டுவாள். கடைசியில் வேப்பந்தழையையே தின்ன வேண்டி வந்துவிட்டதே என்று நினைத்தாள். மாமியார்மேல் கடுங்கோபம்.

கல்யாணம் செய்த அடுத்த மாதமே பிள்ளையைத் தூக்கி மடிமேல் வைத்துவிட வேண்டுமா? அம்மிக்குழவியைத் தூக்கி மடிமேல் போட்டால்தான். ஒருவருசம், இரண்டு வருசம் பொறுத்துப் பார்க்க முடியாதா. இளவயசு. பிள்ளைகுட்டி தொந்தரவு இல்லாமல் கொஞ்சநாள் சந்தோசமாக இருக்கட்டும் என்று நினைக்கக் காணோம். சந்தோசமாக இருந்தால் பொறுக்காது.

காளி சிரித்தபடி 'வேப்பந்தழதான குடிக்கப் போற. வவுத்துல இருக்கிற புழுவு பூச்சியெல்லாம் சாகும்' என்றான்.

'வவுத்துல ஒரு புழுவு பூச்சி உருவாகோணுங்கறா உங்கம்மா. நீ சாகோணுங்கிற, ரண்டு பேரும் வெளையாடறீங்களா?' என்று அவன் மாரில் குத்தினாள்.

'பூவ அள்ளிக் கொட்டுனாப்பல இருக்குது. இன்னங் கொஞ்சம் குத்து பிள்ள' என்று கேட்டான். ஆனால் வேப்பந்தழைச் சாற்றைக் குடிக்க வேண்டாம் என்று மட்டும் சொல்லவில்லை.

செக்கில் போட்டு இடித்துத் திரட்டி எடுத்துத் தூவெள்ளைத் துணியில் அதைக் கட்டிச் சாறு பிழிந்தாள். மிகக் குறைவாகத்தான் தண்ணீர். நான்கைந்து முறை பிழிந்ததில் கால்படி சாறு வந்திருக்கும். கல்யாணச் சாங்கியத்திற்கு வைக்கும் சட்டிப்படி ஒன்றை யாரிடமோ வாங்கிவந்து ராத்திரியிலேயே நன்றாகத் துலக்கி வைத்திருந்தாள். அதில் ஊற்றி மூடி வைத்துவிட்டுப் பொன்னாவைத் தண்ணீர் ஊற்றிக்கொண்டு வரச் சொன்னாள். புடவையோடு முழுக்குளியல். ஈரப்புடவை, ஈரத்தலையோடு வாசலில் நிற்க வைத்துக் கிழக்கே பார்க்கச் சொன்னாள். பொழுது கிளம்பி எல்லாருக்கும் தன் கையை உயர்த்தியபடி

வெளியே வந்துகொண்டிருந்தது. 'கும்புட்டுக்க' என்று சொல்லி மாமியாரும் கும்பிட்டாள்.

'மேக்க போறவனே. என் வம்சம் தழைக்கோனும்னு தழ குடிக்கறா. தழைக்க வெச்சிருப்பா' என்று வாய்விட்டு வேண்டினாள் மாமியார். பொன்னா வாய்க்குள் முணுமுணுத்துக் கொண்டாள்.

பங்காளி முறையாகிற வெள்ளைச்சேலைக்காரப் பாட்டி ஒருத்தியை வரச் சொல்லியிருந்தாள். பாட்டிக்குக் கிட்டத்தட்ட நூறு வயதிருக்கும். கண்தான் பஞ்சடைந்து போய்விட்டதே தவிர நன்றாகவே இருந்தாள். ஏழெட்டுப் பிள்ளைகள் பெற்றவள் பாட்டி. பேரன் பேத்திகள் என்று கொள்ளையாக இருக்கின்றன. மாமியாரே வெள்ளைச்சேலைக்காரிதான். ஆனால் அவள் கொடுக்கக் கூடாதாம். வெள்ளைச்சேலைக்காரி கையால் கொடுத்தால் சாமியே கொடுக்கிற மாதிரி. சட்டிப்படியைத் தன் தலைக்குமேல் தூக்கிக் காட்டிப் பொழுதை வணங்கிப் பாட்டி கொடுத்தாள்.

'எதையும் நெனைக்காதாயா. கண்ண மூடிக்கிட்டுக் கடகடன்னு குடிச்சிரு. சாமி கண்ணத் தொறந்திரும்' என்றாள் பாட்டி. அதே போல வேகமாகக் குடித்தாள்.

என்ன வேகம் என்றாலும் கால்படி கசப்பு. சட்டிப்படி நல்ல கனம். குமட்டக் குமட்டக் குடித்தாள். குடித்து முடித்ததும் வாய் நிறைய நாட்டுச் சர்க்கரையைக் குத்தாகப் போட்டாள் மாமியார். என்றாலும் ஒருவாரம் வாய்க்கசப்பு நீங்கவில்லை. புழு பூச்சி ஒன்றும் உருவாகவில்லை. அங்கே தழை தருகிறார்கள், இங்கே தழை தருகிறார்கள் என்று எங்கெல்லாமோ போய் வாங்கித் தின்றிருக்கிறாள். ஒன்றும் பலிக்கவில்லை.

இரட்டை நெளிக் கடுக்கன் ஆடும் அவன் காதுக்குள் 'எனக்குப் பதிலா ஒரு வெள்ளாட்டக் கட்டியிருந்தா இத்தன தழ தின்னதுக்கு ஒரு பட்டி குட்டி போட்டிருக்கும்' என்று சிரித்தாள் ஒருமுறை.

'அதுக்கு நான் வெள்ளாட்டுக் கெடாயாப் பொறந் திருக்கோனும்' என்று அவன் முகத்தை இறுக வைத்துக்கொண்டு சொன்னதை நினைத்துக் கண்ணில் நீர்வர அவள் சிரித்தாள்.

வேண்டுதலுக்கும் குறைவில்லை. பெரிய கோயில், சின்னக் கோயில் என்றில்லை. பார்க்கும் எல்லாச் சாமிக்கும் வேண்டுதல்தான். காட்டுச்சாமிகளுக்குக் கிடா வேண்டுதல்.

கோயில் சாமிகளுக்குப் பொங்கல் பூசை. இரட்டைக்கிடா, இரட்டைப் பொங்கல் வேண்டுதல் பல சாமிகளுக்கு இருக்கிறது. குழந்தை பிறந்துவிட்டால் அடுத்துப் பத்து வருசங்கள் என்ன, ஆயுள் முழுக்கவும் வேண்டுதல் நிறைவேற்றும் வேலைதான். ஆடு மாடுகளையும் இந்த மேட்டாங்காட்டு விவசாயத்தையும் கொண்டு வாயைக் கட்டி வயிற்றைக் கட்டிச் சேர்த்து வைத்திருக்கின்ற எல்லாவற்றையும் வாரி இறைத்துவிட அவன் தயார்தான். எந்தச் சாமியும் கண் திறந்து பார்க்க மறுக்கிறதே.

○

8

கரட்டூருக்கே எத்தனை வேண்டுதல். தேவாத்தா கோயில் வனம் தாண்டி மேலேறிப் போனால் உச்சியில் தாண்டியான் கோயில் இருக்கிறது. பக்கத்தில் இருக்கும் மொட்டைக்கல்லைக் காவல் காத்துக்கொண்டிருக்கிறார். அங்கே போகச் சாதாரணச் சீவனால் முடியாது. மன வலுவும் உடல் பலமும் வேண்டும். சின்ன வயதில் காளியும் முத்துவும் பெரிய இளவயதுப் பட்டாளங்களோடு அமாவாசை தவறாமல் கரட்டுக்கு வருவார்கள். அன்றைக்குத்தான் கரட்டில் கூட்டமிருக்கும். மக்கள் மாட்டு வண்டி கட்டிக்கொண்டு வந்து சேர்வார்கள். கிழடுகள், சீக்காளிகள் கரட்டடி முதல் படியைத் தொட்டுக் கும்பிட்டுவிட்டு வண்டிக்கடியே போய்ப் படுத்துக்கொள்வார்கள்.

மண்டபத்துக்கு மண்டபம் உட்கார்ந்து ஓய்வெடுத்துப் படியேறுபவர்களைப் பார்த்து இவர்கள் பட்டாளம் சிரிக்கும். போட்டி போட்டுக்கொண்டு படிகளில் ஓடுவார்கள். நிலப்பகுதி ஓட்டம் போலத்தான் அதுவும். பூச்சிப் பள்ளம் இறங்கி மேலேறும்போது மட்டும் செங்குத்துப் படிகள். அதில் நிதானம் வேண்டும். அதுவும் இறங்கும் போது எச்சரிக்கை இல்லாவிட்டால் கால்களைக் கட்டுப்படுத்த முடியாமல் விழுந்து படிகளில் புரண்டு கீழே பள்ளம் வந்து சேர வேண்டும். இளவட்டம் விடியற்காலை இருளிருக்கப் புறப்படும். ஆறேழு கல் தொலைவையும் நடந்தும் ஓடியும் கடக்கும். தூரம் கடத்தல் என்பது விளையாட்டுத்தான். அதிலிருந்த சந்தோசம் வேறு எதிலும் இல்லை.

கரட்டு மண்டபங்களில் கம்மஞ்சோறு விற்பார்கள். கெட்டித் தயிர் கொட்டிக் கரைத்த சோறு. கம்பு மண மணக்கும். இரண்டு சொப்பு குடித்துவிட்டால் போதும். பசி தெரியாத வயது.

கோயிலுக்குப் போவது பேருக்குத்தான். கருவறைமுன் நின்று கற்பூரச் சுடரைத் தொட்டுக் கும்பிட்டுத் திருநீறு எடுத்துப் பூசிக்கொண்டால் முடிந்தது வேலை. கோயிலுக்கு மேலே இருக்கும் கரட்டுச்சியை நோக்கிப் போவார்கள். தேவாத்தா இருக்கும் வனத்திற்குள் யாரும் போவதில்லை. போகக்கூடாது என்று பயமுறுத்தி வைத்திருந்தார்கள். கூட்டம் இருக்கும் நாளில் அதற்கு ஓர் ஆளையே போட்டிருப்பார்கள். அதைக் கடந்து போனால் பாறைச் சந்துகளில் சிறுசிறு மரங்கள் முளைத்து நிற்கும் பாறைச் சரிவு. அதில் நடந்தேற முடியாது. பாறைக்குப் பாறை தாவ வேண்டும். தாவும்போது அவர்கள் போடும் கூச்சலில் குரங்குகள் அலறி ஓடும்.

அப்புறம் ஒரு சமதளம். அதிலே இடப்புறமாக நடந்து போனால் ராட்சசக் குத்துக்கல் ஒன்று வாச்சி போல நின்றிருக்கும். அதன் நுனி வானத்தைக் கிழிக்கத் தயாராவதைப் போலிருக்கும். சிறுசிறு பிளவுகளில் கால் வைத்து அதன் உச்சிக்கும் போவார்கள். அதனடியே சிறு குகை. படுக்கைகள் வெட்டப்பட்டிருக்கும். உள்ளே புகுந்தால் அவ்வளவு குளிர்ச்சியாக இருக்கும். அதற்குள் போய்ப் படுத்துக் கிடப்பார்கள். பேச ஆளில்லாமல் போனால் சட்டென்று தூங்கிவிடலாம். அங்கிருந்து எட்டிப் பார்த்தால் ஊர் தெரியும். கீழ்க்கோயிலும் ஓலைக்கூரை வேய்ந்த தேர்களும் நன்றாகத் தெரியும். கோயில் காரியம் பார்க்கும் பூசாரிகளின் வீடுகளும் மற்றவர் வீடுகளும் நான்கைந்து வீதிகளாக இருக்கும். சாமிகுளம் பரந்து தெரியும். இரண்டு பெருங்குளங்கள் மண் ஏந்திக் கொண்டிருக்கும் திருவோடு போலிருக்கும். கீழ்க் கோயிலுக்கு எதிர்ச் சந்து வேசையார் தெரு. அந்தத் தெருவில் மட்டும் எல்லாரும் நுழையலாம்.

குகைக்குமுன் அகண்ட இடம் மர நிழலோடு இருக்கும். இடைவிடாத பேச்சு நடக்கும். என்ன பேசினோம் என்று யோசித்துப் பார்த்தால் ஒன்றும் நினைவுக்கு வருவதேயில்லை. ஓயாத பேச்சு அந்த வயதுக்கே உரியது போல. அந்த வயதின் மனதை இழந்து போனபின் அவையெல்லாம் அர்த்தமற்றவை என மூளை முடிவுசெய்து எல்லாவற்றையும் அழித்திருக்கக் கூடும். ஆனால் அந்தச் சந்தோச உணர்வை ஒன்றும் செய்ய முடியவில்லை. பெருவெளியாக விரிந்து கிடக்கிறது அது.

வெயில் தாழ அந்த இடம் விட்டு நகர்ந்து அடுத்த உச்சியை நோக்கி நகர்வார்கள். இந்தக் கரட்டுக்குத்தான் எத்தனை உச்சிகள். குகைக்குமுன் உள்ள பாறையிலிருந்து இறங்க வேண்டும். முதலை வாய் போன்ற பிளவில் சுனை இருக்கும். மழைக்காலம் என்றால் அதில் இறங்கி முங்குக் குளியல் போடலாம். தட்டுத் தடுமாறி

வரும் கிழடுகளுக்கு அது தீர்த்தம். உள்ளே இறங்கக்கூடாது என்று சத்தம் போடுவார்கள். அதற்குமேல் மரம், செடி, கொடி என எதுவும் தீண்ட முடியாத மொட்டைப் பாறையில் ஏற வேண்டும். காற்றின் வலுவை அங்கேதான் உணர முடியும். எல்லாவற்றையும்விட வலியது காற்று. அது நினைத்தால் எதையும் நொடி நேரத்தில் அழித்துவிடும். காற்றைத் தயவு செய்யச் சொல்லித்தான் மேலேற வேண்டும். கால்களை உடும்பு போல வைத்து ஒவ்வொரு அடியையும் எடுக்க வேண்டும். சில இடங்களில் கொடிபோலத் தவழ்ந்தால்தான் நகர முடியும். இளமையின் துள்ளலுக்குமுன் அது சாதாரணம்.

தாண்டியான் கோயில் சின்ன மாடம் போல மேலே இருக்கும். அதை ஒட்டி ஆளுயர ஒற்றைக்கல் நிற்கும். அதுதான் மொட்டைக்கல். கல்லுக்கு அந்தப் பக்கம் யாரோ உளியைக் கொண்டு செதுக்கி எடுத்தது போலப் பாறையில் அரைவட்டத் தடம். ஒற்றையடி வைக்கலாம். அந்த அரைவட்டத்தைச் சுற்றி வருவதுதான் சவால். கொஞ்சம் எட்டிப் பார்த்தால் கால் நடுக்கமெடுத்து உள்ளங்கால் வியர்த்துக் கடுஞ்சரிவில் விழுந்து தொலைய வேண்டியதுதான். அதிலே சாகசம் செய்வது அவர்களுக்கு விளையாட்டு. சுற்றும்போது விழுந்து மடிகிறார்கள் என்பதால் கல்லின் இரண்டு பக்கமும் சுவர் கட்டித் தடுத்தான் ஒரு வெள்ளைக்காரன். அனாதி காலமாக வரும் நம்பிக்கையை யாராவது மாற்ற முடியுமா?

சுவர் இன்னும் வசதி செய்து கொடுத்த மாதிரியானது. சுவர் விளிம்பைப் பிடித்துக் கல்லின் பின்பக்கம் சட்டெனப் போய் விடலாம். அடுத்துக் கல்லின் சொரசொரப்பைப் பற்றியபடி இரண்டு அடி வைத்து அரைவட்டம் கடந்து அடுத்த பக்கச் சுவருக்கு வரலாம். அதன் விளிம்பைப் பிடித்துக்கொண்டு மேலேறலாம். பழக்கமாகிவிட்டால் கண்மூடித் திறப்பதற்குள் சுற்றிவிடலாம். காளியும் முத்துவும் அதைப் பலமுறை சுற்றி யிருக்கிறார்கள். ஆனால் ஆண்களுக்கு அதனால் பயனில்லை. பெண்களுக்குத்தான்.

மொட்டைக்கல் சுற்றினால் குழந்தை பிறக்கும் என்றும் அப்படிச் சுற்றித்தான் தனக்குக் குழந்தை பிறந்தது என்றும் கடலைக்காடு களைவெட்ட வந்த குள்ளப்பாட்டி சொல்ல விவரமாகக் கேட்டுக்கொண்டாள் பொன்னா. பொங்கல் வைக்கும் பொருட்களோடு கட்டாயமாகக் கிளம்பிவிட்டாள். காளி என்ன சொல்லியும் கேட்கவில்லை. அங்கே போகிறோம் என்று யாரிடமும் சொல்லவில்லை. எல்லாரும் சேர்ந்து பயமுறுத்திவிடக்கூடும். கூட்டமாக இருந்தால் ஆளுக்கொன்று

சொல்வார்கள். சுற்றப் போகும்போது 'பாத்துப் பாத்து' என்று சொன்னால்கூடக் கவனம் சிதறிவிடும். அந்த இடத்தைப் பார்த்ததும் பொன்னாவுக்குப் பயம் வந்துவிட்டால் சுற்றாமல் திரும்பிவிடலாம். யாரையாவது உடனழைத்துப் போனால் மானக் கேடாகப் பேச வாய்ப்பாகும். 'சுத்தறமுன்னு போயிட்டு மொட்டக் கல்லப் பாத்தொடன நான் மாட்டஞ் சாமீன்னு ஓடியாந்துட்டா' என்று காலம் முழுக்கப் பேசுவார்கள். பேசுவதற்கு ஏதாவது தேவைப்பட்டுக்கொண்டே இருக்கிறது.

கரட்டில் கூட்டம் இல்லாத நாளொன்றில் அவர்கள் போனார்கள். மொட்டைக்கல் உச்சிக்குப் பொன்னா ஒருமுறையும் போனதில்லை. உச்சியில் ஆள்காட்டி விரல் மாதிரி தெரியும் தாண்டியான் கோயிலைக் காட்டி 'அதுதான்' என்று சொல்லப் பார்த்திருக்கிறாள். காடுமேடுகளில் திரிகிறவள். படியில்லாத மொட்டைப்பாறையில் தாவி ஏறுவதற்கு ஒரே தடை புடவைதான். ஆட்கள் யாரும் இல்லாததால் புடவையை முழங்காலுக்கு மேல் வருகிற மாதிரி ஏற்றிக் கட்டிக்கொண்டு லாவகமாக ஏறினாள். குகைப்பகுதிக்குப் போனதும் மொட்டைக் கல்லைக் காட்டினான். ராட்சசச் சப்பட்டைப் பாறையை எடுத்து நிறுத்தி அதன்மேல் சின்னக் குடுமி வைத்த மாதிரி தோன்றியது. ஆசுவாசமாக உட்கார்ந்து அதையே பார்த்துக்கொண்டிருந்தவளை இறுக அணைத்தான். மாராப்பை விலக்கி வெள்ளாட்டுக் குட்டியென முட்டினான். மேலும் அவன் வேகமேறி முன்னேறும்போது அவன் குடுமியில் முகம் புதைத்துக்கொண்டு அவள் சொன்னாள்.

'ஏம்மாமா. சுத்தும்போது உழுந்துட்டான்னா என்ன பண்றதுன்னு கடசி கடசியா எனக்குக் குடுக்கறியா மாமா.'

அதிர்ந்து போய்ச் சட்டென்று அணைப்பை விட்டான். அவள் முகம் முழுக்கக் கண்ணீர்த்தடம். கரட்டு உயரமும் மரங்கள் கொடுத்த நிழலும் அங்கிருந்த சமதரையும் அவனுக்குள் காமத்தைக் கிளர்த்திவிட்டன. முழங்கால்வரை ஏற்றியிருந்த புடவையும் காற்றில் கலைந்து நெகிழ்ந்த மாராப்பும் அவனைக் கிளர்த்தின. கழுத்தோடு ஒட்டி அவள் போட்டிருந்த சரடும் தாலிக்கொடியும் மினுங்கி அவனுக்கு அழைப்பு விடுத்தன. சுவர்களுக்குள் முடங்கி உறவு கொள்வதில் அவனுக்கு விருப்பம் இருந்ததேயில்லை. வெட்டவெளி வேண்டும். வானம் தெரிய வேண்டும். ஏதாவது பறவை எட்டிப் பார்த்துவிட்டுப் போனால் இன்னும் நல்லது. அதற்காகவே அவளைத் தொண்டுப்பட்டிக்கு அழைத்துப் போவான்.

இரண்டு அணப்பு அளவுக்கு விரிந்து கிடந்த தொண்டுப் பட்டிக்கு வேலி உண்டு. ஆனால் கூரை இல்லை. மையத்தில்

கட்டிலைப் போட்டுக்கொண்டால் அவனுக்கு உற்சாகம் வந்துவிடும். 'ஆடு பாக்குது மாடு பாக்குது' என்று எதையாவது சொல்வாள். அவளுக்கும் அது பிடித்துத்தானிருக்கும். ஆனால் பெண்ணுக்குக் கூச்சமில்லை என்று அவன் நினைக்கக்கூடாது என்பதற்காகச் சொல்வாள்.

அவன் 'ஆடு மாடுங்க பண்றத நாம பாக்கறமில்ல. அதுங்களும் பாத்துட்டுப் போவது' என்பான்.

'உனக்குக் கொஞ்சங்கூட ஈனவானமே தெரியல மாமா' என்பாள்.

நல்ல சாராயமாகக் கிடைக்கும் நாளில் அவளைக் கட்டாயம் தொண்டுபட்டிக்குக் கூட்டிப் போவான். அவளுக்குக் கள் பிடிக்காது. புளித்த ஏப்பம் விட்டால் நான்கு நாளைக்கு நாறும் என்பாள். நாவில் சுள்ளென்று உறைக்கும் சாராயம் அரை டம்ளர் போதும் அவளுக்கு. அது மாதிரியான ஓர் உற்சாகத்தை கரட்டுவெளி அவனுக்குக் கொடுத்திருந்தது. ஒரே வார்த்தையில் அவனை நொறுக்கிவிட்டாள் பொன்னா.

'சாமி காரியமாப் போறம். வேண்டாம் மாமா. அதுக்குத்தான் அப்படிச் சொல்லிட்டன்' என்று எவ்வளவோ சமாதானம் சொன்னாள்.

'எதுனாலும் இப்பிடிக் கிறுக்குத்தனமாவெல்லாம் பேசாத' என்றான்.

ஒரு மாதிரி சமாதானம் ஆகி மொட்டைக்கல் பகுதிக்கு ஏறினார்கள். கல்லும் அதைச் சுற்றியிருந்த பாதத்தளவு இடமும் எட்டிப் பார்த்து அவள் பயந்துபோனாள்.

'உனக்குப் பயமுன்னா வேண்டாம்' என்றான்.

குள்ளப்பாட்டி, 'வெளிப்பக்கம் பாக்காத கல்லயே பாத்துச் சுத்துனா ஒரு கஷ்டமும் தெரியாது. வயக்காட்டுல சீவி வெச்சிருக்கற கரைமேல நடப்பம் பாரு, அப்பிடித்தான். கொஞ்சம் சறுக்குனா சேத்துல உழுவோனும். அங்க அப்பிடி இல்ல. பாற. தல செதறுதேங்காயாட்டம் சுக்கலாயிரும். காடு கரையில நடந்து பழக்கப்பட்டவங்களுக்கு அது எம்மாத்திரம் பொன்னா' என்று சொல்லியிருந்தாள். அதை நினைத்து மனதை வலுவாக்கிக் கொண்டு 'சுற்றுகிறேன்' என்றாள்.

பொங்கல் வைக்கவென்று கொண்டுவந்த பொருள்கள் எல்லாம் கோயில்முன் அப்படியே இருந்தன. மொட்டைக் கல்லைச் சுற்றுகிறவர்கள் மட்டும்தான் அங்கே பொங்கல் வைக்கலாம். மற்றவர்கள் சூடம் ஏற்றிக் கும்பிடலாம். சுற்றி

முடிந்தபின் பொங்கல் வைக்கும் எண்ணத்தில் எல்லாப் பொருள்களையும் வாங்கி வந்திருந்தார்கள். அவளால் தடங்கல் இல்லாமல் சுற்றிவிட முடியுமா என்று அவனுக்கும் பயமாகவே இருந்தது. லேசாகக் கால் தடுமாறினாலே முடிந்தது கதை. ஒருவேளை அப்படி எதுவும் நடந்துவிட்டால்? பொன்னாவைத் தள்ளிக் கொன்றுவிட்டான் என்று அவன்மேல் தாராளமாகப் பழி வரும். கொலைக்கும் தற்கொலைக்கும் புகழ்பெற்ற இடம்தான். ஆனால் குழந்தை வரம் வேண்டிச் சுற்றியவர்கள் யாரும் விழுந்ததாகத் தெரியவில்லை. அப்படிப் பொன்னா விழுந்துவிட்டால்? மனம் பாறாங்கல்லாய்க் கனப்பது போலிருந்தது. அவள் விழுந்தால், அவளோடே விழுந்துவிட வேண்டியதுதான். அவளைப் பிரிந்துகூட இருந்துவிடலாம். ஆனால் பழிச்சொல்லைச் சுமந்துகொண்டு வாழ முடியாது.

‘மாமா . . . நான் சுத்தறன். எனக்கு எதுனா ஒன்னுன்னா நீ கவலப்படக்கூடாது. இன்னொருத்தியக் கட்டிக்க. அவளுக்காச்சும் கொழந்த பொறக்கட்டும்’ என்று கண்ணீரோடு சொன்னாள் அவள். ‘ச்சீ’ என்று அவள் கண்ணீரைத் துடைத்து ஆறுதல் கூறினான்.

‘நமக்கென்ன கொற? சந்தோசமா இருக்கலாம். கொழந்த இல்லீனாப் போவுது. ஊருல இருக்கற மசரானெல்லாம் இன்னம் எத்தன நாளைக்குக் கேப்பான்? ஒரு பத்துப் பனன்டு வருசம். அதுக்கப்பறம் நமக்கும் வயசாயிரும். கொழந்த இல்லீன்னா என்ன? கோட்ட கட்டி ஆள்றது கொறஞ்சு போயிருதா. இருக்கற கையவல நெலத்த எதாச்சும் கோயில்கொளத்துக்கு எழுதி வெக்கறது, இல்லீனா இல்லாத எவனாச்சும் வெச்சுப் பொழைக்கறான். உடு, வா போலாம். என்னத்துக்கு இந்தக் கஷ்டம்.’

அவளை அணைத்துக்கொண்டான். இப்போது கொஞ்சம் மனத்தெளிவு வந்திருப்பதாகத் தோன்றியது. ஆனால் அவள் தெம்பாகக் கல்லைச் சுற்றிவந்துவிடுகிறேன் என்றாள். கஷ்டம் இல்லாத வேண்டுதல்களைவிட இதைச் சவாலாகக் கருதினாள். இப்படி ஒரு கஷ்டத்தை ஏற்றுக்கொண்ட பின்னும் அந்தக் கடவுள் கண் திறக்க மாட்டானா என்னும் நப்பாசை. சுற்றுவது என முடிவானதும் எப்படி என்பதைக் காளி சொன்னான். அவன் சுற்றிக் காட்டுவதாகச் சொன்னால் அவள் மறுத்து விடுவாள் என்று நினைத்தான். சுவர் விளிம்புக்கு மெல்லப் போய்ச் சட்டென ‘இங்க பாரு’ என்று அந்தப் பக்கம் போய் இரண்டே எட்டில் கல்லைச் சுற்றி எதிர்ச்சுவர் பிடித்து ஏறி விட்டான். ‘மாமா’ என்று அவள் கத்தியபோது அவளுக்கு முன்னால் நின்று சிரித்துக்கொண்டிருந்தான்.

எல்லாம் ஒரு மாயம்போல் இருந்தது. இவ்வளவுதானா, இதற்குத்தானா இப்படிப் பயந்தோம் என்று அவளுக்குத் தோன்றியது. அவனுக்கு எத்தனையோ முறை சுற்றிப் பழக்கம். அவளுடைய அண்ணன் முத்துவும் சுற்றியிருக்கிறான். இந்த விஷயங்கள் எதுவும் வீட்டுக்குத் தெரியாது. இளவட்டம் ரகசியம் காப்பதில் வெகுகெட்டி. இரண்டாம் முறை அவளை நன்றாகப் பார்த்துக்கொள்ளச் சொல்லி அவள் அனுமதியோடே சுற்றினான். கைப்பிடியை எப்படி வைத்துக் கொள்வது என்பதிலிருந்து கால் எடுத்து வைக்கும் அளவையும் அவள் பார்த்தாள். பாறைப்பல்லி ஒன்றின் நினைவு வந்தது. மொட்டைக்கல்லோடு உடம்பை அவன் பிணைத்துக்கொண்ட விதமும் கைகளைப் பரப்பிக் கால்களை அகட்டிக் கடந்ததும் பாறைப்பல்லியின் செயல்தான் என்று எண்ணினாள்.

ஒருமுறை சுற்றலாம் அல்லது மூன்று முறை சுற்ற வேண்டும் என்று சொல்லி மூன்றாவதாகவும் சுற்றி வந்தான். அவன் செய்ததைப் பார்த்ததும் பயம் முழுதும் விலகிவிட்டது. குள்ளப் பாட்டி சொன்னது போல, காடுமேடுகளில் சுற்றித் திரிபவளுக்கு இது எம்மாத்திரம்? புடவையை நன்றாக மேலேற்றி வரிந்து கட்டிக்கொள்ள அவன் உதவினான்.

வானின் அநாதிவெளியில் இரண்டு பருந்துகள் வட்டமிட்டன. விரித்த இறக்கை சிறிதும் அசையாமல் அவை ஒரே இடத்தில் நிற்பதாகப்பட்டது. அவளுக்கு அவை ஆசி வழங்கின. தலைக்குமேல் கையெடுத்துக் கும்பிட்டாள். மனதைக் குவித்து 'சாமி அப்பா . . . வறடின்னு எனக்குப் பேரு வராத காப்பாத்தப்பா' என்ற வேண்டுதலோடு அவனைப் போலவே சட்டெனச் சுவர் கடந்து பாறைப்பல்லியானாள். எதிர்ச்சுவருக்கு வரும்போது அவன் கைகொடுத்துத் தாங்கிக்கொண்டான். நெஞ்சில் ஏந்திக் கன்னம், உதடு, தலை, உச்சி என்று முத்தம் கொடுத்து மகிழ்ச்சியை வெளிப்படுத்தினான். கோயில் முன்னால் போய் உட்கார்ந்ததும் அவளுக்கு அழுகை பொங்கி வெடித்தது.

'ஒரு உசுரு வரோனும்னு எங்க உசிரையே வெச்சு வந்திருக்கிறம். சாமி . . . ஏமாத்திப்புடாத சாமீ . . .' என்று கதறினாள். அவன் மார்பில் சாய்ந்தவளுக்குத் தலை கிறுகிறுப்பது போலிருந்தது. கண் மூடிக் கிடந்தாள். பதற்றத்தோடு அவளைக் கீழே கிடத்தி முகத்தில் தண்ணீர் தெளித்தான். தெளிச்சி பெற்று எழுந்தாள். 'மாமா . . . இன்னம் ரண்டு தடவ சுத்தி வந்திருட்டா' என்றாள். அவன் கண்டிப்புடன் மறுத்துவிட்டான். ஒருமுறை செய்தாலும் ஓராயிரம் முறை செய்தாலும் அதே பலன்தான்.

கோயிலுக்குமுன் பொங்கல் வைக்கும் வேலையை அவள் தொடங்கினாள். தாண்டியானுக்குப் பூசை செய்வோர் தனி. அமாவாசை மாதிரி கூட்டம் இருக்கும் நாட்களில் மட்டுமே கோயிலுக்கு வருவார்கள். மற்ற நாட்களில் யாராவது வந்து அழைத்தால்தான். காளி வேகமாகக் கீழிறங்கிப் போனான். அவள் பொங்கல் வைத்து முடிப்பதற்குள் கரடேறி வந்துவிட்டான். என்ன வேகம் என்று அசந்துபோனாள். மனம் உற்சாகத்தோடு இருக்கும்போது உடல் பறக்கத் தொடங்கிவிடுகிறது. பூசைக்காரர் வந்து சேர்ந்து பூசை முடித்துக் கீழிறங்கும்போது லேசாக இருள் சூழத் தொடங்கிவிட்டது.

அன்றைய இரவை அவர்களால் மறக்க முடியாது. எல்லாம் கூடிவந்த இரவு. இந்த விதை நிச்சயம் முளைக்கும் என்னும் நம்பிக்கையோடு உழுது விதைத்து உறங்கிய நாள். கரட்டு மேல் அவன் நெஞ்சை வார்த்தைகள் கொண்டு கொத்தி எடுத்த செயலுக்குப் பரிகாரம் என்பதாய் நடந்துகொண்டாள். எந்தச் சாதாரணப் பெண்ணும் தயங்குகிற காரியத்தை உயிரைப் பணயமாக்கிச் செய்து வந்த அவளுக்கு இன்னும் என்னென்னவோ கொடுத்தாலும் நன்றிக்கடன் தீராது என்பதாய் அவன் உடலும் மனமும் நடந்துகொண்டன. கொடுத்தும் பெற்றும் நிரம்பி அடர்ந்தது இரவு. தொண்டுப்பட்டி நடுவே கயிற்றுக் கட்டிலில் அவன் மார்பில் மாலைபோல் கிடந்தாள். ஒன்றும் வேண்டாம். இப்படியே செத்துவிட்டால் அதைவிடப் பேரின்பம் ஒன்றுமில்லை என்று இருவருமே நினைத்தார்கள்.

அந்த மாதம் விலக்கு வராது என்று திடமாக நம்பினாள். எல்லாப் பேச்சுக்களும் ஒரு முடிவுக்கு வந்துவிடும் என்று தோன்றியது.

◯

பெருமாள்முருகன்

9

என்ன மாதிரியான பேச்சுக்கள். இனிக் குழந்தையே பிறக்காது என்று முடிவுசெய்து விட்டவர்கள் பலர். குழந்தை பிறக்கக்கூடாது என்பதுதான் அவர்கள் விருப்பம். அவளுடைய நங்கையே ஒருமுறை சொன்னாள்.

'பணத்தச் சேத்து வெச்சு என்ன செய்யப் போறீங்க. நல்லாச் சாப்புட்டுத் துணிமணி வாங்கி உடுத்திச் சந்தோசமா இருங்க.'

'இப்ப நாங்க என்ன பட்டினியாவா கெடக்கறோம். அம்மணமா உன்னூட்டு வாசல்ல வந்து நிக்கறமா?' என்று பொன்னா வெடுக்கென்று கேட்டுவிட்டாள்.

'என்னமோ ஒரு பேச்சுக்குச் சொன்னனாயா' என்று முகம் சிறுத்தாள் நங்கை.

'என்ன பேச்சுக்கு? பீத்திங்கற பேச்சு' என்று பொன்னாவுக்கு வார்த்தை வந்துவிட்டது.

அதையே பிடித்துக்கொண்டாள். 'என்னயப் பீத்திங்கறவன்னு சொல்லிப்புட்டா' என்று ஊரெல்லாம் சொல்லித் திரிந்தாள். அவள் என்ன சொன்னாள் என்பதைப் பற்றி யாரும் கவலைப்படவில்லை. 'இருந்தாலும் பொன்னாளுக்கு வாய்த்துடுக்கு அதிகம்' என்றார்கள். முத்து அப்படி ஒருநாளும் வார்த்தை சொல்லமாட்டான். தங்கச்சியைவிடவும் மாப்பிள்ளைமேல் பிரியம் அதிகம் அவனுக்கு. தன் பெண்டாட்டியைத் தான் திட்டினான். ஆனாலும் நங்கைக்கும் கொழுந்திக்கும் அதற்குப்பின் அவ்வளவு நல்லவிதமாகப் பேச்சு இல்லை. பொன்னா ஊருக்கு வருவது தெரிந்தால் நங்கை குழந்தையோடு தன் அம்மா வீட்டுக்குக் கிளம்பிவிடுவாள்.

அவனுடைய மாமன்கள் இரண்டு பேர். தலையூரில் காடு, வீடு என்று நல்லபடியாக இருக்கிறார்கள். ஆனால் இரண்டு பேருக்கும் இவர்கள் சொத்துமீது அப்படி ஒரு ஆசை. அவன் மாமன் பொண்டாட்டிகள் எங்காவது விஷேசத்தில் சந்தித்துவிட்டால் உயிரையே கக்கி எடுத்துக் கையில் கொடுத்துவிடுகிற மாதிரி உருகுவார்கள். மாமன்கள் மாதம் ஒருமுறையாவது வீட்டுப்பக்கம் வந்துவிடுவார்கள். அக்காளுக்குத் தவசம், காய், பழம் என்று ஏதாவது பையில் வரும். அங்கே கொடுப்பதில் கொஞ்சம் எடுத்துக் கொடுக்கிற மாதிரி பொன்னாவிடமும் தருவார்கள். 'பேரன் பேத்தி எடுக்கிற வயசிலயும் உங்கம்மாவுக்குத் தாய்வீட்டுச் சீதனம் பைபையா வந்து குவியுது' என்று கேலி செய்வாள். அவன் சிரிப்பானே தவிர ஒன்றும் சொல்லமாட்டான்.

ஒருமாமனுக்கு மூன்று பிள்ளைகள், ஒருபையன். இன்னொரு மாமனுக்கு இரண்டும் பையன்கள். அவ்வப்போது ஒன்றிரண்டு பேரை இங்கே அனுப்பி வைப்பார்கள். அவர்களை கவனித்து மாளாது. ஆசையாக அனுப்பி வைக்கிறார்கள் என்பதல்ல. கொஞ்சம் நெருக்கம் கூடும் என்பது கணக்கு. நாளைக்குச் சொத்துப் பிரச்சினை வரும்போது அறிமுகமானவர்களுக்கு அதிகம் கிடைக்கலாம்தானே.

இரண்டாம் மாமனின் சின்னப் பையன் கதிர்வேல். அவனை ஊரில் எல்லாரும் சொரக்காயன் என்றுதான் கூப்பிடுவார்கள். சுரைக்காய்க்கு அங்கராக்குப் போட்ட மாதிரி இருப்பான். அவனை மேய்ப்பதற்கு ஒருபட்டி முருவான் கூட்டத்தை மேய்த்துவிடலாம். வீட்டு வாசலில் விளையாடுவது போல இருப்பான். நொடியில் மாயமாக மறைந்துவிடுவான். அவனை எவ்வளவு நேரம் கண்கொத்திப் பாம்பாகப் பார்த்துக்கொண்டே இருப்பது? ஒருநாளைக்கு நான்கைந்து முறையாவது தொண்டுப் பட்டிக்கும் வீட்டுக்கும் அவள் நடக்க வேண்டியிருக்கும். காட்டில் வேலை ஏதாவது இருந்தால் அங்கே வர வேண்டும் என்று காளி எதிர்பார்ப்பான். சொரக்காயன் தங்குண்டியாகத் திரிவதில் சமர்த்தன். எப்படியோ திரிந்து தொலையட்டும். வம்பை வாங்கி வராமல் இருந்தால் பரவாயில்லை.

கிணற்றில் குதித்து விளையாடும்போது எவனாவது ஒருவன் சீக்கிரத்திலேயே மேலேறுகிறேன் என்று சொன்னால், மற்ற பையன்கள் அவனை விடமாட்டார்கள். அவன் படியேறும் போதே மண்ணை அள்ளி அவன்மீது வீசுவார்கள். கழுவ அவன் கிணற்றுக்குள் குதித்தாக வேண்டும். மண்ணடியிலிருந்து தப்பித்து வருவது கஷ்டம். அப்படிப்பட்ட விளையாட்டின் போது தன்மீது மண்வீசிய பையன்மேல் கல்லெடுத்து

எறிந்திருக்கிறான் சொரக்காயன். பையன் காலில் சுரீரென்று பட அவன் துடித்துப்போய்ச் சட்டெனச் சொரக்காயன்மேல் கோபத்தோடு கல்லால் இட்டிருக்கிறான். அது வாச்சி போன்ற கூர்நுனி கொண்ட வெங்கச்சங்கல். சொரக்காயன் தலையில் பட்டுப் பின்மண்டையில் குழிக்காயம். மயிர்க்கற்றையை மீறிக் கழுத்துவரை ரத்தம். கிணத்துப்பூடுச் சாற்றைக் கிண்ணத்தில் பிழிந்து தடவி ஒருவழியாக ரத்தம் நின்றது.

விஷயம் கேள்விப்பட்டவுடன் அவன் அம்மா ராக்காசி வந்துவிட்டாள். மூன்று ஊர் தாண்டிக் காட்டுக் கொட்டாயில் கிடக்கும் அங்கே போய் யார் இந்தத் தகவலைச் சொன்னார்களோ தெரியவில்லை. வேலை மெனக்கெட்டு விடிகாலையிலேயே எழுந்து போய்ச் சொல்லிவிட்டு வந்து சண்டையை வேடிக்கை பார்க்க ஆள் இருப்பார்கள். வந்தவள் என்ன ஏது என்று விசாரிக்க வேண்டாமா? பையன்மேல் பாசம் பொங்கிக் கொட்டட்டும். அதற்காகப் பொன்னா என்ன செய்வாள்? வீதியிலேயே கத்திக்கொண்டு வந்தாள். வாசலுக்கு வந்ததும் வார்த்தைகள் வெயில் காய்ந்து பொரிந்தன.

‘பிள்ளப் பெத்திருந்தான்னா அரும தெரியும். பையன் மண்ட ஒடஞ்சு ரத்தம் கொட்டற அளவுக்கு உட்ருக்கறா. பிள்ளப் பெத்த எந்தப் பொம்பளயாச்சும் இப்பிடி உடுவாளா?’

பையன் காயம்பட்டு வந்ததும் பதறிப்போய் இதை வைக்கலாமா, அதை வைக்கலாமா என்று ஓடி ஓடி அலைந்த தெல்லாம் ஒன்றுமில்லாமல் போய்விட்டது. காயம்பட்டு ரத்தம் வடிந்தபோது லேசான விசும்பலோடு மட்டும் நின்றிருந்த சொரக்காயன், அம்மாக்காரியைக் கண்டதும் ஓங்கிக் குரலெடுத்து அழுகிறானே. பொன்னாதான் கல்லெடுத்து வேண்டுமென்றே அவன் தலையில் போட்டமாதிரி மாய்மாலம். அம்மாளும் மகனும் செய்வதைப் பார்த்து வெறுப்போடு இரண்டு வார்த்தை மட்டும் சொன்னாள் பொன்னா.

‘பிள்ளப்பெத்து அரும தெரிஞ்சவ வெச்சுப் பாக்க வேண்டியதுதான. என்னூட்டுக்கு ஏன் உடற?’

அவ்வளவுதான். ஆயிரம் வார்த்தைகளைக் கொட்டி யிருப்பாள்.

‘ஆத்தக் கண்டுதான் கூத்தக் கழுவறமா நாங்க. என்னமோ அத்தயூட்டுக்குப் போறமின்னு சொன்னான்னு அனுப்பி வெச்சன். இவதான் ஏழெட்டுப் பிள்ள வளத்தவ. எனக்கு வளக்கறது எப்பிடீன்னு சொல்லித் தர்றா.’

பொன்னா எதுவுமே பேசவில்லை. ஊரே வேடிக்கை பார்க்கப் பையனை அழைத்துக்கொண்டு போனாள். பொன்னாவின் மாமியார்க்காரி ஓடிப் ‘பையன உட்டுட்டுப் போ. நான் பாத்துக்கறேன்’ என்று கெஞ்சுவது போலச் சொன்னாள். அவள் சட்டையே செய்யவில்லை. ஊர் தாண்டிப் போயும்கூட அவள் வார்த்தைகள் அசரீரியாக ஒலித்துக்கொண்டேயிருந்தன. காளி ஒன்றும் கேட்கவில்லை. அவள் சொல்லி அழுதாள். ‘கொழந்த இல்லாதயே போயிச் சொத்தக் கண்டவங்களுக்குக் குடுத்தாலும் அவளுக்கு மட்டும் ஒருபைசா குடுக்கக்கூடாது’ என்று சொன்னாள். அவன் சிரித்ததோடு சரி. அதற்கப்புறம் இரண்டு மாமன் வீடுமே பிள்ளைகளை அனுப்புவதில்லை.

இந்தச் சொத்து எல்லாருக்கும் கண்ணை உறுத்திக் கொண்டேயிருக்கிறது. நூறு வருசத்துக்குமுன் இந்த மண்ணை உழுது பயிரிட்டவர் யார் என்பது தெரியுமா? இன்னும் நூறு வருசம் கழித்து இந்த மண் யாரிடம் இருக்கப் போகிறது, யாராவது சொல்ல முடியுமா? இன்னும் மனுசன் நிலைத்து வாழ்கிற மாதிரி இருந்தால் எல்லாமே தனக்குத்தான் என்று தூக்கி இடுப்பில் வைத்துக்கொள்வான். போகிறபோது பொச்சுத் துணியைக்கூட உருவி இழுத்துக்கொள்கிற வாழ்க்கை. அதற்குள் என்னென்ன பேச்சுக்கள். இன்றைக்கோ நாளைக்கோ மண்ணுக்குப் போகும் நிலையில் இருக்கும் கிழடு கட்டைகளுக்குக்கூட சொத்துப் பேச்சுத்தான்.

ஒருவாரம் வியாழச் சந்தைக்குப் பொட்டுப்பாட்டியுடன் போனாள் பொன்னா. நெற்றியைவிடப் பெரியதாக இருக்கும்படி பொட்டுப்பச்சை குத்தியிருப்பாள் பாட்டி. அஞ்சாறு கல் தொலைவு நடந்துபோகத் துணை வேண்டும். பொட்டுப்பாட்டி மெல்லமாக நடப்பாள் என்றாலும் சரி, பரவாயில்லை என்று பொன்னா உடன் போனாள்.

கொறக்கூடையைத் தலையில் மாட்டி வெயிலைச் சமாளித்த படி நடந்தாள். போகும்போது ஒன்றும் பிரச்சினையில்லை. சந்தையில் ஒருவாரத்திற்குத் தேவையான பொருள்கள் எல்லாம் வாங்கினாள். பேரிக்காய், பொரிகடலை என்று தின்பண்டமும் வாங்கினாள். தலை தட்டும் அளவுக்குக் கூடை நிறைந்தது. கிழவியிடம் காசில்லை. பாவம், வயதான காலத்தில் தின்று விட்டுப் போகட்டும் என ஓரணாவிற்குப் பொரிகடலை வாங்கிப் பாட்டி கூடையில் போட்டாள் பொன்னா. திரும்பி வரும்போது பேச்சுவாக்கில் பாட்டி சொன்னாள்.

‘கூடையில கொஞ்சமா வாங்கிட்டு வர்ற. ஊட்டுல பிள்ள குட்டி அழுவுதா. கண்ட நாய்வ நாளைக்குத் திங்கப் போற

சொத்துக்குப் புருசனும் பொண்டாட்டியும் ஓடி ஓடிப் பாடு படறீங்க. நாயும் நக்கலும் வாங்கித் திங்க வேண்டிதுதான . . . எதுக்கு இப்பிடிக் கஞ்சத்தனம் பண்ணிச் சேத்து வெக்கறீங்க. புருசனில்லாத பொம்பளயும் பிள்ள இல்லாத சொத்தும் ஒன்னும்பாங்க.'

பரிதாபப்பட்டுக் கூடவந்தால் இந்தக் கிழவிக்குப் பேச்சைப் பார் என்று பொன்னாவுக்கு ஆங்காரமாக வந்தது.

'நீயும் உம் புருசனும் பொச்சிருக்க மாட்டாத நாப்பத்தஞ்சு வயசுலகூடப் பெத்துக்கிட்டீங்க. நெலத்த எல்லாம் பங்கு போட்டுக் குடுத்தீங்க. இப்ப உம்பசவ ஒருத்தனாச்சும் வெச்சுப் பொழைக்கறானா? பிள்ள இல்லாத சொத்தாட்டந்தான போயிருச்சு. உனக்குச் சந்தச் செலவு வாங்கியாந்து குடுக்கக்கூட ஒருத்தருமில்ல. ஒரணாப் பொரிகடல வாங்கித் திங்கவே வக்கில்ல. பெத்து என்னத்தக் கிழிச்சிட்ட?'

கிழவி காதில் ஏறும்படி உரக்கச் சொல்லிவிட்டு வேகமாக முன்னால் நடந்துவிட்டாள் பொன்னா. அப்போது வாயே திறக்கவில்லை கிழடு. மேற்கொண்டு ஏதாவது பேசினால் கன்னத்தில் இடித்துக் கீழே தள்ளிவிடுவாளோ என்று பயந்திருக்கலாம். ஊருக்கு வந்த பின்னால், 'அந்த ராக்காசிகூடச் சந்தக்கிப் போன கதயக் கேட்டயா' என்று தொடங்கி ஊர் முழுக்கச் சொல்லிவிட்டாள். கிழவி அனுசரணையாகக் கொஞ்சம் புருசனுக்குத் தின்பண்டம் வாங்கிப் போ என்று சொன்னாளாம். கண்டதையும் வாங்கித் தின்றுதானே உன்னுடைய நிலமெல்லாம் போய்விட்டது, என்னோடதும் பிள்ளை இல்லாத சொத்து, உன்னோடதும் பிள்ளை இல்லாத சொத்து என்று பொன்னா பேசினாளாம். எல்லாம் பொன்னா காதுக்கும் வந்தது. பொட்டுப் பாட்டி மட்டுமல்ல, அவள் மருமகள்கள்கூடப் பொன்னாவிடம் பேசுவதில்லை. பேசினால்தான் பிரச்சினை என்று பொன்னா சும்மா இருந்துவிட்டாள்.

குழந்தை இருப்பவர்கள்தான் எல்லாம் செய்துகொள்ளலாம். அவர்களுக்கு எல்லா உரிமையும் உண்டு. நாக்கு இருக்கிறதே, அது எந்த நேரத்தில் எதைப் பேசும் என்று சொல்ல முடியாது. அதற்குப் பயந்துகொண்டே பொன்னா பொதுஇடத்தில் ரொம்பவும் எச்சரிக்கையாக இருப்பாள். ஆனால் எதையாவது வைத்து வில்லங்கம் வந்துவிடும். பக்கத்து வீட்டுக்காரி பொரசாவுக்குக் கூட ஒரு நப்பாசை உண்டு. பிள்ளையில்லாதவள் ஏதாவது தன் பிள்ளைகளுக்குத் தருவாள் என்று எதிர்பார்ப்பு.

குழம்பு, ரசம் என்று எதுவும் பொன்னா வீட்டுக்குள் புகுந்து அந்தப் பிள்ளைகள் தாராளமாக எடுத்துக்கொள்ளும்.

சிலநேரம் சோறும் போடுவாள். பக்கத்து வீட்டுக் குழந்தைகளும் இல்லாவிட்டால் வீட்டில் எதிர்க்குரல் வேண்டுமென்றால்கூட நாமே பேசி எதிரொலியைத்தான் கேட்டுக்கொள்ள வேண்டும் என்று எண்ணி அவர்களோடு மிகவும் பிரியமாய் இருப்பாள். மூத்த பிள்ளை பொன்னாவுடன் தாயமும் பாண்டியும் ஆடும். இரண்டு பேரும் தலைசீவிப் பூ வைத்துக்கொள்வார்கள். சில்லரை வேலைகள் சொன்னால் அது தட்டாமல் செய்யும்.

பொரசாவின் கொழுந்தனாருக்குக் கல்யாணம். இரண்டு ஊர் தள்ளியிருக்கும் கல்லூரில் பெண். நேரமே வந்துவிட வேண்டும் என்று பொரசா வற்புறுத்திச் சொல்லியிருந்தாள். உடன் வரும் பெண்களுக்காக இருந்து ஒருசேரப் புறப்படக் கொஞ்சம் தாமதமாகிவிட்டது. அவ்வளவு தூரம் போகும்போது, பொன்னா மட்டும் ஓரியாகப் போக முடியுமா? நான்கு பேரோடு சேர்ந்துதான் போக முடியும். பத்துப் பதினைந்து பெண்கள் போனார்கள். எல்லாரும் இருக்கும்போதே உரிமையோடு சொல்வதைப் போலப் பொரசா பொய்க்கோப முகத்தோடு கேட்டாள்.

‘நேரத்தோட வரச் சொல்லி அவ்வளவு சொல்லியும் இப்ப வர்ற. பிள்ள குட்டிவளச் சீவிச் சிங்காரிச்சிக் கூட்டிக்கிட்டு வர இவ்வளவு நேரமாயிருச்சா?’

பத்துப் பேருக்கு முன்னால் தனக்குப் பிள்ளை குட்டிகள் இருக்கின்றன என்று பீற்றிப் பவுசைக் காட்டினாள். அவள் குரலில் இருந்த எகத்தாளம் பொன்னாவின் நெஞ்சில் சுருக்கென்று குத்தியது. அதைக் கேட்டு ஒன்றிரண்டு பெண்கள் சத்தமாகச் சிரித்தபடி பொன்னாவைப் பார்த்தார்கள்.

‘பிள்ளகுட்டி பெத்தவ எல்லாம் சீவிச் சிங்காரிச்சு உட்டுட்டுத்தான் மறுவேல பாக்கறாங்களா? ஒன்னு பேண்டுட்டுப் பொச்சுக் கழுவாத திரியுது. ஒன்னு தின்னுட்டு வாயத் தொடச்சுக் கிட்டு ஓடுது. ஒன்னுக்குத் தெனமும் நாந்தான் தலசீவி உடறன். பெத்தா மட்டும் போதாது, பாக்கவுந் தெரியோணும்.’

பொரிந்துவிட்டாள் பொன்னா. கல்யாண வீடே கொஞ்ச நேரம் மௌனமாகிவிட்டது. பொரசா சொல்லும்போது சிரித்த மகராசிகள் இப்போதும் சிரிக்க வேண்டியதுதானே. அதற்கு மேல் அந்த வீட்டில் இருக்கப் பொன்னாவுக்குப் பிடிக்கவில்லை. வாசலோடு திரும்பிவிட்டாள். பின்னால் யாரும் வந்து வற்புறுத்தக்கூட இடம் தராமல் விரைசலாக நடை போட்டு அந்த ஊரைக் கடந்துவிட்டாள். பொரசா உட்கார்ந்து அழுதாள் என்று கேள்விப்பட்டாள். தன்மேல் தப்பில்லை என்று காட்டிக்

கொள்வதற்காக அழுது நடித்திருப்பாள். அதற்கப்புறம் எந்த விசேசத்திற்கும் பொன்னா போவதில்லை. தெரட்டி, கல்யாணம், கருமாதி என்று எல்லாவற்றுக்கும் மாமியாரோ காளியோ போனால் உண்டு. யாராவது வற்புறுத்தினால் அவர்கள் பாணியிலேயே சொல்வாள்.

'நாந்தான் பிள்ளகுட்டி இல்லாதவ. என்னூட்டுல நாளைக்கு என்ன விசேசம் நடக்கப் போவுது? ஆர நான் வெத்தல பாக்கு வெச்சு அழைக்கப் போறன்? செத்தாத் தூக்கிப் போட நாலு நாய்வ வராதயா போயிரும். நாறிக்கிட்டுக் கெடக்கவா உட்ருவாங்க? நானும் எங்கயும் போவல. ஆரும் என்னூட்டுக்கும் வர வேண்டாம். ஆள உட்டாப் போதுஞ் சாமி.'

பொரசா கொஞ்சநாள் முகத்தைத் தூக்கி வைத்துக் கொண்டிருந்தாள். பிள்ளைகளைக்கூடப் பொன்னா வீட்டுப் பக்கம் வரவிடாமல் கட்டுப்பாடு செய்தாள். அதோடு பிள்ளைகளை ரொம்பவும் அக்கறையாகக் கவனித்துக்கொண்டாள். கால் கழுவி விடுவதும் சோறூட்டி விடுவதும் பாந்தமாகத் தலை சீவி விடுவதும் என்று எல்லாம் நடந்தது. மனதிற்குள் ஒரு குறுஞ்சிரிப்போடு பார்த்துக்கொண்டிருந்தாள் பொன்னா. இப்படியாவது நல்லது நடந்தால் சரி. ஒருவாரம்தான். அப்பறம் எல்லாம் பழைய மாதிரிதான். இப்போதும் அந்த மூத்த பிள்ளை சீப்பை எடுத்துக்கொண்டு பொன்னாவிடம்தான் வருகிறது. பொரசாவும் அப்படி இப்படி என்று ஒன்றிரண்டு வார்த்தை பேசுகிறாள். ஆனால் சொத்துக் கனவு போயிருக்கும் என்று பொன்னா நினைத்துக்கொள்வாள்.

எல்லாப் பேச்சுகளுக்கும் மொட்டைக்கல் முற்றுப்புள்ளி வைத்துவிடும் என்று நம்பினாள். அத்தனை உயரம் ஏறி உயிரைப் பணயம் வைத்தது வீண் என்றாகிவிட்டது. உடலில் எந்த மாற்றமும் நிகழவில்லை. பழையபடியே தொடர்ந்தது. இதற்கு மேலும் என்ன செய்வதென்று தெரியவில்லை.

10

லேசாகக் கண்ணயர்ந்த காளி கிச்சத்தில் எறும்பின் கடி உணர்ந்து விழித்தான். அனிச்சை யாய்த் தேய்த்தபோது சிறுதடிப்பு ஏற்பட்டது. எழுந்து உட்கார்ந்தான். உள்ளே சமையலோசை கேட்டபடியிருந்தது. முத்து இன்னும் வந்திருக்க வில்லை. கொஞ்சதூரம் நடந்து மண்டுவிட்டு வரலாம் என்று நினைத்தான். வீடும் பூவரசும் தவிரச் சுற்றிலும் காடுகள் மொட்டையாய் வெயிலெரிக்கக் கிடந்தன. மாசி தொடங்கி இருபது நாட்களாகியும் இன்னும் வானம் கண் திறக்கவில்லை. புழுதி உழவு ஓட்ட மழையை எதிர்பார்த்துக்கொண்டிருக்கிறார்கள். வெயில்தான் அதிகமாகிறதே தவிர, வானில் சிறு கருக்கலைக்கூடக் காண முடியவில்லை. இந்த வருசம் மழை பொய்த்துப் போய்விடுமோ என மனதில் பயம் வந்தது.

மாடுகளுக்குத் தீனிப் பிரச்சினை இல்லை. கடலைக்கொடிப் போர் ஒன்றும் சோளத்தட்டுப் போர் ஒன்றும் இன்னும் முழுதாக இருக்கின்றன. தண்ணீர்ப் பிரச்சினை வந்துவிடலாம். கிணற்று நீரை நான்கு தென்னைகளுக்குக்கூடப் பாய்ச்சாமல் ஆடுமாடுகளுக்கு என்று வைத்துக்கொள்ள வேண்டும். எப்படியும் ஐப்பசி கார்த்திகையில் மழை பெய்யாமலா போய்விடும். கொடிக்காட்டுப் பச்சாமி 'இந்த வருசம் மழமாரி கொறச்சல் தான்டோய்' என்று வாக்குச் சொல்லியிருக்கிறதாம். அதற்குத் தகுந்த மாதிரி எல்லாவற்றையும் ஏற்பாடு செய்துகொள்ள வேண்டும் என நினைத்தான்.

அண்ணாந்து பார்த்தான். பொழுது உச்சியில் இருந்தது. பன்னிரண்டு மணி இருக்கலாம். மாடுகளுக்கு அம்மா தண்ணீர் காட்டியிருப்பாளா என்று யோசித்தான். தாழியில் தவிடெல்லாம் போட்டு வைத்துவிட்டு வந்திருக்கிறான். மாட்டைப் பிடித்துக்

பெருமாள்முருகன்

காட்டினால் போதும். ஒருநாள், இரண்டு நாளைக்கு அம்மா பார்ப்பாள். அவனுக்கு மாடுகளையும் ஆடுகளையும் அவனே பார்த்தால்தான் திருப்தி. அது என்னவோ மற்றவர்கள்மேல் நம்பிக்கை வருவதில்லை. பொன்னாவே திட்டுவாள். 'நானுங் குடியானச்சிதான. எனக்கு இதுவள ஒருநாளைக்குப் பாத்துக்கத் தெரியாத போயிருமா? அப்படியென்ன இதுவளுக்கு நீ செய்யறத நான் செய்யாத போயர்றன்' என்பாள். இரவில் அவற்றின் சிறுசலனம்கூட அவனை விழிக்க வைத்துவிடும். ஆழ்ந்து கண்ணுறங்கிப் பல வருசங்களாகிவிட்டன. உடல் தயாராக இருந்தாலும் மனம் இந்த மரத்துச் சுருக்கெறும்பு மாதிரி இடைவிடாமல் கடித்துக்கொண்டேயிருக்கும். அப்புறம் எங்கிருந்து தூக்கம் வரும்?

எங்கிருந்தாலும் தொண்டுப்பட்டியின் நினைவு விடாது. அதற்குள் இருக்கும்போதுதான் பாதுகாப்பாகவும் உணர்வான். சுற்றிலும் கிழுவை வேலி. உள்ளே இருந்தபடி ஆடுமாடுகளுடன் பேசிக்கொண்டிருந்தாலே போதும். காட்டுக்குள் தனியாக இருப்பதால் இரவுக்குப் பேச்சுத் துணையாக அவ்வப்போது யாராவது வந்துவிடுவார்கள். நல்லையன் சித்தப்பா வந்தால் அன்றைக்குக் காளியின் மனமெல்லாம் ஒரே கொண்டாட்டமாக இருக்கும். காளிக்குப் பங்காளி முறையில் சித்தப்பா அவர். ஐம்பது வயதுக்கு மேலிருக்கும். எப்போதும் உற்சாகம் கொப்பளிக்கப் பேசுவார்.

அவர் கல்யாணமே செய்துகொள்ளவில்லை. சின்ன வயதில் அவர் போக்கு அப்படி. அவருக்கும் அவர் அப்பனுக்கும் சுத்தமாக ஆகாது. ஒரே வீட்டில் இருப்பார்கள். ஆனால் நாள் முழுக்க ஒருவரை ஒருவர் பார்த்துக்கொள்ள மாட்டார்கள். அவர் குரல் வேப்பங்காயாகக் கசக்கும். தூரத்தில் குரல் கேட்கும்போதே அது எட்டாத இடத்திற்குப் போய்விடுவார். அப்படி என்ன பிரச்சினை என்றால் சிரித்தபடி சித்தப்பா சொல்வார்.

'சின்ன வயசுல தேருப் பாக்க என்னயத் தோள்மேல வெச்சுத் தூக்கிக்கிட்டுப் போனாரு. தேருப் பாத்துட்டுப் பேசாத திரும்பி வந்திருந்தா ஆவும். வேசத் தெருவுக்குப் போனாரு. என்னயத் திண்ணையில உக்கார வெச்சுட்டு இவுரு உள்ள போயிட்டாரு. கொஞ்ச நேரம் பாத்தன். இந்தாளு அவ்வளவு சீக்கிரம் வரமாட்டாருன்னு தெரிஞ்சுது. அங்க இருந்து நானே நடந்து வந்து ஊரு சேந்துட்டன். அப்ப என்ன எனக்கு ஒரு அஞ்சாறு வயசிருக்கலாம். வந்தவன் சும்மா இருந்தனா, எங்கம்மாகிட்ட இந்தமாதிரி இந்தமாதிரிம்மா அப்பிடின்னு சொல்லிட்டன். சின்னப்பையன் இத்தன தூரம் நடந்து வந்ததுகூட அம்மாவுக்குப்

பெரிசாப் படல. அவரு வேச ஊட்டுக்குப் போனதுதான் பிரச்சினையாப் போச்சு. நான் வந்து வெகுநேரம் கழிச்சு வந்தவரு 'பையன் தேருக் கூட்டத்துல தொலஞ்சு போயிட்டான். நானும் தேடாத இடமில்ல. அவ்வளவுதான் நமக்குக் குடுத்து வெச்சது'ங்கறாரே. எங்கம்மா வெளக்கமாத்த எடுத்துக்கிட்டு வந்து தலையிலயே நாலு சாத்துச் சாத்துச்சு. உனக்கு வேச கேக்குதா. இன்னமே ஊட்டுக்குள்ள வந்த கழுத்தக் கடிச்சுக் கொன்னுருவன் அப்படீன்னு பேசிச்சு. அதுக்கப்பறம் எங்கம்மா அவரப் பக்கத்துலயே அண்ட உடுலியாட்டம் இருக்குது. அந்தக் கோவம் எம்மேல அவருக்கு. என்னயப் பாத்தா அவருக்கு வெளக்கெண்ணெயக் குடிச்சாப்பல மூஞ்சி போயிரும். திண்ணையில தனியா உக்கார வெச்சுட்டுப் போனத நெனச்சா எனக்கு ஆங்காரமா வரும். அப்படியே ரண்டு பேருக்கும் பகையாகிப் போச்சப்பா.'

பதினான்கு, பதினைந்து வயதானபோது அப்பனுக்கும் மகனுக்கும் பெருத்த சண்டை. காட்டுக்குள்ளிருந்து அவர் மண்ணாங்கட்டியை எடுத்து இட, இவர் கரைமேல் இருந்த மண்வெட்டியை எடுத்து வீசினார். அப்பனின் கெண்டைச் சதையில் பட்டு 'ஐயோ' என்று கீழே விழுந்தார். பயந்துபோய் வீட்டுக்கு ஓடிய சித்தப்பா, அம்மா மடிப்பையில் போட்டுப் பானைக்குள் வைத்திருந்த பணத்தை எடுத்துக்கொண்டு ஊரைக் கடந்து ஓடிவிட்டார். ஆள் போனவர் போனவர்தான். ஆறுமாதம் ஊர்ப்பக்கமே வரவில்லை. பணத்தை எடுத்துக்கொண்டு ஓடிய கோபம் தீர்ந்த பின்னர் அங்கங்கே தேடவும் செய்தார்கள். ஆனால் ஆள் கிடைக்கவில்லை.

ஆறு மாதத்திற்குப் பிறகு ஒரு விடிகாலையில் அம்மா எழுந்து வாசலுக்கு வந்தபோது திண்ணையில் படுத்துத் தூங்கிக் கொண்டிருந்த மகனைப் பார்த்து அழுகையும் ஆரவாரமும் செய்தாள். 'எங்க போன, என்ன பண்ணுன' என்னும் எந்தக் கேள்விக்கும் பதில் இல்லை. முகமெல்லாம் கறுத்துப் போய் ஒடுக்கு விழுந்து கிடந்தது. ஒருவாரம் அம்மாவின் கவனிப்பில் கொஞ்சம் தேறினார்.

'தெல்லவேரி நாய்க்குப் போயி நல்லான்னு பேரு வெச்சம் பாரு. எம் புத்தியச் செருப்பால அடிக்கோணும்' என்று அப்பன் முணுமுணுத்தார்.

'சொந்த ஊட்டுல திருடற நாயி தூங்கும்போது தலயில கல்லக்கூடக் தூக்கிப் போட்டிரும்' என்று ஜாடை பேசினார்.

'மத்தவங்க ஊட்டுல திருடிக்கிட்டு வரச் சொல்றானா உம்புருசன்' என்று அம்மாவிடம் சித்தப்பா கேட்டார்.

மற்றவர்கள் சித்தப்பாவைப் பற்றிக் கேட்டால் 'அந்தப் பரதேசி நாயி எனக்குப் பொறக்கல. எந்தப் பலவட்டறைக்கு அவ முந்தான விரிச்சு அந்தத் தாயோலியப் பெத்தாளோ தெரியல' என்பார். சித்தப்பாவின் அம்மாவுக்கு முன்னால் இந்தப் பேச்சு வராது. திண்ணையில் பையனை உட்கார வைத்துவிட்டு வேசை வீட்டுக்குப் போனவர் என்று ஊரெல்லாம் பேர் வாங்கிக் கொடுத்துவிட்ட கோபம் அவருக்கு எப்போதும் குறையவே இல்லை.

அதற்கப்புறம் இரண்டு மூன்று மாதங்களுக்கு ஒருமுறை எதையாவது எடுத்துக்கொண்டு ஓடிப்போவதும் திரும்பி வருவதுமாக அவர் பிழைப்பு ஆனது. யாராவது சின்னச் சொல் சொல்லிவிட்டாலும் உடனே ஓடிப்போவார். எங்கே போவார், என்ன செய்வார் என்பது யாருக்கும் தெரியாது. 'எங்காச்சும் கௌப்புக் கடையில எச்சக்கல பொறுக்கித் தின்னுட்டு வரும்' என்பார் அப்பன். வீடு தங்காத ஆள் என்பது பெயரானதால் யாரும் பெண் கொடுக்க முன்வரவில்லை. தம்பிகளுக்கெல்லாம் கலியாணம் ஆகிவிட்ட பின்னும் அவருக்குப் பெண் கிடைக்கவில்லை. 'ஒரு பொண்ணு பொழப்பக் கெடுத்த பாவம் எனக்கு வேண்டாம்' என்று சொல்லிப் பெண் பார்ப்பதையே அப்பன் விட்டுவிட்டார். அம்மா புலம்பிக்கொண்டே இருப்பாள்.

அவருக்குக் கல்யாணம் பற்றிக் கவலை ஒன்றுமில்லை. தாடி மீசையைச் சவரம் பண்ணிக்கொண்டு வந்தபோது அவர் அம்மா பெரிய இழவு விழுந்துவிட்ட மாதிரி ஒப்பாரி வைத்தாளாம்.

கன்னிச் சவரம் பண்ணி
கலியாண மாப்பிள்ள ஆவ
கண்ணு குளிரப் பாக்கலாமுன்னு
இந்தக் கன்னா ஆசவெச்சன்
கன்னிச் சவரமில்ல
கலியாணம் ஆகவில்ல
கண்டபக்கம் திரிஞ்சு
கருவிழிஞ்சு போனயே
இந்தக் கன்னா என்ன செய்வன் ?

சித்தப்பா அந்த ஒப்பாரிக்கெல்லாம் அசைந்து கொடுப்பவரா? சிரித்தவாறு அம்மாவைக் கட்டியணைத்துக் கண்ணீரைத் துடைத்துவிட்டுச் சொன்னாராம்.

'நீ கலியாணம் பண்ணி என்னம்மா கண்டுட்ட? ஆகா வழிப் புருசனுக்கு முந்தானி விரிச்சு ஏகப்பட்ட பிள்ளைங்களப் பெத்து இன்னவரைக்கும் அழுதுக்கிட்டுக் கெடக்கற. உடு, அந்தக் கொடும எனக்கு வேண்டாம்.'

பழைய கதைகளைப் பேசிக்கொண்டிருக்கும்போது தொண்டுப்பட்டிக் கட்டிலில் படுத்தபடி காளி 'எங்கெங்க போவீங்க சித்தப்பா? எனக்கெல்லாம் வாரம் ஒருக்கா இந்தச் சந்தக்கிப் போய்ட்டு வரலாமின்னாக்கூடச் சலுப்பா இருக்குது. தொண்டுப்பட்டியும் காடுமே கெதியாக் கெடந்தாப் போதும்னு நெனைக்கறன். மூனுமாசம், ஆறு மாசம்ன்னு எங்க போவீங்க' என்று கேட்டான்.

'காளிப்பா... ஒலகம் போவப்போவப் போய்க்கிட்டே இருக்கும்பா. அதுக்கு ஒரு முடிவே கெடையாது. போய்க்கிட்டு இருக்கும்போது கொஞ்சம் வழி தவறுனா மறுபடியும் இந்தப் பக்கமே வர்ற மாதிரி ஆயிரும். அப்பல்லாம் எனக்கு நம்மூரு புடிக்கவே புடிக்காது. கைக்காசு தீந்துபோய்த் தொலஞ்சாப் போக்கிடம் இல்லாத இங்க வந்து சேருவன்' என்பார்.

அப்பவும் வாய் திறந்து எதையும் வெளிப்படையாகச் சொன்னதில்லை. அப்பேர்ப்பட்டவரையே கொஞ்சம் கொஞ்சமாக வாய் திறக்க வைத்துவிட்டது தொண்டுப்பட்டி. 'காளிப்பா... உந்தொண்டுப்பட்டியில படுத்திருக்கறப்ப எங்கம்மா வவுத்துக்குள்ள படுத்திருக்கற மாதிரி அப்பிடிச் சொகமா இருக்குதப்பா' என்று மனம் குளிர்ந்து சொன்னார். அவனுக்கும் தொண்டுப்பட்டி அப்படித்தான்.

அவன் படுக்கை எப்போதும் தொண்டுப்பட்டியில்தான். வெயில்காலத்தில் வெட்டவெளியில் கட்டிலைப் போட்டுக் கொள்வான். மழை, பனிக்காலத்தில் தொண்டுப்பட்டிக் கொட்டாய்க்குள் கட்டில் இருக்கும். பெரிய திண்ணை, சாய் திண்ணை, தாவாரம், தவச அறை எல்லாம் கொண்டு கையோடு போட்ட வீடு ஊருக்குள் இருக்கிறது. அதில் தாவாரத்தை மட்டும் அம்மாவுக்கென்று தனியாக விட்டுவிட்டான். கல்யாணமான புதிதில் கொஞ்சநாள் வீட்டில் படுத்துப் பார்த்தான். சுவர்கள் அடைத்த கூரை இருள் அவனுக்கு ஒத்துவரவில்லை. கண் விழித்தால் வானில் மீன்கள் தெரிய வேண்டும். நிலா பளீரிட வேண்டும். அவ்வப்போது மாடுகளின் கனைப்பும் ஆட்டுக் குரலும் இனிமையாய் ஒலிக்க வேண்டும். எதுவுமில்லாமல் வீட்டுக்குள் எப்படிக் கிடப்பது? பழையபடி தொண்டுப் பட்டிக்கே இருப்பை மாற்றிக்கொண்டான்.

இரவுச் சோற்றுக்கு வீட்டுக்கு வருவான். பொன்னாவோடு இருக்கத் தோன்றும் நாளில் சாப்பிட்டுவிட்டு அப்படியே தங்கிவிடுவான். எந்த நேரத்தில் விழிப்பு வருகிறதோ அப்போது எழுந்து கிளம்பிவிடுவான். சிலநாள் தொண்டுப்பட்டிக்குப்

போய் ஒருதூக்கம் போட்டுவிட்டு விழித்தெழுந்து வீட்டுக்கு வருவான். கதவை லேசாகத் தட்டினால் போதும், பொன்னா திறந்துவிடுவாள். முதலில் அவனுடைய இந்தப் பழக்கம் கஷ்டமாக இருந்தது. அதுவும் நள்ளிரவில் இரண்டு மூன்று காடு தொலைவில் இருக்கும் தொண்டுப்பட்டியில் இருந்து வருவதும் போவதும். பூச்சி பொட்டுக்குப் பயந்தாள். 'ராத்திரித் தான் எனக்கு மத்தியானம் மாதிரி' என்று சொல்லிவிட்டான்.

அவன் பிறந்து வளர்ந்து திரிந்ததெல்லாம் இந்த மண்தான். இதில் அவனுக்குத் தெரியாத இடம் ஏது? ஆட்டூர் திக்குத் தெரியாமல் தடுமாறிப் போகிற அளவுக்குப் பெரிய ஊர் ஒன்றும் அல்ல. ஊர் என்னும் வளவிற்குள் இருபது வீடுகள் இருக்கும். அதிலும் நான்கைந்து வீட்டார் காட்டுக்குள் குடியிருப்பார்கள். தவச தானியம் போட்டு வைக்கத்தான் அந்த வீடுகள். அதற்குப் பின்னால் ஆள்க்கார வளவு. அங்கே பத்துப் பதினைந்து குடும்பங்கள் இருக்கும். இரண்டுக்கும் இடையே ஒருகாடு தூரமிருக்கும். காளியின் காடும் தொண்டுப்பட்டியும் ஊருக்குக் கிழக்கே இருந்தன. எட்டி நடை போட்டால் பாக்குக் கடிக்கிற நேரத்திற்குள் வீட்டுக்கு வந்துவிடலாம்.

அவன் வேலைகளை எல்லாம் முடித்துவிட்டு மத்தியானத்தில் குட்டித் தூக்கம் போட்டுவிடுவான். அது ஆழ்ந்த தூக்கமாக இருக்கும். மற்றபடி ராத்தூக்கம் குறைவுதான். கோழித்தூக்கம் போல. தொண்டுப்பட்டி வேலியில் ஏதாவது சரக்கென்று சத்தமிட்டால் நாய் லேசாகச் சத்தம் கொடுக்கும். அவனுக்கு விழிப்பு வந்துவிடும். கோழிகள் அரவம் எழுந்தால் தூக்கம் போய்விடும். மாட்டுக்கன்று கனைத்தால் அவ்வளவுதான் தூக்கம். விழித்ததும் பொன்னா நினைவு எழுந்துவிட்டால் தொண்டுப்பட்டிப் படலைச் சாத்திக் கட்டிவிட்டுக் கிளம்பி விடுவான். இரவுதானே என்று வெறும் கோவணத்தோடு நடப்பான். எந்தத் தடம்வழி போனால் நாய்கள் குரைக்காது என்பது அவனுக்குத் தெரியும். அவளுக்கும் பழகிப் போயிற்று. பனங்கள் பருவத்தில் போதை தெளியும்வரை தூக்கமிருக்கும். அப்புறம் புரண்டு கிடக்க வேண்டியதுதான். அதுவும் இந்த இரண்டு வருசங்களாகத் தூக்கம் என்பதேயில்லை.

இதே போல மாசித் தேர் நோம்பிக் காலம். தேருக்கு அழைக்க வந்தாள் மாமியார். அடுத்த ஊர்தான். அடையூர். அதனால் எப்போதும் தங்கல் இல்லை. அன்றைக்கு அதிசயமாகத் தங்கினாள். அது மட்டுமல்ல, ஒரு கட்டிலை எடுத்துத் தாவாரத்திற்குள் போட்டுச் சம்பந்தியோடு படுத்துக்கொண்டாள். விடிய விடியக் குசுகுசுவென்று சத்தம் வந்துகொண்டே இருந்தது.

என்ன பேசினார்களோ தெரியவில்லை. பொன்னாவுக்கும் அவர்களுக்கும் இடையே ஒரேஒரு சுவர்தான். ஆனால் எவ்வளவு உற்றுக் கேட்டும் பேச்சு புரியவில்லை. என்னவென்று ஊகிக்கவும் முடியவில்லை. கல்யாணமாகிப் பத்து வருசத்தில் இரண்டு பேரும் இப்படி அன்னியோன்யமாய் ஓர் இரவு முழுக்கப் பேசிக் கொண்டிருந்ததில்லை. ஒருவர்மீது ஒருவருக்கு என்னென்னவோ குறைகள் இருந்தன. அவற்றை முன்னிறுத்திப் பேச்சைக் குறைத்துக் கொள்வதுதான் வழக்கம். இப்போது என்ன?

'சீராளும் வல்லாளும் மாத்தி மாத்திப் பேசறாங்க. கோட்ட கட்டிக் கொடி நாட்டி ஆளப் போறாங்களோ என்னமோ. இல்ல என்னூட்டக் கூடப்போடக் கூடிக்கூடிப் பேசறாங்களோ' என்று பொன்னா புலம்பினாள்.

காளிக்கு இரண்டாம் கல்யாணம் செய்வதைப் பற்றிய பேச்சாக இருக்குமோ என்பது பொன்னாவின் சந்தேகம். தாயே தனக்கு எதிராகப் போய்விட்டாளா? அப்படி அவன் கல்யாணம் செய்துகொள்வதில் அவர்களுக்குத் தடங்கல் ஒன்றுமில்லை. செய்துகொண்டாலும் தங்கள் பெண்ணையும் உடன் வைத்துக் கொள்ள வேண்டும் என்பதுதான் அவர்களின் நிபந்தனையாக இருக்கும்.

காலையில் மனம் பொறுக்காமல், 'என்னம்மா வெடிய வெடியக் கொஞ்சிக் கொலாவிக்கிட்டீங்களாட்டம் இருக்குது' என்று கேட்டாள். அப்படியும் அம்மா பிடி கொடுக்கவில்லை.

'ஏதோ வயசான காலத்துல நாங்க பாடு பழம பேசறம். வேறென்ன கோட்ட கட்டவா திட்டம் போடப் போறம்?' என்று சொல்லிவிட்டாள்.

அம்மாவே அப்படிச் சொன்னபின் மாமியார் என்னத்தைச் சொல்வாள்? ஆச்சரியமாகவும் ஆதங்கமாகவும் காளியிடம் பொன்னா சொன்னாள். கடைசியாகத் தன் சந்தேகத்தையும் சொல்லிவைத்தாள்.

'எனக்கென்னமோ உங்களுக்குப் பொண்ணுப் பாத்திருக்கற மாதிரி தெரியுது. ரண்டு கெழடும் சேந்து எம்பொழப்புல மண்ணள்ளிப் போடப் போவுதுங்க.'

அவன் சொன்னான்.

'பொண்ண உனக்குப் புடிச்சிருந்தாத்தான் கட்டிக்குவன். கவலப்படாத.'

'ஓகோ. அப்படியும் எண்ணமிருக்குதா' என்று முகத்தைத் திருப்பிக்கொண்டாள்.

இப்படிப் பேசினால் அவள் கோபித்துக்கொள்வாள். அப்புறம் அவன் சமாதானப்படுத்துவான். இது வாடிக்கைதான். இரண்டாம் கல்யாணம் செய்துகொள்ளும் பேச்சைப் பற்றி அவன் பலநாள் படுதீவிரமாக யோசித்துப் பின் வேண்டாமென்று முடிவுக்கு வந்தான். சிலசமயம் இன்னொரு கல்யாணம் பண்ணிக்கொண்டால்தான் என்ன என்றும் தோன்றியிருக்கிறது. பொன்னாவின் இடத்தில் இன்னொருத்தியை இருத்திப் பார்ப்பதற்கு மனம் ஒப்பவில்லை.

○

11

கல்யாணத்துக்கு முன்னால் இளவட்டப் பையன்களின் கூட்டம் எங்கிருந்தாலும் அதற்குள் காளியும் இருப்பான். சில விஷயங்களுக்கு அவன்தான் தலைமை. கல்யாணத்துக்குப்பின் ஓரளவு பொன்னா அவனைக் கட்டிப் போட்டுவிட்டாள். 'பொட்டச்சியக் கண்டொடன எல்லாம் அதுக்குள்ள அடக்கமாயிருதுடா' என்று பையன்கள் அவனுக்கு உறைக்கப் பேசினாலும் சிரித்துக் கடந்துவிடுவான். அது நிஜம்தானே. பொன்னாவின் உடல் அவனை அப்படியே முழுவதுமாக உள்ளிழுத்துக்கொண்டு கேட்டதையெல்லாம் வழங்கியது. அவன் கேட்காததை, அவனுக்குத் தெரியாததை எல்லாமும் அதுவாகவே கொடுத்தது. அவள் இப்போதும் அவனுக்கு அப்படியேதான் இருக்கிறாள். அதனால் வந்த விலகல் படிப்படியாக முடிந்துவிட்டது.

கோடைகாலத்தில் கோயில் நோம்பிப் பூச்சாட்டும்முன் ஒருமாதத்திற்கு ஊர்ச் சாவடியில் கூட்டம் கலகலக்கும். முன்னிரவில் தொடங்கி நடுராத்திரி வரைக்கும். தினம் கொட்டுக்காரர் இரண்டு பேர் கருவிகளோடு வந்துவிடுவார்கள். அவர்கள் கொட்ட ஆட்டம் மும்முரமாகும். ஏற்கனவே நன்றாக ஆட்டம் பழகிய நடுத்தர வயதுக்காரர்கள் ஆடுவார்கள். புதிதாகப் பழகும் இளைஞர்களும் சிறுவர்களும் அவர்களோடு சேர்ந்து ஆடுவார்கள். சில கிழடுகள் தங்கள் அனுபவத்தைக் காட்டத் திடுமென எழுந்து வந்து 'இப்படி ஆடனும்' என்று இரண்டு அடவு போட்டுக் காட்டிவிட்டுப் பழையபடி திண்டில் போய் உட்கார்ந்துகொள்வார்கள். 'என்னடா அடி அடிக்கிறீங்க? சோத்துக்குச் செத்தாப்பல' என்று அதட்டுவார்கள். 'கைய வீசிப் போடு' என்று கோளாறு சொல்வார்கள். 'கெழடுக நூனாயம்

தாங்க முடியல' என்று முனகிக்கொண்டு ஆட்டம் நடக்கும். ஆட்டத்தின்போது பிடரியில் குதிக்கும் குடுமிகளின் அழகை வேடிக்கை பார்க்கவே வீட்டில் வேலை முடித்துவிட்ட பெண்களும் குழந்தைகளும் வந்து உட்கார்ந்திருப்பார்கள்.

கோயிலாட்டம் பழகுவது சாதாரணமல்ல. தப்பட்டை அடியை உள்வாங்கிக்கொண்டு அதற்கேற்ப உடல் அசைவுகளை மாற்ற வேண்டும். ஐம்பதுக்கும் மேற்பட்ட அடி வகைகள் இருக்கும். எல்லா அடி வகைக்குமான ஆட்டம் தெரிந்தவர்கள் சிலர்தான் இருப்பார்கள். அவர்கள் முன்னால் ஆடப் பின்பக்கமாய் மற்றவர்கள் ஆடுவார்கள். காளிக்கு ஓரளவு ஆட்டம் தெரியும். தெரியாத ஆட்டங்களைக்கூடச் சமாளித்துப் பின்பற்றிவிடுவான். கூட்டத்தில் இருப்பதைப் போலச் சந்தோசமானது எதுவுமில்லை.

கட்டுத்தரை வேலையை முடித்துவிட்டு அவசர அவசரமாக மேலுக்கு நான்கு சொப்புத் தண்ணீரை ஊற்றிக்கொண்டு சாவடிக்கு ஓடுவான். சோற்றில் கவனமே இருக்காது. இருப்பதை அள்ளிப் போட்டுக்கொள்வதுதான்.

'அங்க அப்பிடி என்ன அரிசயம் இருக்குது? நீதான் போயித் தொறந்து வெக்கோனுமா. இப்பிடித் தின்னா ஒடம்புல ஒட்டுமா?' என்று பொன்னா என்னென்ன மாதிரி கேட்டாலும் அவனுக்குச் சுரணையே வராது.

'சேக்காளிங்களோட தங்குண்டியாத் திரிஞ்சவன நீ உன் மடியில கட்டிவெச்சரலான்னு பாக்கற. முடியுமா?' என்று மாமியார் சிரிப்பாள். பொன்னாவை மீறி அவன் போவதில் மாமியாருக்கு அப்படி ஒரு சந்தோசம்.

'வவுறு ரொம்பச் சோத்தத் தின்னுட்டுப் போனா எப்பிடி ஆடறது? வவுறு மட்டுந்தான் ணங்ணங்குன்னு ஏறி எறங்கும்' என்பான்.

சாவடிக்குமுன் திடல்போல் விரிந்த பரப்பில் கூட்டமாய் ஆடுவதும் ஆடலைப் பார்ப்பதும் அப்படி ஒரு சந்தோசம். கருமண் காட்டுக் கேசனுக்கு ஆட்டம் சரியாக வராது. தப்பட்டை அடியின் நுட்பம் அவன் மண்டைக்குள் ஏறவேயில்லை. எல்லாரும் ஓர் அடவு வைத்தால் அவன் ஆடுபவர் கால்களுக்குள் வந்து விழுகிற மாதிரி ஏதாவது செய்வான். எல்லாருக்கும் ஆட்டம் வருவதில்லை. வராது என்று தெரிந்தால் விலகிக் கிழடு கட்டைகளோடு உட்கார்ந்து பழமை பேசியபடி ஆட்டத்தைப் பார்த்துக்கொண்டிருக்கலாம். பார்ப்பவர்களுக்கே உரிய விதத்தில் இது சரியில்லை, அது சரியில்லை என்று கோளாறு

சொல்லலாம். வித்தை வராதவர்கள் கோளாறு சொல்லத் தகுதியாகிவிடுகிறார்கள். அதை விட்டுவிட்டு ஆடியே தீருவேன் என்று கால்களுக்குள் வந்து விழுபவனை என்ன செய்வது? யார் என்ன கேலி செய்தாலும் அவனுக்கு உறைக்காது. சிலசமயம் கால்களுக்குள் வந்து விழுந்து ஆடுபவரை விழத்தாட்டிவிடுவான். ஆள் மட்டும் நல்ல வாட்டசாட்டமாக இருப்பான். நிறமும் கொஞ்சம் மாநிறமாகத் தெரிவான்.

'இவன் நெறத்தப் பாத்தாக் கொஞ்சம் சந்தேகமாகத்தான் இருக்குது. எதுக்கும் அவுங்கம்மாகிட்டக் கேட்டுப் பாத்தாத் தெரியும்டா' என்று சித்தான் சொன்னான். எல்லாரும் சிரித்தார்கள்.

'கோயிலாட்டம் குடியானப் பசங்களுக்குச் சாதாரணமா வரும். இவனுக்கு வல்லீன்னா என்னமோ பொறப்புல கோளாறு தான்டா.' கங்கான் சொன்னபோதும் எல்லாரும் சிரித்தார்கள்.

எழுந்து நின்று கால்களை ஒன்றோடு ஒன்று பின்னிக் காட்டி 'இது ஆட்டம்' என்றான் ராசு. கேசனைப் போலவே அவன் செய்ததைப் பார்த்து எல்லாரும் சிரித்தார்கள். கேலி அதிகமானால் 'நீங்களே ஆடிக்கங்கடா' என்று அந்த இடத்திலிருந்து கழன்று இன்னொரு கும்பலோடு போய் நின்றுகொள்வான் கேசன்.

அன்றைக்குக் கேலி அதிகம்தான். அவன் மனதுக்குள் பொருமிக்கொண்டு இருந்திருக்கிறான். அது தெரியாமல் காளி 'ஆளப் பாத்தா அழகுடா வேலயப் பாத்தா எழவுடா' என்றான். 'எப்பிடி எப்பிடி' என்று மீண்டும் கேட்டுச் சிரித்தார்கள். அவனுக்குக் கோபம் மிகுந்துவிட்டது.

'டேய் வேலன்னா ஆடற வேல இல்ல. வேல உடறது' என்று சொல்லி இடக்கையின் இரண்டு விரல்களை நிமிர்த்தி வலக்கையின் ஆட்காட்டி விரலை அதற்குள் நுழைத்துக் காட்டினான். 'இப்பச் சொல்லு. ஆளப் பாத்தா அழகு, வேலயப் பாத்தா எழவு. ஆருக்கு?' என்றான். எல்லார் முகமும் காளியை நோக்கித் திரும்பின. யாரும் சிரிக்கவில்லை. என்றாலும் கூம்பிப் போனான். கூட்டத்தில் இருப்பதைப் போலத் துன்பமானது எதுவுமில்லை என்று அன்றைக்குத் தோன்றியது.

கல்யாணமாகி ஒன்றரை வருசமிருக்கும். குழந்தையைப் பற்றி அப்போது எல்லாரும் விசாரிக்கத் தொடங்கியிருந்த சமயம். கல்யாணமான அடுத்த மாதமே பெண்டாட்டியை வாந்தி எடுக்கச் செய்பவன்தான் ஆம்பிளை. ஒன்றரை வருசமாகியும் புதுப்பெண் மெருகு குலையாமல் அப்படியே இருந்தால்?

புருசனின் வேலை சரியில்லை என்று அர்த்தம். அதை எத்தனையோ முறை அந்தக் கூட்டம் குத்திக் காட்டியிருக்கிறது. கல்யாணமான பத்தாம் மாதம் அப்பனாகிவிட்ட சுப்பனும் ஒருமுறை கூட்டத்தில் இருந்தான். முனியண்ணன் புதிதாகக் காய்ச்சி வடித்திருப்பதாக வந்த தகவலால் அங்கே போகலாம் என்று கிளம்பினார்கள். முனியண்ணன் வடிக்கும் சாராயத்திற்கு நல்ல மவுசு. அரை டம்ளர் குடித்துவிட்டு இரண்டு நாள் விழுந்து கிடப்பவர்கள் உண்டு. கூடிக் குடித்தபோது 'தண்ணி அருமைடா' என்று ஒருவன் சொன்னான். உடனே சுப்பன் பெருமை பொங்க 'குடிக்கற தண்ணி அருமையா இருந்து என்னடா? உடற தண்ணியும் அருமையா இருக்கோணும்டா' என்றான். ஒருகணம் என்றாலும் எல்லார் பார்வையும் காளிமேல் பட்டுத் திரும்பியது. முனியண்ணன் சாராயம் அன்றைக்குச் சப்பென்று இருந்தது.

படிப்படியாகக் கூட்டத்திற்குள் போவதைக் குறைத்து முடித்துக்கொண்டான். அவனுக்குப் பட்டப்பெயராக 'வறடன்' என்பது அவர்களுக்குள் வழங்கி வருவதையும் அறிந்துதான் இருந்தான். குழந்தை பிறக்கவில்லையே தவிர பொன்னாவோடு சந்தோசமாகத்தான் இருந்தான். அவளிடமும் கேட்டு உறுதிப்படுத்திக்கொள்வான். அவள் பதில் அழுத்தமான முத்தமாக வரும். அதில் தொனிக்கும் நிறைவில் நிம்மதி கொண்டிருந்தான். அவனை வறடன் என்று சொல்வதை முறியடிக்க இன்னொரு கல்யாணம்தான் ஆகும் என்றால், அதற்குப் பின்னும் குழந்தை பிறக்கவில்லை என்றால்? இரண்டு பெண்களைக் கொடுமைக்கு ஆளாக்க வேண்டுமா? இன்னொருத்தியைக் கொண்டு வந்தால் பொன்னா தாங்கிக்கொள்வாளா? அவன் எவளோடாவது சிரித்துப் பேசினாலே இரண்டு நாளைக்கு முகத்தைத் திருப்பிக் கொள்வாள். அவனுக்கு இரண்டாம் கல்யாணம் நடந்துவிட்டால் அவள் இருக்கமாட்டாள். அதுவும் வருபவளுக்குக் குழந்தையும் பிறந்துவிட்டால்? பொன்னா அவ்வளவுதான். அவனுக்கு அவள்தான் முக்கியமாக இருக்க வேண்டும். தன்னைவிட ஆடுமாடுகள்மேல் அவன் அதிகம் பிரியம் காட்டுகிறானோ என்றும் அவ்வப்போது சந்தேகம் வந்துவிடும். 'இந்தப் பிரியத்துக்கு அந்தப் பிரியம் செரியாவுமா?' என்று சொல்லி அவளுக்குள் முகம் புதைத்துக்கொள்வான். உடல் வெம்மை முழுக்கக் குளிர்ந்து ஓடிவிடும்.

இரண்டாம் கல்யாணம் பற்றிய யோசனைகள் வந்தால் சந்தோசமே குலைந்து போகும். இரண்டு பேரைச் சமாளிக்கிற வித்தை அவனுக்குக் கைவர வேண்டும். ஆடுமாடுகள், தொண்டுப்

பட்டி, பொன்னா இவைதான் உலகம் என்று இருப்பவனால் எல்லாவற்றையும் சமாளிக்க முடியுமா? வருபவளுக்கும் குழந்தை இல்லை என்றால் அவன் வறடன் என்று சொல்வது உறுதிப்பட்டுவிடுமே. இப்படிப் பலதையும் யோசித்து இரண்டாம் கல்யாணத்தைக் கைவிட்டான். யார் அந்தப் பேச்சை எடுத்தாலும் 'அது ஒத்து வராது. உடுங்க' என்று சொல்லிவிடுவான். பொன்னாவுக்குப் பயந்துகொண்டுதான் அவன் மறுக்கிறான் என்று சொன்னார்கள். அப்படியே இருக்கட்டும் என்று நினைத்துக் கொண்டான். எந்தச் சமயத்திலாவது ஒத்துக்கொள்வான் என்று பொன்னா பயந்துகொண்டிருப்பது அவனுக்குத்தான் தெரியும்.

◯

12

இரண்டாம் கல்யாணப் பேச்சை வன்மையாக அவன் மறுக்கச் சித்தப்பாவும் காரணம். பாகம் பிரித்தபோது அவருக்குரிய பங்கைக் கொடுக்கத் தம்பிகள் மறுத்தார்கள். 'தண்டுவனுக்குச் செரிபாகம் எதுக்கு?' என்று கேட்டார்கள்.

'என்னடா எனக்குக் கலியாணம் ஆவாதுன்னே முடிவு பண்ணிட்டீங்களா? அறவது வயசுலகூட நான் கலியாணம் பண்ணிக்குவன். எஞ்சொத்துல ஒருநாய் கைவெக்க உடமாட்டன். இது எங்க பாட்டன் சொத்து. கோமணத்த ஆட்டிக்கிட்டு உங்கொப்பன் காட்டுக்குள்ள திரிஞ்சானே தவிர, உள்ளங்கை அகலம் வாங்கிச் சேத்திருப்பானா சொல்லுங்கடா' என்று காரமாகப் பேசினார்.

பாகம் பிரித்தபோது அவர் அப்பன் காலமாகி ஓரிரு வருசம் ஆகியிருக்கும். என்ன பேசியும் தம்பிகள் ஒத்துக்கொள்ளவில்லை. அவர்களுக்குச் சாதகமாகப் பேசுகிறபடி பத்திருபது பேர்களைக் கூட்டி வந்திருந்தார்கள். 'தண்டுவனுக்கு என்ன, இல்லெடமும் சோறுந்தான. அதத்தான் தம்பீவ போடறங்கறாங்களே' என்று நியாயம் பேசினார்கள்.

அம்மா இப்படிச் சொன்னாள், 'எங்காலஞ் செல்லற வரைக்கும் அவன் ஆருகிட்டயும் வாங்கிக் குடிக்க வேண்டாம். ரண்டேக்கரா மட்டும் ஒதுக்கீருங்க. நானும் அவனும் இருந்துக்கறம். அவன் காலத்துக்கப்பறம் எல்லாம் உங்களுக்குத்தான சேரப் போவுது. எள முறுக்கத்துல இருக்கற ஆம்பளய இப்பவே வாங்கித் தின்னுன்னு சொல்றது நாயமா? கெழடு கட்டையெல்லாம் ஓடி ஓடிக் கல்யாணம் பண்ணுதுவ. அவந்தான் பொம்பள வாசனையே ஆவாதுன்னு இருக்கறான்.'

அம்மா சொல்லச் சொல்ல இப்படியும் ஒரு அப்பாவி மனுசி இருப்பாளா என்று சித்தப்பனுக்குச் சிரிப்பு வந்ததாம்.

'எம்மேல பொம்பள வாசம் அடிக்குதான்னு மோந்து பாத்து எங்கம்மா கண்டுபிடிச்சிருப்பா' என்று சொல்லிச் சிரிப்பார். அம்மா விடமாட்டாள் என்றதும் இரண்டேக்கர் ஒதுக்கலாம் என்று ஒருவழியாக முடிவுக்கு வந்தார்கள். சித்தப்பனுக்கு அதிலே உடன்பாடு இல்லை. தனக்குச் சரிபங்கு வரவேண்டும் என்பதில் உறுதியாக இருந்தார். பொதுமனிதர்கள் பேசி முடித்து 'உனக்குச் சம்மதமாப்பா' என்றார்கள். எழுந்து நின்று கோவணத்தை இறுக்கிக்கொண்டு அவர்களைப் பார்த்தார்.

'செரி. ஒத்துக்கறனுங்க. ஒரேஒரு விஷயத்த மட்டும் சேத்துக்குங்க. பீத்தக் கட்டலும் கோமணத் துணியும் குடுத்து நாய்க்கு ஊத்தறாப்பல கரச்சோத்த ஊத்தி எஞ்சொத்தப் புடிங்கிக்கலாம்னு தம்பீவ நெனச்சிட்டானுவ. செரி, அவுங்க ஆசப்படியே ஆவட்டும். எங்கம்மா கேட்ட மாதிரி ரண்டேக்கரா கூட எனக்கு வேண்டாம். மொத்தமும் அவுங்களுக்கே குடுத்தர்றன். கோமணத் துணி குடுக்கறாங்கல்ல, இந்தக் கோமணத்துக்குள்ள ஒரு தம்பி இருக்கறானே, அவன் கம்முன்னு தூங்குனான்னாப் பிரச்சின இல்ல. அப்பப்ப எந்திரிச்சிக்குவான். பாலு வேணுமின்னு அடம் பண்ணுவான். தம்பி பொண்டாட்டிவ குடுத்தர்றாங்களான்னு கேட்டுச் சொல்லுங்க.'

துளிகூடச் சிரிக்காமல் கேட்டார். தம்பி பெண்டாட்டிகள் முகம் இருண்டு வீட்டுக்குள் ஓடிப் போய்விட்டார்கள். பொதுமனிதர்கள் 'இப்படியுமா ஒராளு கேப்பான்?' என்று முணுமுணுத்துக்கொண்டே எழுந்து வெளியே நடந்தார்கள். 'பொதுவுமனுசருன்னா எல்லார்த்துப் பக்கமும் கேட்டுச் சொல்லோணும். இப்படிச் சொல்லாத போனா என்ன அர்த்தம்?' என்று பின்னாலிருந்து கூவினார்.

அதற்குப்பின் பங்குப் பிரிவினையில் சச்சரவே இல்லை. அவருக்கு உரிய பாகம் தானாகக் கிடைத்தது. இந்தப் பேச்சு ஊரில் வெகுபிரபலமாகிவிட்டது. யாராவது 'தம்பி' என்றாலே 'என்ன பாலு வேணுமா?' என்று கேட்டுச் சிரித்தார்கள். இளவட்டங்கள் 'பாலு இல்லாம ஒரே அழுவாச்சுடா' என்று பேசிக்கொண்டார்கள். கோவணத்தைப் பார்த்தாலே எல்லாருக்கும் சிரிப்பு வந்தது. சித்தப்பனின் தம்பிகளிடம் 'உங்கண்ணன் என்ன கேட்டாரு?' என்று கேட்பதும் அவர்கள் கோபப்படுவதைப் பார்த்துச் சிரிப்பதும் என்று ஊரே களை கட்டியது.

அம்மா இருந்தவரை பண்ணயம் நடந்தது. அப்புறம் ஒரு வருசம் விதைப்பார். ஒரு வருசம் குறை போடுவார். ஆளுக்காரப் பையன் ஒருவன் மேல்வேலைகள் செய்துகொண்டு

ஆடு குட்டிகளைப் பார்த்துக்கொண்டிருந்தான். அப்படி ஒரு சமயத்தில் ஒருவாரம் ஆளைக் காணவில்லை. வெள்ளைச் சேலைக்காரப் பெண் ஒருத்தியைக் கூட்டிக்கொண்டு வந்தார். அடுத்த நாள் முதல் அவருடைய அம்மா சேலையைக் கட்டிக்கொண்டு அவள் காடுகரையில் இறங்கி வேலை செய்தாள். அவளோடு வெகுபிரியமாகச் சித்தப்பாவும் வேலை பார்த்தார். ஊரே அதிசயப்பட்டது. 'நல்லையன் ஊடடங்கிக் காடடங்கி இருக்கறானப்பா' என்றார்கள்.

இருவரும் ஜோடி போட்டுக்கொண்டு போவதும் வருவதும் சிரிப்பும் களிப்பும் சொல்லி மாளாது. புத்தம் புதுப்புடவைகளைக் கட்டிக்கொண்டு தலை நிறையப் பூவோடு அவள் நடைவிடுவாள். அவளுக்கு இணையாக வெள்ளையும் சொள்ளையுமாக அவர் நடப்பார். 'பொறுப்பு வந்திருச்சப்பா' என்று எல்லாரும் நினைத்தார்கள். திடீரென்று சண்டை போட்டு அவளைத் துரத்திவிட்டார். கட்டி வந்த வெள்ளைப் புடவையோடு அந்தி சாயும் நேரத்தில் அவள் அழுதுகொண்டே ஊரை விட்டு ஓடியதைப் பலரும் பார்த்தார்கள்.

என்ன சண்டை, பிரச்சினை எதுவும் யாருக்கும் தெரியாது. ஆளுக்காரப் பையன் வெடியன் படுகெட்டி. அவனுக்குப் பத்துப் பதினோரு வயதிருக்கும். அவனுக்கு எல்லா உரிமையும் கொடுத்திருந்தார். சமையல் முதற்கொண்டு எதுவும் செய்வான். 'ஆளுக்காரப் பையன் ஆக்குன சோத்தத் தின்னுக்கிட்டு நானும் மனசன்னு நடக்கறானே நல்லான்' என்று யாராவது பேசியது தெரிந்தால் 'ஆளுக்காரிச்சி மணப்பா. ஆளுக்காரப் பையன் மட்டும் நாறுவானா?' என்று கேட்டுவிடுவார். வெடியனிடம் எத்தனையோ பேர் என்னென்னவோ விசாரித்துப் பார்த்தும் ஒருபதிலும் வரவில்லை. அவனுக்கு நல்ல சாராயமாக வாங்கித் தருவதாகக்கூடச் சிலர் ஆசை காட்டிப் பார்த்தார்கள். ஏதோ சொல்ல வருவது போலப் போக்குக்காட்டி ஒன்றும் சொல்லமாட்டான். 'நல்லையன் செரியான ஆளத்தான்டா தயார் பண்ணி வெச்சிருக்கறான்' என்று நொந்துகொண்டார்கள். சித்தப்பா வெள்ளைக்காரன் சரக்கே கொண்டுவந்து தருவார். வெடியனுக்கு இந்தச் சாராயம் ஒருபொருட்டா?

தொண்டுப்பட்டித் தங்கல்நாள் ஒன்றில் வெகுநாள் தன் மனதிற்குள் இருந்த அந்த விஷயத்தைச் சொல்லிக் காளி கேட்டான். ஆவேசமாக அவர் சொன்னார்.

'காஞ்சு கெடந்தவளக் கொண்டாந்து வெச்சா, இறுக்கி மூடிக்கிட்டுக் கம்முனு இருக்கோனுமில்ல? எங்கழத்துல ஒரு தாலியக் காட்டு, நம்பளுக்கு ஒரு கொழந்த வேணும்

அதுஇதுன்னு பொலம்பறா. காதுக்குக் கொப்பு, தளுக்கு, தோடு எல்லாம் வாங்கிப்போட்டு ராசாத்தியாட்டம் வெச்சிருந்தன். அது அவளுக்குப் போதாதாமா. தாலிக்கொடி வேணுமாமா. எதோ ஆசயில கேக்கறா செரியாப் போயிரும்னு நெனச்சா, பக்கத்துல போயித் தொட்டாப் போதும் தாலி கட்டு தாலி கட்டுன்னு ஆரம்பிச்சர்றா. அதான் ரண்டு போடு போட்டு இந்தா உம்புடவைன்னு பழச எடுத்துக் குடுத்துக் கட்டிக்கிட்டுக் கௌம்புன்னு தொரத்திட்டன்.'

அந்த இரவில் சிரித்து மாளவில்லை. அவர் சொல்வதைக் கேட்கும் ஆவலில் 'சாயச்சீலயத்தான் கட்டிக்கிட்டுப் போவட்டும்னு உடறதுதான சித்தப்பா' என்றான்.

'சாயச்சீல எங்கம்மாளுது. அதில்லாத இன்னொருத்தி வந்தான்னா குடுக்க வேணுமில்ல' என்றார் கமுக்கமான குரலில்.

'கலியாணமெல்லாம் நமக்கு ஆவாதப்பா. போனமா வந்த மான்னு இருக்கோணும். மூக்கணாங்கவுறு போடறதும் இல்லாத மொளக்குச்சியில இழுத்துக் கட்டுனா நமக்கு ஆவுமா?'

அவர் சொன்ன அந்த வாசகம் அவனுக்குள் ஆழமாகப் பதிந்துவிட்டது. ஏற்கனவே மூக்கணாங்கயிறு இருக்கிறது. முளைக்குச்சியிலும் இழுத்துக் கட்டிக்கொள்ளலாமா? இன்னொரு கல்யாணப் பேச்சை யாராவது எடுத்தால் சித்தப்பன்தான் அவன் கண்முன் நிற்பார்.

13

அவன் அம்மாவும் மாமியாரும் பேசிக் கொண்டிருந்தது என்ன என்று தெரிந்துகொள்ள ஆவல் இருந்தாலும் தானாகவே வெளிவரும் என்று காத்திருந்தான். மாமியார் வந்துபோன இரண்டாம் நாள் இரவு தொண்டுப்பட்டிக்கு அம்மா வந்தாள். அவன் சின்னப்பையனாக இருந்தபோதிலிருந்து கடும்உழைப்பில் அவனை வளர்த்தவள். நான்கு ஏக்கர் நிலத்திலும் பயிர் பண்ணிக்கொண்டும் ஆடுமாடுகளை வைத்துக்கொண்டும் தனி ஒருத்தி பண்ணயம் நடத்துவது சாதாரணக் காரியமல்ல. அவளோடு சேர்ந்து எல்லா வேலைகளையும் செய்து பழகிப் பதினான்கு, பதினைந்து வயதிலேயே பண்ணயப் பொறுப்பு அவனுக்கு வந்துவிட்டது. எது செய்தாலும் அம்மாவிடம் ஒருவார்த்தை சொல்லிவிட்டுச் செய்தால் போதும்.

அம்மா அவள் விருப்பப்படி இருக்கட்டும் என்று விட்டுவிட்டான். தனியாகச் சோறு ஆக்கிக் கொள்வதோடு கூலி வேலைக்கும் போவாள். அதைக் கௌரவக் குறைச்சலாக அவன் கருதவில்லை. அவள் கையில் நாலு காசு வைத்திருக்க விரும்புகிறாள். அதனால் என்ன? அவளால் முடிகிறவரை உழைக்கட்டும். காட்டில் ஏதாவது வேலையிருந்தால் சொல்லுவான். அதற்கும் வருவாள். எல்லாருக்கும் கொடுப்பது போலக் கூலி கொடுப்பான். அது அவர்களுக்குள்ளான ரகசியம். எங்கே வேலைக்குப் போனாலும் ஏதாவது ஒருநேரத்தில் அவனை வந்து பார்த்து இரண்டு வார்த்தை விசாரிக்காவிட்டால் அவளுக்குத் தூக்கம் வராது.

அம்மாவின் கைக்கென்று சில பக்குவம் உண்டு. அது யாருக்கும் வராது. அம்மா சமையலை மிகவும் விரும்பிச் சாப்பிடுவான். பொன்னாவிடம் சொல்ல மாட்டான். அம்மா கூட்டுச்சாறு காய்ச்சினால் அப்படியொரு ருசி

வரும். இப்போது கூட்டுச்சாறு வைக்கையில் முதலிலேயே சொல்லிவிடுவாள். பொன்னா அன்றைக்குக் குழம்பு வைக்க மாட்டாள். தட்டப்பயறு, கடலைக்காய் என்று ஏதாவது வேக வைத்தால் தொண்டுப்பட்டிக்கே கொண்டுவந்து தருவாள். அப்படி வருகிற நாளில் இரண்டாம் கல்யாணம் பற்றி எத்தனையோ முறை பேசியிருக்கிறாள். தொடக்கத்தில் பேசாமல் இருந்தவன் அவள் வற்புறுத்தல் அதிகமானபோது வன்மையாக மறுத்திருக்கிறான். அதனால் சம்பந்தியோடு அவள் கல்யாணம் பற்றிப் பேசியிருக்கமாட்டாள் என்று நினைத்தான்.

எதையோ பேச வந்து அதைத் தொடங்க முடியாமல் தவித்துக்கொண்டிருந்தாள் அம்மா. மாடுகன்றுகளைப் பற்றித் தெரிந்தவற்றையே விசாரித்தாள். அந்த வருசம் காட்டில் போடப் போகிற வெள்ளாமையைப் பற்றிப் பேசினாள். அவனுக்கு அன்றைக்குப் பார்த்துத் தூக்கம் வருகிறமாதிரி இருந்தது. சுரைப்புருடையில் இன்னும் கொஞ்சம் கள் இருந்தது. அதைக் குடித்துவிட்டுப் படுத்துக்கொள்ளலாம் என்றிருந்தான். அம்மாவுக்கு முன்னால் குடிப்பது பழக்கமில்லை. அம்மாவும் குடிப்பாள் என்றாலும் அவனுக்கு முன்னால் இதுவரை வைத்துக்கொண்டதில்லை. பருவத்தின்போது முன்பெல்லாம் தூக்குப்போசியில் மரமேறி ஊற்றி வைத்துவிடுவார். இருட்டுக் கட்ட ஆரம்பித்தபின் வந்து எடுத்துப்போய் யாருக்கும் தெரியாமல் குடித்துக்கொள்வாள். இப்போதுகூட முனியண்ணனிடம் அவளுக்கு வாடிக்கை உண்டு. காய்ச்சினால் ஒருபோத்தல் அவளுக்கு வந்துவிடும். தினமும் கால்சொப்பு அளவுக்கு என்று குடித்துப் பத்துப் பதினைந்து நாட்களுக்கு வைத்துக்கொள்வாள்.

பேச்சைத் தொடங்க அவள் அவ்வளவு தயங்கியதும் இத்தனை வருசமாக இரண்டு பேருக்கும் தெரிந்த ரகசியம் தானே என்று நினைத்து அம்மாவிடம் கேட்டான். 'கள்ளுக் கொஞ்சம் வெச்சிருக்கறன், குடிக்கறியாம்மா?' இருட்டில் அவள் முகம் தெரியவில்லை. அவள் மௌனத்திற்கு என்ன அர்த்தம் என்று ஊகிக்க முடியவில்லை. மகனே இப்படி நேருக்கு நேர் கேட்டுவிட்டானே என்று மருகுகிறாளா, கொடு என்பதைத் தான் சொற்களின்றி உணர்த்துகிறாளா? எப்படியும் ஆகட்டும் என்று கட்டிலுக்குக் கீழிருந்த சொப்பை எடுத்துத் தண்ணீரைக் கொட்டிவிட்டு அதில் நிறைய ஊற்றி அம்மாவிடம் நீட்டினான். நீட்டிய அவள் கையில் முந்தானைச் சேலை இருந்தது. அம்மா வாங்கிக்கொண்டதால் சந்தோசப்பட்டான். புரடையில் இருந்ததை அவன் குடித்தான். அம்மாவின் தொண்டைக்குழியில் நிற்கும் விஷயத்தை இனி வெளிக்கொண்டு வந்துவிடலாம் என்று தோன்றியது.

‘என்னம்மா சம்பந்தியும் சம்பந்தியும் வெடிய வெடியப் பேச்சு வார்த்த நடத்தினீங்களாமா. எந்தக் கோட்டையப் புடிக்கப் போறீங்க’ என்று தொடங்கி வைத்தான்.

அம்மாவின் சொப்பு இன்னும் காலியாகவில்லை என்று தெரிந்தது. கொஞ்சம் கொஞ்சமாகக் குடிக்கிறவள். அவள் குடிக்கும் முறை இப்போதுதான் அவனுக்குத் தெரிகிறது.

‘இன்னமேலு நாங்க எந்தக் கோட்டையப் புடிக்கப் போறோம். இன்னக்கிச் செத்தா நாளைக்கு ரண்டு நாளு. எல்லாம் உங்களுக்குத்தான் பேசுனோம்.’

‘என்ன மறுபடியும் கலியாணப் பேச்சா?’

‘அதான் எத்தனையோ சொல்லியும் கேக்க மாட்டீங்கற. பொன்னா அவுங்கம்மா அப்பனெல்லாம்கூட ஒத்துக்கறாங்க. கொஞ்சம் கட்டாயமாச் சொன்னாப் பொன்னாகூட ஒத்துக்குவா. நீதான் மாட்டீங்கற. ஏன்னு எனக்கும் தெரியல. செரி அத உடு.’

அம்மா ரொம்ப இயல்பாகவும் மெதுவாகவும் பேசினாள். அவள் இயல்புப்படி கத்தித்தான் பேசுவாள். இந்த அம்மா அவனுக்குப் புதிதாகத் தோன்றினாள். எத்தனை வருசக்கணக்காய் உடனிருந்தாலும் சில சந்தர்ப்பங்கள் அமையும்போதுதான் சில முகங்கள் தென்படுகின்றன. சந்தர்ப்பங்களே வாய்க்காமல் உள்ளே மூடிக் கிடக்கும் முகங்கள் எத்தனையோ. வெளிப்படாமலே அவை புதைந்துபோய் விடுகின்றன. அம்மா பேச வந்ததை எல்லாம் இடைவெளி விடாமல் பேசினாள். எங்காவது நிறுத்தினால் மேற்கொண்டு பேச முடியாமல் போய்விடலாம் எனப் பயந்திருப்பாள்.

‘நீங்களும் எத்தனையோ வேண்டுதலச் செஞ்சு பாத்திட்டீங்க. ஆயிரத்துல ஒன்னு சுத்தற மொட்டைக்கல்லக்கூடச் சுத்தி வந்திட்டிங்க. ஒன்னும் நடக்கல. கொழந்த இல்லீன்னாலும் இருந்தாலும் எல்லாஞ் செத்துப் போறவீயதான். பொழைக்கற காலத்துல நாலு சனத்துக்கு மதிப்பாப் பொழைக்கோணும். வேறென்ன இருக்குது மனசனுக்கு. உங்கப்பன் என்னய அத்தாந்தரமா உட்டுட்டுச் செத்துப் போயிட்டான். நீயும் இல்லாத போயிருந்தா எங்கெதி என்னாயிருக்கும்? ஏதோ எனக்குன்னு ஒருபையன் எங்காலச் சுத்திக்கிட்டுக் கெடந்ததால எல்லாக் கஷ்டத்தையும் சந்தோசமாப் பட்டன். எம் பொழப்புக்கு ஒரு புடிப்பு நீதான். உனக்கு அப்பிடி ஒன்னு வேண்டாமா? பாக்கற சனமெல்லாம் ‘என்ன பேரன் பேத்தி எதாச்சும் உண்டா’ன்னு கேக்கறப்ப மறுபேச்சுப் பேச முடியுதா ஒன்னா? அப்பிடியே இந்த நெலம் பொளந்து நம்மள முழுங்கீரக் கூடாதான்னு இருக்குது.

எனக்கே அப்பிடி இருந்தா உனக்கும் பொன்னாளுக்கும் எப்பிடி இருக்கும்? பாழாப்போன இந்தச் சனம் எவனுக்கு என்ன இருக்குதுன்னு பாக்காது. என்ன இல்லீன்னுதான் பாக்கும். இதுவ முன்னால நாமளும் நெஞ்ச நிமித்திக்கிட்டு நிக்கோணும் பயா. நாஞ்சொல்றன்னு எதுவும் நெனைக்காத. ஒருதாயி மவன்கிட்டப் பேசற பேச்சில்ல இது. ஆனாலும் நான் பேசறன்னு துணிஞ்சிட்டன். தப்பா நெனக்காத கேளு.'

உண்மையில் அம்மா போடும் பீடிகை அவனுக்குப் புரியவில்லை. அப்படி என்ன பேசக்கூடாத பேச்சு? சொப்பின் மீதக் கள்ளை அம்மா குடிக்கும் ஓசை. புரடையில் இன்னும் கொஞ்சம் மிச்சமிருந்தது. அம்மாவுக்கு இன்னும் தேவைப்படலாம். முடித்துச் சொப்பைக் கீழே வைத்தபோது 'இன்னுங் கொஞ்சம் இருக்குது வேணுமா' என்றான். 'ம்கூம்' என்று மறுத்துவிட்டுத் தொடர்ந்தாள்.

'தேவாத்தா இந்த மனசங்க பொழைக்கறதுக்கு எத்தனையோ வழி வெச்சிருக்கறா. நோம்பி தொடங்குறதுல இருந்து சாமி கீழ வந்து மேல போறவரைக்கும் எத்தன சனத்துக்கு என்னென்ன செய்யுது இந்தச் சாமி. எங்கப்பமூட்டு வைராவுக்குத் தேரிழுக்கற உரிம இருக்குது. சாமி தூக்கற உரிம இருக்குது. இன்னக்கி வரைக்கும் செஞ்சிக்கிட்டுத்தான் வர்றாங்க. அங்க பொறந்து வந்தவ நான். எனக்கு ஒருவழி காட்டாத உட்ருவாங்களா. நோம்பி தொடங்குறதுல இருந்து முடியறவெரைக்கும் நாங்கெல்லாம் அங்க தெருவுலதான் சுத்திக்கிட்டுக் கெடப்பம். சாமி கரடெறங்கற நாளும் கரடேற்ற பெருநோம்பியும் அவ்வளவு முக்கியம். ஆனா நான் பெரிய பொண்ணு ஆனதிலிருந்து பெருநோம்பிக்குப் போனதில்ல. ஊட்ல அனுப்ப மாட்டாங்க. உனக்குத் தெரியும். எனக்குத் தெரிஞ்சும் தெரியாத எத்தனையோ வருசம் நீ போயிருக்கற. இந்த வருசம் பொன்னாள அதுக்கு அனுப்போணும். அதுக்கு நீ ஒத்துக்கோணும்.'

காளி பேச்சற்றுப் போனான். நோம்பி நாளுக்கு இப்படி ஒரு நோக்கம் இருக்கும் என்று அவனுக்கு இதுவரை தெரியாது. எந்த ஆண் இதற்குச் சம்மதிப்பான்? வெறுமையான அவன் மனதில் அதற்குமேல் அம்மா பேசிய பேச்சுக்கள் வெறும் ஓசைகளாய் உதிர்ந்துகொண்டிருந்தன.

'ஒலகத்துல ஆருக்குக் கொற இல்ல? எல்லாருத்துக்கும் எதாச்சும் ஒருகொறைய இந்தச் சாமி வெச்சிருக்குது. அதப் போக்கிக்கறதுக்கு வழியையும் அதே சாமி வெச்சுத்தான் இருக்குது. உங்கிட்டக் கொறையோ அவகிட்டக் கொறையோ தெரியாது. கொறைன்னு வந்தாச்சு. அதுக்கு ஒருவழி இருக்குது.

அதையுந்தான் பாப்பமே. உம்மனசு ஏத்துக்கிட்டா எல்லாஞ் செரியாப் போவும். எத்தனையோ பொம்பளைங்க அப்பிடி இப்பிடி இருக்கறாங்க. ஆருக்குத் தெரியுது? தெரிஞ்சாலும் பாத்தும் பாக்காத போறாங்க. எதையும் மறப்பா செஞ்சாத் தப்பில்லையிங்கறாங்க. இதுவும் அப்பிடி மறப்புத்தான். ஆனா உனக்குத் தெரிஞ்சு, நீ ஒத்துக்கிட்டுத்தான் செய்யோணும். வெச்சுப் பொழைக்கறவன் நீ.'

ஓசையற்ற உலகம் அவன்முன். இருளில் அம்மாவின் வாய் அசைவை உணர்ந்தான்.

'பெருநோம்பி அன்னைக்குக் காலடி எடுத்து வைக்கற ஆம்பளைங்க எல்லாரும் சாமிதான். கொடுக்கறது சாமிதான. சாமிய நெனச்சுக்கிட்டாப் பிரச்சின ஒன்னுமில்ல. எந்தச் சாமி எந்த மூஞ்சியோட வரும்னு ஆருக்குத் தெரியும். மூஞ்சி தெரியாத கொடுத்திட்டுப் போறதுதான் சாமி. நீ சொல்லு. இந்த வருசமே போயர்லாம். நம்மூர்ல இருந்து வேண்டாம். பொன்னா அம்மாளே கூட்டிக்கிட்டுப் போயிருவா. நீகூடப் போவ வேண்டாம். இங்கயே இருந்தாலுஞ் செரி. மாமனார் ஊட்ல இருந்தாலுஞ் செரி. நல்லா யோசிச்சுச் சொல்லு. உங்கைலதான் நம்ம பொழப்பே இருக்குதுடா சாமி.'

அம்மா எந்த நேரம் போனாள் என்று தெரியவில்லை. அவன் எவ்வளவு நேரம் அப்படியே உட்காந்திருந்தான் என்பதும் தெரியவில்லை. கண்கள் விழித்துக் கிடந்தன. நடுச்சாமத்தில் ஒருமுறை மாடுகளுக்குத் தீனி போடுவான். அவை கத்தி அழைத்த குரல் காதுகளில் விழவில்லை. அம்மா எதற்கு என்னை இத்தனை கஷ்டப்பட்டுக் காப்பாற்றினாய்? இப்படிப் பெருநெருப்பில் தள்ளுவதற்கா? எனக்கு நினைவு தெரியாதபோதே கொன்றிருக்கலாமே. பொழுது விடிந்தபோது சிவந்திருந்த கண்கள் அதன்பின் நிரந்தரமாயின.

○

14

கரட்டூர் நோம்பி மக்களுக்கு மூன்று மாதம்.
மாசி தொடங்கியதும் நோம்பித் தயாரிப்பு
தொடங்கிவிடும். சித்திரை வரைக்கும் தூரிகளும்
கடைகளும் இருக்கும். ஆனால் நோம்பி நிகழ்ச்சிகள்
என்னவோ இருபத்திரண்டு நாட்கள்தான்.
பெருவாரியான மக்களுக்கு இருபத்து மூன்றாம்
நாள் கறிநாள். அதையும் சேர்த்துக்கொண்டால்
இருபத்து மூன்று நாள் நோம்பி. சாமி கரடிறங்கி
வரும் நாளும் கரடேறும் நாளும் முக்கியமானவை.
அந்நாட்களில் பெருங்கூட்டம் திரளும். இரண்டு
இரவுகளில் கரடேறும் இரவு பெருநோம்பி.

        அன்று காலையிலிருந்தே கூட்டம் வந்துசேரும்.
எல்லா வழிகளிலும் தண்ணீர்ப் பந்தல்கள்.
குடியிருப்பைச் சுற்றியுள்ள நிலங்கள் குறையாகத்தான்
கிடக்கும். மழை கொட்டியிருந்தாலும்கூட வெறும்
புழுதிஉழவு போடுவதோடு நிறுத்திவிடுவார்கள்.
நோம்பிக்கு வந்து சேரும் மாட்டு வண்டிகள்
நிலங்கள் எங்கும் நிற்கும். வண்டிமாட்டுச் சந்தையோ
என்று தோன்றும். மக்கள் பெரும் போவனிகளில்
கட்டுச்சோறு கட்டி வருவார்கள். சாப்பாட்டுக்
கடைகளும் நடக்கும்.

        எட்டுத் தெருக்களிலும் ஊர் நடுவே இருக்கும்
மண்டபங்களிலும் கலை நிகழ்ச்சிகளுக்குப் பஞ்ச
மிருக்காது. கொண்டாட்டத்தின் உச்சத்தில்
வரைமுறைகள் எல்லாம் தகர்ந்து போகும். அந்த
இரவே சாட்சி. இருள் எல்லா முகங்களுக்கும் திரை
போட்டுவிடுகிறது. ஆதி மனிதன் இந்த நோம்பிக்
கொண்டாட்டத்தில் உயிர் பெறுகிறான்.

        கல்யாணத்திற்குமுன் காளியும் அந்த நாளில்
போயிருக்கிறான். அவன் உடல் பெண்ணை
அறியத் தயாரான முதல் வருசத்தில் கூச்சமும்

பெருமாள்முருகன்

வெட்கமும் கவிய எல்லாப் பெண்களிடமிருந்தும் தப்பித்து ஓடி ஒரு மாட்டுவண்டி அடியில் படுத்துச் சுற்றிலும் நிகழும் இருள் அசைவுகளைப் பார்த்துக்கொண்டேயிருந்தான். வெளியே வரத் தைரியமில்லை. மறுநாள் திரும்பும்போது முத்து சிரித்துக் கேலி செய்தான். இன்னும் ஒருவருசம் காத்திருக்க வேண்டுமே என்று தன் மேலே எரிச்சலும் வெறுப்பும் வந்தன. ஆனால் முத்து அதுவரை அவனைக் காக்க வைக்கவில்லை. அடுத்த வருசம் நோம்பிக்குள் அனுபவசாலியாகியிருந்தான்.

அந்த நாள் குழந்தை இல்லாத பெண்களுக்கு இப்படி ஒரு திருநாள் என்று காளிக்குத் தெரியாது. பொன்னாளை அனுப்ப அவன் மனம் ஒப்பவில்லை. அதைப் பற்றிப் பொன்னாவிடம் எதுவும் பேசவும் இல்லை. ஆனால் அந்த வருசம் நோம்பிக்கு ஊர்ப்பக்கம் போகக்கூடாது என்று சொல்லிவிட்டான். வருசம் முழுக்க இங்கேயே கிடப்பவள் நோம்பியின்போது ஊருக்குப் போய் ஒருவாரமிருந்து சந்தோசமாய் வருவாள். மாட்டு வண்டியில் தேர் பார்க்கப் போவாள். மாத்தேர் ஓடும் எட்டு நாட்களில் ஏதாவது ஒருநாள் நிச்சயம் கூட்டிப் போவார்கள். அவள் முகச் சுண்டுதலைப் பார்த்து அந்த வருசம் அவனே கூட்டிப் போனான். தேர்க்கடை சுற்றி வேண்டியதை வாங்கிக் கொடுத்தான்.

'கலியாணம் ஆயிப் பத்து வருசம் ஆவுது. இன்னம் எதுக்கு அங்க போவோனும்? நம்மூட்டுலயே செய்யலாம்' என்று மட்டும் சொன்னான். அவள் வற்புறுத்திக் கேட்கவில்லை. ஆனால் என்னவோ பிரச்சினை என்று மட்டும் தெரிந்தது. கறிநாளுக்காவது வரச் சொல்லி மாமியார் வந்து கூப்பிட்ட போதும் போகவில்லை. காட்டில் இருந்த புற்றுக்குச் சேவல் அறுத்துக் கறி ஆக்கினார்கள். அவன் அம்மாவுக்குக் கறிக்குழம்பை ஊற்றிக் கொடுத்தபோது அவள் அவன் முகத்தையே பார்க்கவில்லை. இனி அடுத்த வருசம்வரைக்கும் கவலையில்லை.

பொன்னாவிடம் இதைப் பற்றிக் கேட்கலாமா வேண்டாமா எனக் குழம்பிக் கிடந்தான். அவள் வேண்டாம் என்று மறுத்து விடுவாள் என நினைத்தான். அப்படிச் சொல்ல வேண்டும் என்று மிகவும் எதிர்பார்த்தான். ஆனால் அவளிடம் இதைப் பற்றிப் பேசுவதற்கு ரொம்பவும் பயந்தான். பேசிவிடலாம் என்று தைரியம் வரும். அவளைப் பார்த்ததும் ஏதோ தயக்கம் வந்து வாயைக் கட்டிவிடும். சிலசமயம் அவளிடம் பேசவே வேண்டாம் என்று தோன்றும். போன வருசம் நோம்பிக்கு அழைப்பு வந்தது. ஊருக்குப் போக வேண்டாம் என்றால் காரணம் கேட்பாள். தொடர்ந்து மறைத்து வைக்க முடியாது

என்று நினைத்தான். அவளிடம் ஆலோசனை கேட்பதா முடிவாகச் சொல்லிவிடலாமா எனக் குழம்பிக் கிடந்தான்.

அவனோடு கலந்த உடம்பு. அவன் வாசத்தைப் பத்தாண்டுகளாகச் சேர்த்துக்கொண்டிருக்கும் உடம்பு. அதன் ஒவ்வொரு துளியும் தனக்கே சொந்தம் என்று நினைத்தான். இன்னொரு வாசம் அதிலேறினால் களங்கம்தான். களங்கத்தின் மேல் தன்கை படாது என்று மனதில் உறுதியாகச் சொல்லிக் கொண்டான். எல்லா ஆண்களும் சாமிதான். இந்தக் காளியின் உடலிலும் அந்தச் சாமி வந்து குடிகொள்ளட்டும். அவள்மேல் அவனுக்கு நம்பிக்கை இருந்தது. கல்யாணமாகி இரண்டு வருசம் குழந்தை இல்லை என்றதும் இளவட்டங்கள் அவனை ஒருமாதிரி கேலிச் சிரிப்போடு பார்த்துக்கொண்டிருந்த சமயம். அவர்களுக்கு ஊரில் உள்ள எல்லாரின் அந்தரங்கங்களும் தெரிந்திருப்பதாக நினைப்பு. காளி ஒன்றுக்கும் லாயக்கில்லாதவன் என்று அவர்களாகவே முடிவுக்கு வந்துவிட்டனர்.

எல்லாருக்கும் ஒட்டுமொத்தமாகப் பொன்னாவின்மேல் கரிசனம் பொங்கத் தொடங்கிவிட்டது. கொஞ்சம் முயன்று அழைத்தால் அவள் வந்துவிடுவாள் என்று நினைத்தார்கள். அவர்களுக்குள் சவால் விட்டுக்கொண்டதாகவும் பேச்சு. பனங்காட்டுச் செவத்தான் அதில் முன்னின்றான். ஆள் கொஞ்சம் சிவந்த மேனி. நிறத்துக்காகவே பெண்கள் வந்து அவன்மேல் விழுந்து கிடப்பார்கள் என்ற எண்ணம். கல்யாணமாகிக் குழந்தைகள் இருக்கின்றன. அவன் பெண்டாட்டிதான் காட்டு வேலை, வீட்டு வேலை எல்லாம். ஊர்ச் சாவடியில் தாயம் விளையாடிக்கொண்டு பெண்களை நோட்டம் விட்டுத் திரிவான். பிரதாபங்கள் ஏராளமாக விரியும். அதில் பெரும்பான்மை அவன் செய்ய விரும்புபவற்றின் கற்பனையாகவே இருக்கும்.

பொன்னா தனியாகக் காட்டுக்குப் போகும்போது எதிரில் வந்து இளிப்பதும் பேச்சுக் கொடுப்பதும் என அவன் போக்கு விபரீதமாக இருந்தது. மட்ட மத்தியானப் பொழுதில் காளி வீட்டுத் திண்ணைக்கே வந்து உட்கார்ந்து சேக்காளிகளோடு தாயம் விளையாட ஆரம்பித்தான். சொம்புத்தண்ணி, நெருப்பெட்டி என்று அவனுக்குப் பணிவிடை செய்கிறவளாகப் பொன்னா மாறிப்போனாள். காளி தொண்டுப்பட்டியில் இருந்து நள்ளிரவில் வந்து கதவைத் தட்டுவான். இனிக் கதவை அவன்தான் தட்டுவான் என்று சொல்ல முடியாது. ஊர்ப் பார்வையும் பேச்சும் வேறுமாதிரி திரும்பிவிடும் என்பதால் ஒரு இரவு தொண்டுப்பட்டியில் படுத்துக்கொண்டாள். அவனைக் கட்டிக்கொண்டு எல்லாம் சொன்னாள். கண்ணீர் நனைந்த மார்பு கனன்றது.

‘எனக்கு ஒருபிள்ள இல்லீன்னுதான எல்லாரும் இப்பிடிப் பாக்கறாங்க. எனக்கு அந்தக் கொடுப்பின வாச்சுதுன்னா இந்தக் கேவலம் வருமா? முட்டுச் சந்துல நிக்கற கல்லுன்னு என்னய நெனச்சு எந்த நாய் வேண்ணாலும் வந்து மண்டுட்டுப் போலாம்னு நெனைக்குதுவ மாமா’ என்று அழுதாள்.

மறுநாள் செவத்தானை நேர்முட்டாகச் சந்தித்தான் காளி. வழக்கம் போல அவன் பாணியில் கேலிப்பேச்சு தொடங்கியது.

‘காளி மாப்ள . . . ரண்டு தென்னமரம் வெச்சிருக்கற. அதுக்கு ஒழுங்காத் தண்ணி உடறது இல்லயா. குரம்ப பாரு வாடி வதங்கிக் கெடக்குது’ என்று அவன் சிரித்தான்.

சுற்றி வளைத்துச் சொல்லிப் பிரயோசனமில்லை என்று நேரடியாகவே இறங்கினான் காளி.

‘செவத்தான்... நான் எப்பிடித் தண்ணி பாச்சுவன்னு உனக்குத் தெரியாது. பூவூருக்குக் கட்டிக் கொடுத்திருக்கறயே உன்னோட சின்னக்கா தீனாளக் கேளு . . . நல்லாச் சொல்லுவா. அடிக்கடி அவ ஊருக்கு வர்றாளே எதுக்கு? உன்னயப் பாத்து விருந்தாடிட்டுப் போவன்னு நெனச்சிருக்கறயா. பாவம்டா நீ. ஒருவேலைக்கும் லாயக்கில்லாத சாவடியில உக்கோந்துக்கிட்டுக் கெடக்கறீன்னு உம் பொண்டாட்டி ஊரெல்லாம் பொலம்பறா. நீ எந்த வேலக்கி லாயக்கில்லைன்னு அவகிட்டக் கேளு. என்னோட தென்னமரத்தப் பத்திக் கவல உனக்கு வேண்டாம். தாயம் மயிரெல்லாம் சாவடியோட நிறுத்திக்க ஆமா . . .’

அவன் முகம் இருண்டு போயிற்று. பாதி உண்மையும் பொய்யும் கலந்து பேசிய காளியின் பேச்சில் இருந்த உறுதி அவனைச் சாவடியிலிருந்து விரட்டிவிட்டது. கோவணத்தை இறுக்கிக்கொண்டு தன் காட்டுக்குப் போய் நிழலிலாவது உட்கார்ந் திருக்கத் தொடங்கிவிட்டான். அதற்குப்பின் பொன்னாவும் எந்த ஆம்பிளையோடும் மூஞ்சி கொடுத்துப் பேசுவது கிடையாது. எதிரில் இருப்பவன் மாணியில் சுள்ளெறும்பு கடித்ததைப் போலத் துடிக்கும்படி வார்த்தைகளைப் பிரயோகிப்பாள். அவள் பேசிப் பழகுகிற ஆட்கள் வெகுவாகக் குறைந்து போய்விட்டார்கள். ஒதுக்கியும் ஒதுங்கியும் இருக்கிற பொன்னா பெருநோம்பி விஷயத்திற்கு ஒத்துக்கொள்ளமாட்டாள் என்பது அவனுடைய உறுதியான தீர்மானம்.

○

15

காளியின் மருகலுக்கு மருந்து போடுவது போல அன்று தொண்டுப்பட்டிக்குச் சித்தப்பா வந்து சேர்ந்தார். ஒருவாரமாக அவரைப் பார்க்கவே இல்லை. வழக்கம் போல எங்காவது ஊர் சுற்றக் கிளம்பியிருந்தாரோ என்னவோ.

'எங்க சித்தப்பா ஆளயே காணாம்?' என்றான்.

'இங்கதான்டா இருந்தன். ஆளுக்காரப் பையனும் நானும் சேந்து உன்னோட தொண்டுப்பட்டியாட்டம் எங்களுதையும் மாத்தலாம்னு பாத்தம். அதான் ஒரே வேல' என்றார்.

'அப்படி என்ன வேல?' என்றான் சிரிப்புடன்.

'மாட்டுக் கட்டுத்தரச் சாணியெல்லாம் ஒதுக்கி ஒதுக்கி உட்டுக் கட்டுத்தரப் பக்கமே குமிஞ்சி கெடந்தது. அள்ளிப் போட்டம். முழுசயும் சுத்தமாக் கூட்டுனம். நல்லாக் கோழி அடிச்சி ஆக்கித் தின்னம்' என்றார்.

'தொண்டுப்பட்டியாட்டம் வந்திருச்சா?' என்றான்.

'நீ இந்த எடத்த உட்டு அசயாத கல்லாட்டம் உக்காந்திருக்கற. நம்மளால அப்பிடி முடியுமா? நெனச்சா வாரம் முழுசும் சந்தப்பக்கமே கெடப்பன். எதாச்சும் சமயத்துல நாமளும் குடியானவனாப் பொறந்தமேன்னு நெனப்பு வரும். அப்பிடியே இந்தமாதிரி செய்யறதுதான்.'

'எதுக்கு சித்தப்பா வார முழுசும் சந்தக்கி?'

'திங்கக்கெழம ஈரியூருச் சந்த, செவ்வாக்கெழம பொன்னூருச் சந்த, வெசாழக்கெழம கரட்டூருச் சந்த. இப்பிடி ஒவ்வொரு எடத்துக்கும் போய்ப் பாரு. அப்பத்தான் ஒலகம் எப்பிடி இருக்குதுன்னு தெரியும். அந்த வெள்ளச்சீலக்காரியப் புடுச்சுக்கிட்டு வந்தனே எங்கீங்கற? வெசாழச்சந்தையிலதான்.'

‘எப்படி சித்தப்பா அது?’

‘ஆடுமாட்டுக்கு ஆளிருக்கறாப்பல இதுக்கும் ஆளிருக்கறாங்கடா. அந்த வெள்ளச்சீலக்காரிய ஒரு மாசத்திக்கி என்னோட அனுப்ப முடியுமான்னு கேட்டன். அவனும் அவ கிட்டப் பேசுனான். சோறு, சீலதுணி போவக் கையில இரவத் தஞ்சுன்னு பேச்சு. அவனுக்கு அஞ்சு ரூவா குடுத்தன். எல்லாம் நல்லாத்தான் இருந்துச்சு. அந்தக் கண்டாரோலி முண்டக்கி ஆம்பள ஆவுல. புருசன் வேணும்னிட்டா.’

‘அப்பிடித்தான் கலியாணம் பண்ணி ஒரு கொழந்த குட்டி பெத்திருந்தா இப்பச் சொத்துக்கும் ஆவும். ஊருலயும் தல நிமிந்து நடக்கலாம்ல சித்தப்பா?’

‘இப்ப நான் எந்த மயிரானுக்குடா தல குனிஞ்சு நடக்கறன்? நீதான் கொழந்த கொழந்தன்னு மாஞ்சு கெடக்கற. கொழந்த பெத்துக்கலாஞ் செரி. ஆனா எப்பிடி இருக்கோணும் தெரியுமா? அந்தப் பனமரத்துல கூடு வெச்சுருக்குதே காக்கா அது மாதிரி இருக்கோணும். மொட்டு வெக்கற தரணத்துல கூடு கட்டுது. அட காக்குது. குஞ்சு பொரிக்குது. றக்க மொளைக்கற வரைக்கும் எர தேடிக் காப்பாத்துது. அப்பறம்? குஞ்சுக்கும் காக்காய்க்கும் என்ன ஒறவு? அது ஆரோ இது ஆரோ. பறந்து போயிப் பொழச்சுக்க வேண்டீதுதான். றக்க மொளச்சுதா பறந்து ஓடுச்சான்னு இருக்கோணும். அத உட்டுட்டுப் பெத்து வளத்து ஆளாக்கிக் கலியாணம் பண்ணிச் சொத்துச் சேத்துக் கஷ்டப்பட்டுச் சாகறது ஒரு பொழப்பா? காக்கா குருவியாட்டம் இருந்தா எனக்குக் கொழந்த பெத்துக்கறதுல இஷ்டந்தான்.’

இதைச் சொல்லி முடித்தபின்னும் சித்தப்பா என்னென்னவோ பேசிக்கொண்டிருந்துவிட்டுப் போனார். எதுவும் அவன் காதில் ஏறவில்லை. ஊர் என்னவோ பேசட்டும், குழந்தையே வேண்டாம் என்று மனம் சொல்லியது. யாரைப் பற்றியும் கவலைப்படாத சித்தப்பாவுக்கு என்ன குறைச்சல்? எத்தனை சந்தோசமாக இருக்கிறார். ஊருக்கு முதலில் சோப்பைக் கொண்டுவந்து காட்டியவரே அவர்தான். சோப்பைப் போட்டுக் குளித்தாரானால் கிணறே மணக்கும். வெளியூருக்குக் கிளம்பும்போது அழகாக அங்கராக்குப் போடுவார். குடுமியை எப்போதோ வெட்டிவிட்டார். குழந்தைக்குக் கவலைப்பட்டுக் கிடந்தால் இந்தச் சந்தோசம் கிடைக்குமா? குழந்தை வேண்டிப் பெண்டாட்டியை வேறெவனிடமோ அனுப்பச் சொல்கிறார்களே, குழந்தையே வேண்டாம் என்றாகிவிட்டால்?

நாலுபேர் என்ன சொல்வார்கள் என்று எப்போதும் கவலைப்பட்டுக்கொண்டிருந்தால் கஷ்டம்தான். சித்தப்பா

குடுமியை வெட்டிவிட்டுக் கிராப்பு வைத்துக்கொண்டு ஊருக்குள் வந்தபோது பெரிய களேபரமே நடந்தது. அவருக்காக ஊரில் ஞாயம் வைத்துவிட்டார்கள். ஊர்க்கூட்டத்தில் ஆளாளுக்கு அவருக்கு எதிராகப் பேச்சு. குடுமியை வெட்டிவிட்டால் ஊரில் இனிமேல் மழை பெய்யாது என்றும் ஊர்க் கட்டுப்பாடு ஒன்றும் இல்லாமல் போய்விடும் என்றும் காரசாரமான விவாதம். அவரை ஊரைவிட்டுத் தள்ளி வைக்க வேண்டும் என்று பலரும் பேசினார்கள். ஊர்க் கிணற்றில் அவர் தண்ணீர் எடுக்கக்கூடாது; தொழிலாளிகள் அவர் வீட்டுக்குப் போகக்கூடாது; ஊரில் யாரும் அவரோடு பேசக்கூடாது; ஊர் நோம்பிக்கு வரி வாங்கக் கூடாது என்றெல்லாம் என்னென்னவோ தீர்மானங்கள். இந்தக் குற்றத்திற்காக அவரை மொட்டை அடித்துக் கரும்புள்ளி செம்புள்ளி குத்தி ஊரைச் சுற்றிவர வைக்க வேண்டும் என்றும் தண்டம் விதிக்க வேண்டும் என்றும் பலவிதமான கருத்துகள் வந்தன.

கடைசியாக ஊர்ப் பண்ணாடி அவரைக் கூப்பிட்டுக் ‘குத்தத்த ஒத்துக்க. இன்னமே குடுமி வளத்துக்கறன்னு சொல்லு. தண்டம் போட்டு உட்டர்றம்’ என்று சொன்னார். சித்தப்பா அசரவில்லை.

‘ஊர்க் கௌரவம் என்னோட மசுருலதான் இருக்குதுன்னா நான் வளத்துக்கறன். தாடிமீச வேண்ணாலும் வளத்துக்கறன். வளத்துக்கிட்டுப் பேன் புடுங்கிக்கிட்டு உங்களாட்டம் மயிர் கோதிக்கிட்டு இருக்கறன். இன்னொன்னயும் சொல்லீருங்க. ரொம்ப அரிப்பா இருக்குதுன்னு நேத்துத்தான் குஞ்சுமயிரயும் செரச்சுக்கிட்டு வந்தன். உங்க ஊர்க் கௌரவம் எங்குஞ்சு மயிருலயும் இருக்குதுன்னா இப்பவே அதயும் சொல்லீருங்க. அதயும் வளத்துக்கறன்.’

சித்தப்பா பேச்சுக்குக் கூட்டம் சிரித்து மாய்ந்தது. ஊர்ப் பண்ணாடிக்கும் மற்றவர்களுக்கும் என்ன சொல்வதென்று தெரியவில்லை. ‘இவன் ஒரு குடியானவனா? இவன் ஒரு ஆளுன்னு நாம நம்ம வேலய உட்டுட்டு சேதிக்கூட்டம் போட வந்துட்டம். கிறுக்கு ஒன்னு நம்மூர்ல திரியுதுன்னு நெனச்சுக்கிட்டுப் பேசாத போங்கப்பா. இன்னமே இந்த நாயி பேச்ச ஆரும் ஊருக்குக் கொண்டாராதீங்க’ என்று சொல்லிச் சபை கலைந்தது. அதற்கப்புறம் சித்தப்பாவின் நடவடிக்கைகளில் யாரும் தலையிடுவதில்லை.

‘பெரிய பெரிய ஊர்ல எல்லாம் குடுமிய வெட்டிப் பல நாள் ஆயிருச்சு. நீங்கதான் இன்னம் பேன் சீவிக்கிட்டு இருக்கறீங்க. எனக்கு என்ன தலையெழுத்தா?’ என்று சொல்லிக் கிராப்போடுதான் திரிந்தார்.

அவருக்கு இருக்கும் தைரியம் தனக்கு ஏன் இல்லை என்று காளி அவ்வப்போது நினைத்துக்கொள்வான். பெருநோம்பிக்குப் பொன்னாவை அனுப்புவது குறித்தும் தன் முடிவை ஏன் தைரியமாகச் சொல்ல முடியவில்லை என்று குமைந்தான். ஏதாவது சந்தர்ப்பத்தில் பொன்னாவிடம் குழந்தையே வேண்டாம் என்பதைக் கறாராகப் பேசிவிட வேண்டும் என்று தீர்மானித்தான். மானங்கெட்டுப் போவதைவிடக் குழந்தை வேண்டாம் என்பது சரிதான். அவள் மனதைத் தெரிந்துகொள்ளவும் அவனுக்குச் சந்தர்ப்பம் வாய்த்தது.

போன வருச நோம்பி அழைப்புக்கு எப்படியாவது அவனைச் சமாதானம் செய்து அம்மா வீட்டுக்குப் போய்வர வேண்டும் என நினைத்தாள். மெல்ல அவனிடம் தன் ஆசையைச் சொன்னபோது இனியும் விஷயத்தைப் பேசாமலிருக்க முடியாது என்று உணர்ந்து ஆரம்பித்தான்.

‘போன வருசம் உங்கம்மா நோம்பிக்கு அழைக்க வந்துட்டு ராத்திரியெல்லாம் குசுகுசுன்னு பேசுனாங்களே... அது என்னன்னு தெரியுமா?’

அதைப் பற்றித் தெரிந்துகொள்ளும் ஆவல் அப்போது இருந்தது. ஒருவாரம் ஆகியும் அவள் காதுக்கு எதுவும் வரவில்லை என்றதும் உண்மையிலேயே கிழடுகள் பாடுபழமை பேசியிருக்கும் என்று நினைத்துக்கொண்டாள். அந்த விஷயமே மறந்தும் போயிற்று. ஒருவருசமாக அதை மனசுக்குள்ளேயே வைத்திருந்திருக்கிறான் என்பதால் கோபம் கொண்டாள்.

‘உனக்குத் தெரிஞ்சா என்ன சொல்லுவியோன்னுதான் நாஞ் சொல்லல’ என்று தொடங்கி பெருநோம்பி விஷயத்தைச் சொன்னான். அவளுக்கும் அது பற்றித் தெரிந்திருக்கவில்லை. பல பேருக்குத் தெரிந்த ரகசியம் பரவலாகாமல் இருப்பது பற்றி அவனுக்கு ஆச்சரியமாகத்தான் இருந்தது.

‘அப்பெல்லாம் நியும் எங்கண்ணனும் குதியாளம் போட்டுக்கிட்டுப் போவீங்களே, அந்த வண்டவாளம் இப்பத்தான தெரியுது’ என்று முகம் கடுத்தாள்.

‘நாங்கெல்லாம் நெசமே சாமி பாக்க மட்டுந்தான் போவம். நீயென்ன இப்பிடித் தப்பாச் சொல்ற’ என்றான்.

அவளைச் சமாதானம் செய்ய வார்த்தைகளை மனசுக்குள் யோசித்தான். தொண்டுப்பட்டி இருளில் திடமாய்ச் சமைந்திருந்த அவளைப் பின்பக்கமிருந்து வாரி அணைத்துக்கொண்டான்.

எல்லா மனமாச்சரியங்களையும் போக்கிவிடும் மருந்து இந்த அணைப்புத்தான். அவள் காதில் கிசுகிசுத்தான்.

'உங்கண்ணனோட நான் திரிஞ்சதே உனக்காகத்தான்னு தெரியாதா. உன்னயப் பாத்த கண்ணு இன்னொருத்தியப் பாக்குமா? பதினாலு பதினஞ்சு வயசிருக்கவே நீதான் எனக்குன்னு முடிவு பண்ணிட்டன். அப்பருந்து அப்படியேதான் இருக்கறன்' என்று சொல்லிக் கொஞ்சினான். அவள் கழுத்தில் முகம் பதித்தான். அவள் கோபம் வடிந்துவிட்டதா என்பதைக் கண்டறிய முடியவில்லை. மெல்ல அவள் கைகள் அவன் முதுகில் வருடின. தைரியம் கொண்டான்.

'உங்கம்மா எங்கம்மால்லாம் சொல்றாப்பல நீ பெருநோம்பி அன்னைக்குப் போறியா' என்றான். அவள் சொல்வதைக் கேட்க மனம் துடித்தது. அவளும் காதுகளில் கிசுகிசுத்தாள். 'இந்தக் கொழந்தச் சனியனுக்காக நீ போன்னு சொன்னாப் போறன்' என்றாள்.

அவன் அணைப்பிறுக்கம் தளர்ந்தது. எதிர்பார்த்த பதில் இது இல்லை. அவளை விட்டு ஒதுங்கினான். கல்யாணத்திற்கு முன் அவன் போன விசயத்திற்குப் பழி வாங்கும்படி ஒரு பேச்சுக்கு இப்படிச் சொல்லியிருப்பாளோ என்று ஒருகணம் தோன்றியது. வானம் பார்த்துக் கட்டிலில் மல்லாந்தான். அவன் எதிர்பார்த்த பதிலைத் தான் சொல்லவில்லை என்று அவளுக்குப் புரிந்தது. பதற்றத்தோடு ஓடி அவன்மேல் பரவி கன்னம் இழையச் சமாதான வார்த்தைகளை அவள் தேடினாள். சமாதான வார்த்தைகளைப் பயன்படுத்துவதில்தான் இந்த உறவே அடக்கம்.

'மாமா . . . கொழந்தைக்காவ நீ சொல்றியோன்னு நெனச்சன் மாமா. உனக்குப் பிரியம் இல்லாத எதையாச்சும் நான் செய்வனா? நீதானே மாமா எனக்கு எல்லாம். ஊரு ஒறவு எல்லாம் சொல்லியும் ரண்டாங் கலியாணம் வேண்டாம்னு இருக்கறியே. அதனால நீ சொன்னாச் செய்றன்னன். கோவிச்சுக்காத மாமா' என்று குழைந்து பேசினாள். ஆனால் அன்றைக்குப் போல மோசமான உறவு என்றும் நடந்ததில்லை.

○

16

ஊருக்குப் போவதைப் பற்றி அவன் எதுவும் சொல்லவில்லை. அதற்கப்புறம் அவளும் அந்தப் பேச்சை எடுக்கவில்லை. ஒருவாறு சமாதானம் ஆகித் தேர் பார்க்கப் போனார்கள். பழைய நிலை திரும்பிவிட்ட மாதிரி இருந்தது. அவனிடம் தான் பேசிய பேச்சு தப்புத்தானே என்று நினைத்தாள். ஏதாவது ஒருவழியில் குழந்தை கிடைத்தால் போதும் என்னும் சலிப்பு அப்படிச் சொல்லிவிட்டதா? அதற்கு ஒப்புக்கொள்கிற மாதிரி அவன் பேச்சு இருந்ததா? அவளை நோட்டம் பார்க்கும் பேச்சு என்பது முதலில் புரியாமல் போய்விட்டது. அதற்கேற்ற மாதிரி, அவன் எதிர்பார்க்கிற மாதிரி பேசுவது பெரிய விசயமல்ல. அதைத்தான் எப்போதும் செய்துகொண்டிருக்கிறாள். அன்றைக்கு என்னவோ கொஞ்சம் பிசகிவிட்டது. அவன்மேல் இருந்த கோபம் யோசிக்க விடவில்லை.

அப்படித்தான் என்ன சொல்லிவிட்டாள்? ஒப்புக்கொண்டால் சரி என்றாள். போகிற பக்கமெல்லாம் அவமானப்பட்டும் கேவலப்பட்டும் திரிவதற்கு இப்படி ஒருவழி இருந்தால் நல்லதுதான் என்று நினைத்தாள். போனவாரம் வேலக்காடு செல்லம்மா பிள்ளை திரட்டி நிகழ்ச்சிக்குப் போய் மூக்கறுபட்டு வந்தது தெரியாதா அவனுக்கு? செல்லம்மா அவனுக்கு அக்கா முறை. அக்கா மகள் திரட்டிக்கு மாமன் முறைக்காரர்கள் போகாமல் இருக்க முடியுமா? அவள் பலமுறை பிரியமாகக் கூப்பிட்டுவிட்டுப் போனாள். பொன்னா எங்கும் போவதில்லை என்றாலும் இதற்கு அவன்தான் ரொம்பவும் வற்புறுத்திக் கூப்பிட்டான்.

'தெரட்டிக்கு ஆம்பள மட்டும் போயி நின்னா என்ன சொல்வாங்க? பொம்பளைக்கு அறிவு வேண்டாம்? ஓடம்பங்காளியூட்டுப் பேத்தி,

மாமன் பொண்டாட்டீவ எல்லாம் போவிலீன்னா எப்படி? நாளைக்கு நாஞ் செத்துப் போனா நாலு சனம் வாசலேறி நிக்க வேண்டாமா? ரண்டு பேருமேவா இழுத்துப் போட்டுருவீங்க' என்று மாமியார் அனத்திக்கொண்டே இருந்தாள்.

தொந்தரவு பொறுக்க முடியாமல் போனாள். ஒன்பது தட்டத்தில் சீர் வரிசை. தீப்பந்த வெளிச்சத்தில் ஒருதட்டத்தைப் பொன்னாவும் எடுத்துக்கொண்டு போனாள். மாமன் பெண்டாட்டி முறைக்காரி என்பதால் கையில் ஒருதட்டத்தைக் கொடுத்திருக்கிறார்கள் என்பது அப்புறம்தான் புரிந்தது. திரட்டி சுற்றும்போது பிள்ளைக்கு முன்னால் ஆரத்தி சுற்றிச் செஞ் சோற்றை எறிந்து பொட்டு வைக்க மாமன் பெண்டாட்டிகளை அழைப்பார்கள். காளியோடு ஓரமாக நின்றுகொண்டிருந்தவளை அவன்தான் 'நீயும் போ' என்று தூண்டினான். யாரோ ஒரு பெண் 'மாமன் பொண்டாட்டின்னா நீயும் போ' என்றாள்.

முந்தானையைச் செருகிக்கொண்டு முன்னால் போய் நின்றபோது 'நீ அந்தப்பக்கம் தள்ளியிரு' என்ற தாய்மாமன் பெண்டாட்டி கையைப் பிடித்திழுத்துப் பின்னால் விட்டாள். பிள்ளை பெறாதவள் சோறு சுற்றினால் அந்தப் பெண்ணுக்குமா குழந்தை இல்லாமல் போய்விடும்? இதுகூட அமங்கலமா? காளியின் கையைப் பிடித்து வெளியே கொண்டு வந்தாள். 'உடு பிள்ள உடு பிள்ள' என்று அவன் சொல்லச் சொல்ல இருட்டில் நடந்துகொண்டேயிருந்தாள். அவள் பின்னாலேயே ஓடி வந்தான்.

அந்த அவமானம் அவனுக்கு இல்லையா? சாவுச் சாங்கியத்துக்குச் சுடுகாட்டில் குடத்தில் தண்ணீர் கொண்டு வரக்கூட அவனைச் சீந்துவாரில்லை. நான்கு பேருக்கு முன்னால் நானும் மனுஷன்தான் என்று நிற்க ஒருகுழந்தை வேண்டும் என்றால் அதற்கு எதுதான் செய்யக்கூடாது? யாருக்கும் தெரியாமல் கம்மங்காட்டுக்குள் படுத்து எழுந்து வருகிறவளா பொன்னா? அவன் சொன்னால் சரி என்றாள். அதற்கு மூஞ்சியை இழுத்துக்கொண்டால் என்ன செய்வது? பெருநோம்பி நாளில் மாமியார்க்காரிதான் ஒருமாதிரி பார்த்தாள். லேசாகத் தலை அசைத்தால் அவளே கூட்டிப் போய்விடுவாள் என்று தோன்றியது. கழிப் போட்டுக்கொண்டு முடங்கிப் படுத்துக்கொள்ளும் மாடாக இருந்தால் வாலைக் கடித்து எழுப்பலாம். தீ மூட்டி உறைக்க வைத்து எழுப்பலாம். பிடிவாதம் பிடிக்கும் இந்த மனுஷனை என்ன செய்வது?

இந்தக் குழந்தைப் பிரச்சினையால் கொஞ்ச அவமானமா, கொறஞ்ச அவமானமா? சொந்தக் காட்டில் விதைப்புப் பருவத்திற்குக்கூடப் போக முடியாமல் தாழ் போட்டுக்கொண்டு

வீட்டிற்குள் கிடக்கும்படி ஆயிற்று. ஒரு மனுசனுக்கு அந்தக் கஷ்டம்கூடவா தெரியாது? அந்தச் சமயத்தில் கொஞ்சிக் கொஞ்சி ஏதேதோ சொல்லிச் சமாதானப்படுத்துவதோடு சரி. அடுத்த நிமிசம் மறந்துவிடுகிறது.

வைகாசி அல்லது ஆனியில் கடலைக்காய் போடுவார்கள். மழை பெய்வதற்குத் தகுந்தமாதிரி மாதம் மாறும். ஒவ்வொரு காட்டுக்காரர்களும் ஒவ்வொரு ஏர்தான் வைத்திருப்பார்கள். இரண்டு மூன்று நாள் ஓட்டிப் போடச் சோர்ந்துவிடும். நான்கைந்து காட்டுக்காரர்கள் சேர்ந்துகொண்டால் கும்மாளமாகச் சேர்ந்து ஓட்டலாம். ஒருகாடு ஒநோளில் முடிந்துவிடும். ஐந்து ஏர் ஓட்டினால் சில காடுகள் அரைநாளில்கூட முடிந்துவிடும். ஈரம் அதிகம் தங்காத சரளைமண் காட்டுக்காரர்களுக்கு முதலில் ஓட்டுவார்கள். செம்மண்ணிலேயே மேட்டுப் பாங்கான நிலம் அடுத்தது. பள்ளமாக இருந்தால் கடைசி. மண்ணையும் ஈரத்தையும் பொறுத்து முன்னுரிமை அமையும். பெண்கள் பருப்புச் சால்விடவும் அள்ளிக் கொடுக்கவும் போவார்கள்.

அந்த வருசம் ஒவ்வொரு காடாக முடிந்துகொண்டே வந்தது. கடைசிநாள் செங்காட்டுப் பொங்கான் காடு. இடையில் தூறல்கூட விழவில்லை. மழை பெய்து ஐந்து நாட்களாகி விட்டன. ஈரம் கொஞ்சம் மட்டு. மேலீரம் இல்லாவிட்டால் பரவாயில்லை. அடி ஈரம் இருக்கிறது. நன்றாக முளைத்துக் கொள்ளும் என்று சமாதானம் சொல்லிக்கொண்டு பருப்பும் போட்டார்கள். அன்றைக்குப் பொன்னா பருப்பள்ளிக் கொடுத்தாள். பொன்னா சால் விடத்தான் போயிருக்க வேண்டும். பொங்கான் பெண்டாட்டி கருவாச்சிக்குக் கால்வலி. சால் விடுவதென்றால் ஏருக்குப் பின்னால் நடந்தபடியே இருந்தால் போதும். பருப்பள்ளிக் கொடுப்பவருக்கு ஓட்டம் வேண்டும். காட்டின் ஒருபக்கத்தில் பேரணைக் கூடைகளில் பருப்பு இருக்கும். பெரிய பொட்டுக்கூடையில் அள்ளி வைத்துக்கொண்டு தயாராக நிற்க வேண்டும். சால்விடும் பெண்கள் கைகாட்டினாலோ குரல் கொடுத்தாலோ உடனே ஓட வேண்டும். அவர்கள் கூடையில் பருப்புத் தீர்ந்து நின்றால் ஐந்து ஏர்களும் நிற்கிற மாதிரியாகிவிடும். சால் விடுபவர்கள் நடக்க நடக்கப் பருப்பைக் கொட்ட வேண்டும். அன்றைய நாள் முழுக்கப் பொன்னாவுக்கு அதுதான் வேலை. ஓடி ஓடிக் கால்கள் ஓய்ந்துவிட்டன. தண்ணீர் காய வைத்துக் கொதிக்கக் கொதிக்கக் காலுக்கு ஊற்றி நீவிய பிறகுதான் தூக்கம் வந்தது. அப்படிக் கஷ்டப்பட்டு என்ன பிரயோஜனம்?

அடுத்த வருசம் பருப்புப் போட்டபோது அவர்கள் குழுவில் காளியைச் சேர்த்துக்கொள்ளவில்லை. காளி தன்

காட்டில் தனியாகப் பருப்புப் போட்டான். பொன்னாதான் சால் விட்டாள். என்ன காரணம் என்பது புரியவில்லை. போன வருசம் பொங்கான் காட்டில் கடலைச்செடி நன்றாக முளைக்க வில்லையாம். முளைத்ததிலும் காய் அதிகம் பிடிக்கவில்லை.

'வறடி பருப்பள்ளிக்கிட்டு ஓடி ஓடிக் குடுக்கறா. அவ கையால தொட்ட பருப்பு எங்கிருந்து மொளைக்கும்?' என்று யாரோ சொல்லிவிட்டார்கள்.

யார் சொன்னார்கள் என்று இன்றுவரை தெரியவில்லை. ஒருவரைக் கேட்டால் இன்னொருவரைக் கைகாட்டினார்கள். ஆம்பளை வாயிலிருந்து வந்ததா, பொம்பளை வாயிலிருந்து வந்ததா? கண்டுபிடிக்க முடியவில்லை. ஆனால் எல்லாருக்கும் அதில் உடன்பாடு என்று மட்டும் தெரிந்தது. பொன்னாவின் அப்பனும் அண்ணனும் எப்போது விதைத்தாலும் அவளைத் தான் அள்ளிக் கொடுக்கச் சொல்வார்கள். அவள் கைபட்டுப் பங்கம் வந்ததில்லை. கல்யாணமாகி வந்த பின்னும் அவள்தான் விதைப்பு வேலைகளைச் செய்கிறாள். கூடுதலாக ஆள் வேண்டும் என்றால்தான் யாரையாவது கூலிக்குக் கூப்பிடுவான் காளி. அவள் கைபட்டு எது மொக்கையாகப் போய்விட்டது? பொங்கான் பெண்டாட்டியைத் தடத்தில் வைத்து வாங்கிவிட்டாள்.

'காலு வலிக்குது காலு வலிக்குதுன்னு கெஞ்சுன. அதனால நான் அள்ளிக் குடுத்தன். எனக்கென்ன உங்காட்டுக்கு வந்து அடிம வேல செய்யோணுமின்னு தலயெழுத்து? நான் வேண்ணா வறடியா இருக்கலாம். என் கை பட்டு எதும் வறண்டதில்ல. நான் வெச்ச செடி பூத்து நிக்குது, நான் நட்ட மரம் காச்சுக் கெடக்குது, நான் கொண்டாந்த கன்னுக்குட்டி பெருகி நிக்குது, நா அடவெச்ச மொட்டு பொறிச்சுச் சிரிக்குது ... எங்கை பட்டு வௌங்காததில்ல. ஈரமில்லாத காட்டுல ஆரு பருப்பள்ளிக் குடுத்தாலும் அப்பிடித்தான் போவும். புரசனும் பொண்டாட்டியும் வெடிய வெடியப் போயி நின்னுக்கிட்டு மண்டிருந்தா ஈரம்பட்டு மொளச்சிருக்குமோ என்னமோ.'

அடுத்த வருசம் தன் காட்டுக்கே வர மறுத்துவிட்டாள். காளி சமாதானப்படுத்திக் கூட்டிப் போனான். அதுமுதல் ஓரி ஏர்தான். ஓரியாக எல்லாரும் ஒதுக்கிக்கூட அவனுக்குப் புத்தி வரவில்லை என்றால் என்ன செய்வது?

17

பொன்னாவிடம் சாதாரணமாகப் பேசிக் கொண்டிருந்தாலும் அவள் சொன்ன வார்த்தைகள் அவனுக்குள் பூதாகரம் பெற்றுக்கொண்டே இருந்தன. பொம்பளைகளே மோசம்தான் என்ற எண்ணம் வலுப்பட்டது. அம்மா வந்து மகனிடமே சொல்கிறாள், 'உன் பொண்டாட்டியை அனுப்பு' என்று. மகளைக் கூட்டிப்போகத் தாயே தயாராக இருக்கிறாள். 'நீ சொன்னாப் போறன்' என்கிறாள் பொன்னா. இதில் கொஞ்சம்கூட யாருக்கும் தயக்கம் இல்லை. எப்போதோ விடலை வயதில் போய் வந்ததை வெளியே சொல்ல இப்போதும் தயங்கிக்கொண்டிருக்கிறான் அவன். ஆம்பிளைக்கே இந்தக் கூச்சம் இருக்கும்போது பொம்பளைகள் சேர்ந்து என்ன காரியம் செய்யத் துணிகிறார்கள்? தூங்கும்போது அவன் தலையில் கல்லைத் தூக்கிப் போட்டால்தான் குழந்தை என்றால் அதற்கும் தயாராக இருப்பாளா பொன்னா?

அவள்மீது இருந்த நம்பிக்கையை அவன் எண்ணங்கள் வற்றச் செய்தன. அவளைக் கொஞ்சிப் பேசும் வார்த்தைகளில் பொய்மை புகுந்துகொண்டது. அவளை அணைக்கும்போது மனப்பூர்வம் இல்லை. அவளோடு உறவாடும்போது மென்மையும் அவளையும் இணைத்துக்கொள்ளும் தாராளமும் இல்லை. குத்திக் கிழிக்கும் வன்மம் தலை தூக்கி ஆக்ரோசம் கொண்டான். தொண்டுப்பட்டி வெக்கை கொண்டதாயிற்று. இரவுகளில் தாள முடிவதில்லை. திடுமென எழுந்து வீட்டுக்கு ஓடுவான். உள்ளே மண்விளக்குச் சுடரை லேசாக எரியும்படி வைத்திருப்பாள். கொப்புப் போட்ட பெருங்கதவின் பலகை இணைப்புச் சந்தில் கண்ணோட்டி உள்ளே தூங்கும் அவள் தெரிகிறாளா என்று பார்ப்பான். பார்த்துவிட்டு அவளை எழுப்பாமலே தொண்டுப்பட்டிக்குத் திரும்பிப்போய் விடுவதும்

உண்டு. மண்விளக்குச் சுடர் அணைந்து உள்ளே இருள் மட்டும் தெரியும் நாளில் பதறிப் போய்விடுவான். உள்ளிருந்து எழும் ஓசையை உற்றுக் கேட்பான். வேகமாகக் கதவைத் தட்டுவான். ஓரிரு நாளில் தட்டும் ஒலி கேட்டுத் தாவாரத்திலிருந்து அம்மா எழுந்து வந்துவிடுவாள். 'யாரு' என்றதும் வெட்கத்தோடு 'நான்தாம்மா. நீ போய்ப் படு' என்பான்.

இப்போது அவன் செயல் எல்லாவற்றிலும் பதற்றமும் அசட்டையும் விரவியிருந்தன. அவள் எவ்வளவுதான் நெருக்கி அணைத்துத் தனக்குள் கொண்டுபோக முயன்றாலும் முரண்டு பிடித்து வெளியேறுவதையே விரும்பினான். காலைவரை தெளியாத அளவு சாராயம் குடிக்கப் போகும் நாளில் அவளைத் தொண்டுப்பட்டிக்கே வந்து தங்கச் சொல்வான். அவளைக் கட்டாயமாகக் குடிக்கச் சொல்வான். அவன் சாராயம் குடிக்கும் நாளில் உடல் திண்மை நெகிழ்ந்து அவள்மேல் திரவமாய் ஓடும். ரொம்ப நேரம் சந்தோசமாகப் பேசுவான். வெறும் கோவணம் மட்டும் கட்டியிருப்பான். விளையாட்டுப் போக்கில் இழுத்து அதை உருவிவிடுவாள். கொஞ்சமும் கூச்சமில்லாது உட்காந்திருப்பான். 'உனக்குக் கொஞ்சங்கூட வெக்கமே இல்ல. எல்லாத்தயும் உதுத்துட்டு நிக்கற' என்று பொய்க்கோபம் காட்டுவாள். 'உனக்கு முன்னால எல்லாத்தயும் உதுத்துட்டு நிக்கறதுல எனக்கு என்ன வெக்கம். நீயும் அப்படி நில்லேன்' என்பான். இப்போது எதுவும் இல்லை.

சாராயத்தை மொடக்மொடக்கென்று தண்ணீர் மாதிரி அப்படியே குடிக்கிறான். கொஞ்ச நேரத்தில் நிதானமிழந்து விழுந்துவிடுகிறான். அருகணைந்து படுத்திருக்கும் அவளை இரவின் எந்தக் கணத்தில் உணர்கிறானோ அப்போது தாவி எடுத்துக்கொள்வான். பலநாள் காலையில்தான் அவனுக்கு உணர்வே வரும். 'குடி அதிகமாப் போவுது மாமா. இவ்வளவு வேண்டாம்' என்பாள் பிரியமாக. 'ம்ம்' என்று சிரிப்பதோடு சரி. முகம் பொங்கச் சிரிக்கும் சிரிப்பில் மட்டும் மாற்றமேயில்லை.

அவளைத் துவம்சம் செய்துவிடும் வெறி கொண்டிருக்கும் நாளில், 'மாமா . . . எம்மேல இருக்கற கோவத்த இப்பிடிக் காட்டாத. என்னால தாங்க முடியல. நாலு அடி அடிச்சிரு. தடி எடுத்து வெளுத்து வாங்கு. இப்பிடிக் கொடும பண்ணாத மாமா' என்று அழுவாள். அப்போது இரக்கம் வரும். அணைப்பும் முத்தமும் 'தப்புப் பண்ணிட்டன் பிள்ள' என்று சொல்லும்.

ஒவ்வொரு மாதமும் விலக்காகும் நாட்களில் தொண்டுப் பட்டிக்கு வந்து உட்கார்ந்து அழுவாள். அவன் மடியில் முகம் புதைத்துக்கொள்ளும்போது கொஞ்சம் ஆறுதலாக

இருக்கும். தலை தடவி 'உடு. வழக்கந்தான' என்பான். அந்த வழக்கம் மாறக்கூடாதா என்று நினைப்பாள். அவள் அழுகை அவனுக்கும் சில சமயம் அழுகையை உண்டாக்கும். 'நமக்கு இப்படி விதிச்சிருக்குதே' என்று சேர்ந்து அழுவார்கள். விலக்காகி அழுகையோடு அவள் வந்தால் இப்போதெல்லாம் உள்ளூரச் சந்தோசமாயிருந்தது. விலக்காகிக் கொண்டிருக்கும்வரை அவள் நம்பிக்கைக்கு உரியவள்.

அடுத்தடுத்த நாட்களில் 'பாவம் இவள். சொன்ன ஒரு வார்த்தைக்காக இப்படிச் சந்தேகப்படலாமா? குழந்தை வேண்டும் என்னும் ஆர்வத்தில் சொல்லிவிட்டாள். அதற்காக யாருடனாவது போய்விடுவாள் என்று நினைக்கலாமா? செவத்தான் விஷயத்தை அவள்தானே சொன்னாள்? எனக்காகத்தான் அப்படிச் சொல்லி யிருப்பாள். 'நீ சொன்னால் போறன்' என்றாள். நான்தான் சொல்லவில்லையே. அப்புறம் எப்படிப் போவாள்?' என்று பலவாறு யோசித்து அவளைப் பிரியமாக நடத்துவான். பழைய ஆள் திரும்பிவிட்டது போலிருக்கும்.

எல்லாம் ஒருவாரம்தான். அப்புறம் கடுகடுப்பாகி விடுவான். அவனைச் சமாளித்துச் சமாதானம் செய்ய வார்த்தைகளின்றிப் போய்விடும். எரிச்சலில் சண்டைக்கான வார்த்தைகள் சாதாரணமாகப் புழங்கும். கத்தினால் அடங்குவான். அவன் குரல் எப்போதும் உயர்ந்து ஒலிக்காது. காட்டுக்குள் இருந்து கூப்பிடும்போதுகூட அண்டங்காக்கை அடித்தொண்டையில் கத்துவது போல அருகில் வந்துதான் கூப்பிடுவான். அவனிடம் இப்படிக் கத்திச் சண்டை போட வேண்டியிருக்கிறதே என்று கவலைப்படுவாள். இந்த ஒருவருசமாக இப்படித்தான். அவன் போக்குக்கு ஏற்றமாதிரி நடந்துகொள்ள முயல்வது ஒன்றைத் தவிரச் செய்வதற்கு ஏதுமில்லை.

○

18

இந்த வருசம் நோம்பி அழைப்புக்கு முத்துவே வந்தான். எப்படியும் காளியையும் தங்கச்சியையும் வரவைத்துவிட வேண்டும். மாத்தேர் வடம் பிடிப்பதற்கு முதல்நாள் சாயங்காலம் வந்தவன் வீட்டுக்குப் போய்த் தங்கச்சியிடம் சொன்னான். அவள் முகம் இருளடர்ந்திருந்தது. ஊருக்கு வர அவளுக்கு ரொம்ப விருப்பம். காளியின் அனுமதி இல்லாமல் என்ன செய்வது?

'காளிகிட்ட நான் பேசிக்கறன். நீ நாளைக்குக் காலையில பொறப்பட்டு என்னோட வந்திரு. காளி வேண்ணா ரண்டுமூனு நாள் கழிச்சு வரட்டும்' என்றான்.

முத்துவுடன் காளிக்குச் சிறுவயது நெருக்கம். இங்கேயே வந்து முத்து சில நாட்கள் தங்குவதும் உண்டு. அவன் பேசினால் காளி எல்லாவற்றுக்கும் சரி என்று சொல்லிவிடுவான் என மாமியார் நினைத்தாள்.

'பொன்னா ... இந்த வருசம் பெருநோம்பிக்குப் போயிரு. எல்லாம் உங்கண்ணன் பேசிக்குவான். பிள்ள இல்லாத ஊட்ல கெழவன் துள்ளிக் குதிச்ச கதையா எத்தன நாளைக்கு நாமளே ஒருத்தர் மூஞ்சிய ஒருத்தரு பாத்துக்கிட்டு உக்கோந்திருக்கறது. திண்ண கெடக்குது . . . தாவி வெளையாட ஒரு பிள்ளகுட்டி வேண்டாமா? ஊடு கெடக்குது... உழுந்து பொரள ஒரு பிள்ளகுட்டி வேண்டாமா? எல்லாம் நல்லா முடியும். நீ நாளைக்கே பொறப்பட்டுப் போ. அவனுக்குச் சோறு தண்ணியெல்லாம் நான் பாத்துக்கறன்' என்று மாமியார் சந்தோசமாகச் சொன்னாள்.

ஆனால் காளி சம்மதிக்க மாட்டான் என்றுதான் பொன்னா நினைத்தாள். ஊருக்குப்

போகச் சரி என்று சொன்னாலும் பெருநோம்பிக்குப் போக ஒத்துக்கொள்ள மாட்டான். ஒரு வார்த்தைக்காக ஒருவருசமாகத் துடித்துக்கொண்டிருப்பவன் அவ்வளவு சீக்கிரம் மாறிவிடுவானா? இரவுச் சாப்பாட்டைத் தொண்டுப்பட்டிக்குக் கொண்டுவரச் சொல்லிவிட்டு முத்து அங்கே போனான்.

கிழவ முள் வேலி போட்டுத் தொண்டுப்பட்டியை நன்றாக வைத்திருந்தான் காளி. வேலியில் எங்கும் தொக்கடவு இல்லை. அங்கங்கே கோவைக்கொடிகளும் கட்டக்கொடிகளும் படர்ந்திருந்தன. அவற்றை வேண்டுமென்றே விட்டு வைத்திருப்பான் காளி. கடவுப்படல்கள் மின்னக்குச்சிகளால் பின்னப்பட்டிருந்தன. வண்டி உள்ளே போய்த் தாராளமாக வரலாம். காலத்தின் ஓட்டத்தைப் பிடித்து நிறுத்தி விரிந்த பூவரசு. பூவரச மரத்தடியில் போதுமான இடைவெளி விட்டு இரண்டு எருதுகளும் பசுமாடு ஒன்றும் கட்டப்பட்டிருந்தன. கிடாரிக்கன்று பயிராகும் தருணத்தில் இருந்தது. இளங்கன்றுக்கு வாய்க்கூடை போட்டுக் காலில் கட்டியிருந்தது. ஐந்து பெரிய உருப்படிகளும் பூவரச மரத்தடியில் தாராளமாக அடங்கிவிட்டன. மழைத்துளி வந்தால் கன்றை மட்டும் கொட்டாய்க்குள் கொண்டுபோக வேண்டும். அடர்ந்த பூவரசடியில் சாரல் தெளிக்கிற மாதிரி மழை விழும். கடவுப்படல்களுக்கு நேர் எதிர்மூலையில் பெரிய குப்பைக்குழி. செவ்வக வடிவக் குழிக்குள் குப்பைகள் பாதியளவு இருக்கலாம். மேலே தெரியவில்லை.

பூவரசமரம் தாண்டி ஆட்டுப்பட்டி. ஆடு அதிகம் இல்லை. இரண்டு வெள்ளாடுகள். ஒன்று நான்கு குட்டிகளோடு. குட்டிகளைப் பார்த்தால் தெரிகிறது, நல்ல பால் வருக்க வெள்ளாடு என்று. இன்னொன்று சினை. வயிற்றில் குட்டிகள் புடைத்துத் தெரிகின்றன. செம்மறிப் பிரவைகள் இரண்டு கட்டப்படாமல் இருந்தன. பட்டிக்குள் ஆடுகள் நனையாமல் இருக்கக் குடிசை. பட்டியை ஒட்டிக் கடலைக்கொடிப் போரும் சோளத்தட்டுப் போரும். தட்டுப்போர்ச் சாணை பெரியதாக இருந்தது. ஒருவருசம் மழையில்லாமல் போனால்கூடத் தீனி தாங்கும். கட்டுத்தரையில் கூளத்தையே காணோம். அவ்வளவு நறுவிசாக இருந்தது. கடைசியாக இறக்கையைப் பாதி விரித்த பறவையைப் போல ஓலைக்கொட்டகை. உள்ளே இரண்டு கட்டில்கள். ஒன்று நிறுத்தி வைக்கப்பட்டிருந்தது. கொட்டாய்க்கு அந்தப் பக்கம் ஒருசெறவு அளவுக்கு வெற்றிடம். அங்கே வேலி மூலையில் வேம்பொன்றும் வாதநாராயணமரம் ஒன்றும் இரண்டு பனைகளும். பனைகளில் ஓலை வெட்டி இரண்டு வருசமிருக்கும். கோழிகள் ஏறி நிற்பதற்கான அடையாளமாய்க் கிளைகளில்

காய்ந்த பீ வடுக்கள் தெரிந்தன. தொண்டுப்பட்டிக்குள் நுழைந்து திரியவே முத்துவுக்குச் சந்தோசமாக இருந்தது. எதையும் நிதானமாகவும் யோசித்தும் செய்வான் காளி.

ஒருமுறை முத்து தொண்டுப்பட்டிக்கு வந்திருந்தபோது இரண்டு கோழிகள் பெருங்குஞ்சுக் கூட்டத்தோடு திரிவதைப் பார்த்தான். ஒவ்வொன்றுக்கும் இருபது குஞ்சுகளுக்குமேல் இருக்கும். இவையெல்லாம் பெரிதாகிவிட்டால் பண்ணையே வைக்கலாம். கோழிகள் அதிகமிருந்தால் தொல்லை. கட்டுத்தரைச் சாணியைப் பறைத்து எல்லாப் பக்கமும் இறைத்துவிடும். கோழிகள் மரத்திலிருந்து இறங்குவதற்கு முன்னே கட்டுத்தரைச் சாணியை அள்ளிவிடுவான் காளி. கொட்டாய்க்கு முன்னால் அரைப்படி கம்பை அள்ளி இறைத்துவிட்டுத்தான் பெரிய மக்கரைக் கூடையில் அடைத்திருக்கும் குஞ்சுக்கோழிகளைத் திறந்துவிடுவான்.

குஞ்சுகள் பெரிதானால் வாரம் தவறாமல் கோழிக்கறிதான். யாராவது ஒரம்பரை வந்தால் உடனே ஒரு கோழியைப் பிடித்துவிடுவான். செவ்வாய்ச்சந்தைக்குக் கொண்டுபோனால் கோழிகளை விற்பது சுலபம். ஆனால் சந்தைக்குப் போவதில் விருப்பமிருக்காது. கோழி வியாபாரி செங்கண்ணன் அவ்வப்போது வருவார். அனுசரித்து வாங்குவார். கோழிக்கு நாலணா எட்டணா அவருக்கும் கிடைத்தால்தானே வியாபாரம் செய்யமுடியும். இத்தனை குஞ்சுகளை வைத்து வளர்ப்பதுதான் பிரச்சினை. முத்துவுக்கு ஆச்சர்யமாக இருந்தது.

பத்துப் பதினைந்து குஞ்சுகளோடு அடையிலிருந்து கோழியை இறக்கிவிட்டால் ஒரு மாதத்திற்குள் நான்கு அல்லது ஐந்து குஞ்சுகள்தான் மிஞ்சும். சிறுகுஞ்சுகளாக இருக்கும்போது காக்காய்களின் தொந்தரவு. கழுகுகளும் வரும். கொஞ்சம் பெரிதானபின்கூட ஒடக்கான்தின்னிக் கழுகின் பிடிக்குத் தப்ப முடியாது. அது இருக்குமிடமே தெரியாது. எங்காவது மரத்தின் அடர்சந்துக்குள் கமுக்கமாக உட்கார்ந்திருக்கும். சந்தர்ப்பம் பார்த்துச் சட்டென இறங்கும். இறங்கினால் அலகில் குஞ்சோடுதான் மேலேறும். இவற்றிடம் இருந்து தப்பித்துக் குஞ்சுகளைக் காப்பாற்றுவது பெரிய சிரமம். காளி இறக்கிவிடும் குஞ்சுகள் எல்லாவற்றையும் எப்படிக் காப்பாற்றிவிடுகிறான்?

கொட்டாய்க்குப் பின்னால் இருந்த இரண்டு பனைகளையும் குறுஞ்சிரிப்போடு கைகாட்டினான் காளி.

‘கோழிக்குஞ்சுக்கும் பனமரத்துல ஓல வெட்டாததுக்கும் என்ன சம்பந்தமடா மாப்ள?’ என்றான் முத்து புரியாமல்.

‘நல்லாப் பாரு மச்சான். மரத்தையே பாத்துக்கிட்டு இரு. கொஞ்சநேரத்துல புரியும் பாரு.’

எதையும் சொல்லித் தருவதில்லை, காட்டிப் புரிய வைப்பதுதான். மரத்தையே பார்த்திருந்தான் முத்து. இரண்டு கரிக்குருவிகள் ஒன்று மாற்றி ஒன்று பனைக்கு வந்து வந்து போயின. கரிக்குருவிக் கூடுகளுக்காகவா பனையில் ஓலை வெட்டாமல் விட்டிருக்கிறான்?

‘பொந்துக்குள்ளயும் சந்துக்குள்ளயும் போயிப் பூந்துக் கிட்டிருந்தா மட்டும் பத்தாது. கொஞ்சம் மூளையும் வேணும். அது எங்க இருக்குது?’ என்று கேலி செய்துவிட்டு விவரத்தைச் சொன்னான்.

அடர்ந்திருக்கும் பனைகளில்தான் கரிக்குருவி கூடு கட்டும். அது கட்டத் தொடங்குவதிலிருந்து முட்டையிட்டுக் குஞ்சு பொரித்து வளர்க்கும்வரைக்கும் அந்தப் பக்கத்தில் வேறு எந்தப் பறவையும் வர முடியாது. கரிக்குருவிகள் ஆணும் பெண்ணும் மாற்றிக் காவல் இருக்கும். ஏதாவது பறவைகள் வந்தால் கொத்தி விரட்டிவிடும். கைப்பிடிக்குள் அடங்கிவிடுவது போலக் கரிக்குருவியின் உருவம் சிறியதுதான். வால் நீண்டு இரட்டையாகப் பிரிந்திருக்கும். ஆனால் அதன் வலிமை பெரிது. பெருங்கழுகையே விசையோடு கொத்தி விரட்டி அடித்துவிடும். கரிக்குருவி கூடு கட்டும் தருணத்தில் கோழிக்குஞ்சுகளை இறக்கி விட்டுவிட்டால் ஒன்றும் பிரச்சினையே இல்லை. குஞ்சுக்குக் காவலாகக் கரிக்குருவி இருக்கும். கரிக்குருவியின் காவலைக் காளி பயன்படுத்திக்கொண்டு கோழிக்குஞ்சுகளை வளர்த்துவிடுவான்.

கரிக்குருவி மரத்துக்கு வந்து நோட்டம் பார்க்கத் தொடங்கும் போதே கோழி அடை கூட்டிவிடுவான். எப்போதும் ஒன்றிரண்டு முட்டையிட்டுக்கொண்டும் கிறுக்குப் படுத்துக்கொண்டும் இருக்கும். முட்டை போதவில்லை என்றால் யாரிடமாவது வாங்கி இருபது முட்டைகளுக்குக் குறையாமல் அடையில் வைத்துவிடுவான். அதற்காகவே பனையில் ஓலை வெட்டுவது கிடையாது. தொங்கும் காய்ந்த ஓலைகளை இரண்டு வருசத்திற்கு ஒருமுறை அறுத்துவிடுவதோடு சரி.

‘கோழிக்குஞ்சயெல்லாம் கருத்தா வளக்கற உங்கையில ஒரு கொழந்தயக் குடுக்க முடியலியே’ என்று பொன்னாதான் ஒப்பாரி வைப்பாள்.

‘உன்னோட தொண்டுப்பட்டிக்குள்ள இப்பிடி ஒரு ரகசியத்த வெச்சிருக்கறயே. இன்னம் என்னென்னடா இதுக்குள்ள இருக்குது

மாப்ள?' என்று முத்து வியந்துபோய்ப் பார்ப்பவர்களிடம் எல்லாம் இந்த விசயத்தைச் சொல்லித் திரிந்தான்.

பல பேர் காளியைப் போல முயன்று பார்த்தார்கள். ஒன்றும் நடக்கவில்லை. பொறுமை இல்லை. இரண்டு வருசம் ஓலை வெட்டாமல் விட்டால் உடனே அந்தப் பனைக்குக் கரிக்குருவிகள் வந்துவிடுமா? காளியின் தொண்டுப்பட்டி மாதிரி பாதுகாப்பான இடமாகவும் இருக்க வேண்டும். கரிக்குருவிகள் மனிதர்களை விடவும் இந்த விஷயத்தில் புத்திசாலிகள்.

இந்தத் தொண்டுப்பட்டியை உண்டாக்கியவன் காளிதான். நிலத்தில் ஓர் அணப்பு வீணாகப் போகிறதே என்று அவன் அம்மா கவலைப்பட்டாள். போர் ஒருபக்கம், கட்டுத்தரை ஒருபக்கம் என்று கண்டபடி இருந்ததை ஒன்றாக்கிப் 'பண்ணயத்துக்குத் தொண்டுப்பட்டி மொதல்ல வேணும்' என்றான். ஏற்கனவே கிளை பரப்பியிருந்த பூவரசை முன்னால் வருகிற மாதிரி வைத்தான். கூடமாட ஒத்தாசையாக இருந்த முத்து, 'உள்ள நொழுஞ்ச ஒடனே கொட்டாயி இருந்தாப் பரவால்ல' என்றான். உள்ளே நுழைந்ததும் மாட்டின் முகத்தைத்தான் பார்க்க வேண்டும் என்றும் ஆடுமாடுகளைக் கடந்து போனால்தான் கட்டுத்தரை விஷயம் கவனத்துக்கு வந்துகொண்டேயிருக்கும் என்றும் கடைசியில் கொட்டாயைப் போட்டான் காளி.

இந்தத் தொண்டுப்பட்டிக்குள் காளியோடு சிரித்து விளையாடிக் கிடந்த நாட்கள் முத்துவுக்கு நினைவில் வந்தன. அதுதான் எத்தனை சந்தோசமான காலம். காட்டுவேலையையும் ஆடுமாடுகளைப் பார்ப்பதையும் நேரத்துக்குச் செய்துவிட்டால் அப்புறம் கேள்வி கேட்பாரில்லை. தங்குண்டியாய்த் திரியும் சாமி கிடாய் போலத்தான். கல்யாணம் ஆனபின் காளிக்குக் குழந்தையில்லையே என்று கவலை. தங்கச்சிக்குக் குழந்தை இல்லை என்பதைப் பற்றித் தினம் ஒருமுறையாவது அம்மாவும் அப்பனும் பேசாமல் இருப்பதில்லை. முத்துவிடமும் யாராவது ஒருவர் விசாரிக்கத்தான் செய்கிறார்கள். அது மட்டுமா? முடிவாகச் சொல்வார்கள்.

'இன்னமே எந்தக் கொழந்த பொறக்கப் போவுது? அவ்வளவுதான். உம் மாப்ளயும் நிய்யும் சின்ன வயசிலருந்து ஒன்னாத்தான சுத்திக்கிட்டிருப்பீங்க. அப்பறம் என்ன, அவஞ் சொத்தும் உம்பிள்ளைங்களுக்குத்தான்.'

சொத்தைப் பற்றி முத்து பெரிதாக யோசித்ததில்லை. அவனுக்கு ஒருகுழந்தை மட்டும் இருந்துவிட்டால் எல்லாரைப் போலவும் இருப்பானே என்றுதான் நினைத்தான். கல்யாணத்துக்கு

முன்வரை இருந்த காளியே வேறானவன். சிரிப்பும் கும்மாளமும் அவனிருக்கும் இடத்தில் நிரந்தரம். பத்து ஊர் தாண்டிக் கூத்து நடக்கிறது என்றால்கூடக் கூட்டம் சேர்த்துக்கொண்டு போய்விடுவான். கரட்டூர் கண்ணன் டாக்கீஸில் நல்ல படம் ஓடுகிறது என்று யாராவது சொன்னால் கிளம்பிவிடுவான். முதலில் படம் பார்க்கப் போனபோது முத்துவுக்கு ஒன்றுமே புரியவில்லை. எதிரில் நடமாடுபவர்கள் நிஜமான மனிதர்களா பொம்மைகளா? காடு வருகிறது, வீடு வருகிறது, அரண்மனை வருகிறது, பாட்டு வருகிறது. எல்லாம் எங்கிருந்து? படம் ஓட்டும் அறையைக் கைகாட்டினான் காளி. அங்கிருந்து சின்னப் பொந்து ஒன்றின் வழியாக இத்தனையும் வரும் ஆச்சர்யம் தாங்க முடியவில்லை. கூட்டமே இல்லாதபோது ஒரு படத்திற்குப் போனார்கள். அப்போது படமோட்டி அறைக்குப் போய் பிலிம்களைக் காட்டினான் காளி. அந்தப் படமோட்டி காளிக்குப் பழக்கமாக இருந்தான். அவனோடு சேர்ந்து காளி சுருட்டும் பிடித்தான். அதுமாதிரி ஏதேதோ செய்தவன் காளி. ஆனால் இப்போது இந்தத் தொண்டுப்பட்டிக்குள் முழுவதுமாக அடைந்துவிட்டான்.

ஆடுமாடுகளும் இந்தப் பூவரசும் அவனுக்குப் போதுமானவை யாக இருக்கின்றன. இப்படியே அவனை விடக்கூடாது. வெளியே இழுத்துவந்து போட வேண்டும். குழந்தையால் முடியும். கடைசி வாய்ப்பாகப் பெருநோம்பிக்குப் பொன்னாளை இந்த வருசம் அனுப்பிவிட வேண்டும் என்று முத்து ஒரு முடிவோடுதான் வந்திருந்தான். காளியிடம் எப்படிப் பேசுவது என்று தெரியவில்லை. எப்படியாவது பேசிவிட வேண்டும். பேச முடியாவிட்டாலும் அவன் ஒத்துக்கொள்ளாவிட்டாலும் பொன்னா பெருநோம்பிக்குப் போவது உறுதி. முத்து தீர்மானத்தோடு இருந்தான்.

◯

19

முத்து தொண்டுப்பட்டிக்குள் போனபோது காளி மாடுகளுக்குத் தட்டு அள்ளிப் போட்டுக்கொண்டிருந்தான். 'இன்னிக்கு ராத்திரி இங்கதான் தங்கல் மாப்ள' என்று கூவினான் முத்து. அந்தத் தொண்டுப்பட்டியே உற்சாகத்தைத் தனக்குள் கொண்டிருக்கிறது. காளியின் முகத்திலும் சந்தோசக் களை வந்தது. இரவும் தொண்டுப்பட்டியும் பழைய நண்பனும் என அவன் மனதில் ஒரு கொண்டாட்டச் சூழல் விரிந்தது.

'மச்சான் . . . கள்ளுப் போதுமா சாராயம் வேணுமா சொல்லு' என்றான்.

'தெனமும் வவுறு முட்டக் கள்ளுக் குடிச்சுக் குடிச்சு மாத்தானாப் போயிருது மாப்ள. நல்லாச் சொரக்குன்னு ஏர்றாப்பல சாராயம் இருந்தாப் பாரு' என்றான் முத்து.

'செரி இரு . . . வர்றன்' என்று தூக்கில் கிடந்த செம்மண் நிற வேட்டியை எடுத்துக் கோவணத்துக்கு மேல் சுற்றிக்கொண்டு கிளம்பினான். நினைவு வந்தவனாய்க் 'கோழி அடிச்சிரவா மச்சான்' என்றான்.

'நோம்பி நெனப்பு இல்லியா. எல்லாம் இந்த வருசம் கறிநாளுக்கு ஜோராப் போட்ரலாம். இன்னக்கி வேண்டாம். பொன்னாளச் சோறாக்கிக் கொண்டாரச் சொல்லீட்டன். எதாச்சும் சுருக்குன்னு கொண்டாருவா போதும் உடு' என்றான் முத்து.

படலைச் சாத்திவிட்டு இருளில் காளி கரைந்தான். மரமேறி வளவுக்குப் போய் நல்ல சரக்காக எப்படியும் கொண்டு வந்துவிடுவான். நோம்பிக் தொடங்கிவிட்டால் சுற்று வட்டார ஊர்களில் எங்கும் கவுச்சி வாடையே இருக்காது. பெருநோம்பிக்கு மறுநாள் சாகும் கோழி ஆடு

மாடு பன்றிகளுக்கு அளவிருக்காது. மீன் கூடைகளை ஏற்றிக்கொண்டு மாட்டுவண்டிகள் சாரி போட்டு வருவதும் நடக்கும். அதுவரைக்கும் எல்லாரும் பத்தியம்தான்.

காளியும் முத்துவும் சின்னப் பையன்களில் ஆடுமாடு மேய்க்கப் போய்த்தான் பழக்கம். இரண்டு ஊருக்கும் நடுவே சிறுகுன்று இருக்கிறது. இரண்டு தென்னைமர உயரத்திலும் ஊர்க் குடியிருப்பு ஒன்றின் பரப்பிலும் கிடந்த அதை நரிக்குன்று என்பார்கள். வெள்ளாமைக் காலத்தில் ஆடுமாடுகளுக்கு அதுதான் மேய்ச்சல் நிலம். பெரும்பெரும் பாறைக்கற்களைக் கொண்டு அடுக்கியது போலிருக்கும் அதில் குறுமரங்களும் புதர் வெளிகளும் நிறைய. ஆடு மேய்க்கும்போது ஏற்பட்ட பழக்கம் இரண்டு பேரும் ஒன்றாகச் சுற்றும் அளவுக்கு வளர்ந்தது. இரண்டு பேருக்குள்ளும் ரகசியம் எதுவுமில்லை. நோம்பி போட்டுவிட்டால் ஒருநாள் விட்டு ஒருநாள் என்று மாதக் கணக்கில் தெருக்களில் சுற்றித் திரிவார்கள். எட்டுக் கல் தொலைவை நடந்தும் ஓடியும் அரைமணி நேரத்தில் அவர்களால் கடக்க முடியும். அப்படி அவசரமாகப் போயும் எந்த வேலையுமில்லை. மாசி பங்குனியில் வீட்டுத் திண்ணைகளில் உட்கார்ந்து பெண்கள் கடலைக்காய் தொலித்துக்கொண்டிருப்பார்கள். மாடுகன்றைப் பார்த்து முடித்துவிட்டால் ஆண்களுக்கு என்ன வேலை இருக்கிறது?

காளி வீட்டில் முத்துவும் முத்து வீட்டில் காளியும் தங்கிக்கொள்வது பலநாள் நடக்கும். காளியும் முத்துவும் மாமன் மச்சினன் முறைதான். ஆனால் 'வாடா போடா' என்றுதான் அழைத்துக்கொள்வார்கள். முத்து வீட்டுக்குப் போகும்போதெல்லாம் பொன்னாமேல் காளிக்கு ஒருகண் இருக்கும். சிறுபிள்ளையாய் இருந்து அவள் சட்டென மலர்ந்த அதிசயத்தை அவன் பார்த்தான். அவனுக்குப் பதினெட்டு வயதாகும்போது அம்மா பெண் பார்க்கத் தொடங்கிவிட்டாள். காளியைப் பற்றி முத்துவுக்கு எல்லாம் தெரியும். அப்படி இருக்க, உன் தங்கையை எனக்குக் கொடு என்று எப்படி வாய்திறந்து கேட்பது? இதுபோலத் தொண்டுப்பட்டியில் கள் குடித்துப் பேசிக் கிடந்த ஒருபொழுதில்தான் காளி கேட்டான்.

'என்னய நல்லவன்னு நெனக்கறியாடா நீ?'

'ஏன்டா ... உனக்கு இந்தச் சந்தேகம்? என்னயவிட நல்லவன்டா நீ.'

'நெசமாச் சொல்றியாடா. இல்ல பேச்சுக்கா?'

'நெசமே. எந்தச் சாமி கோயில்லன்னாலும் அடிச்சுச் சத்தியம் பண்ணுவன்டா. நீ நல்லவன் நல்லவன் நல்லவன்.'

‘அப்ப உந்தங்கச்சிய எனக்குக் கட்டிக் கொடுப்பியாடா.’

முத்து ஒருநிமிசம்கூடத் தாமதிக்கவேயில்லை. ‘டே மாப்ள… அய்யய்யோ மாப்ளய டேய்ங்கக் கூடாது… மாப்ளைங்க’ என்று என்னென்னவோ பேசிக் கலாட்டா செய்துவிட்டான்.

போதையில் அப்படி நடந்துகொண்டான், எல்லாம் மறந்துவிடுவான் என்று காளி நினைத்தான். மறுநாள் போனதும் அம்மா, அப்பன், தங்கச்சி என்று எல்லாரிடமும் பேசி முடிவு செய்து சாயங்காலமே வந்து சொல்லிவிட்டான். அதிலிருந்து அழைப்பு மாப்பிள்ளை, மச்சான் என்று மாறிவிட்டது.

வளர்பிறை நிலா வானில் முக்கால் வட்டமாக வீசிக் கொண்டிருந்தது. காளி படல் திறக்கும் சத்தம் கேட்டது. முத்து எழுந்து உட்கார்ந்தான். முழுப் போத்தலோடு அவன் வந்தான். ‘முனியண்ணன் சாராயம். நம்ம நல்லகாலம் இன்னைக்கு இருந்தது’ என்று ஊற்றத் தொடங்கினான்.

சிறு மண்சொப்பில் பொரிந்த சாராயத்தை எடுத்துக் குடித்துக் கடலைக்காயைத் தொலித்து வாயில் போட்டுக்கொண்டார்கள். முத்து எப்போதும் மிகக் குறைவாகவே தண்ணீர் கலப்பான். வேகமாக இறக்கிவிடுவான். தொண்டையில் சுள்ளென்று இறங்கியது. நல்ல சாராயம்தான். அடுத்த சொப்புக்குப் போகும் முன் பொன்னா சோறு கொண்டுவந்துவிட்டால் பரவாயில்லை. மூக்கைப் பிடித்துக்கொண்டு ஒரேமூச்சில் காலி செய்வது முத்துவின் பழக்கம். காளி அப்படியல்ல. ஒருமுறை ஊற்றியதைக் குடித்து முடிக்க நேரமாகும். நான்கைந்து மிடறுகளாக மெல்லக் குடிப்பான். போதை மெல்ல மெல்ல ஏறுவதை உணர வேண்டும் என்பது அவன் எண்ணம்.

‘மாப்ள . . . ரண்டு வருசமா நீ வராத நோம்பி நோம்பியாட்டமே இல்லடா. இந்த வருசம் நீ வந்தரோணும். உனக்கு ஒரு பிரச்சினையும் இல்லாத நான் பாத்துக்கறன்டா. வர்றயா சொல்லு…’

காளியின் கண்களில் கண்ணீர் நிலவொளியில் மின்னியது. நெகிழ்ந்துபோயிருந்தான்.

‘வர்றன் மச்சான்… வர்றன்டா மச்சான்’ என்றான்.

‘நமக்கென்னடா . . . பழையமாதிரி குடிச்சுச் சுத்திக்கிட்டுச் சந்தோசமா இருப்பம்டா. வாடா. நீ என்னைக்கி வர்ற சொல்லு . . . நான் எல்லாம் ஏற்பாடு பண்ணி வெக்கறன். சொல்லு நீ…’

‘உந்தங்கச்சி எப்ப வர்றங்கறா?’

‘நீதான்டா சொல்லோனும். உனக்கு அப்பிடிப் பயந்துக்கிட்டுக் கெடக்கறா. பாவம் ரண்டு வருசமா அந்தப்பக்கம் வர்ல. நீ சொன்னீன்னா நாளைக்கே கூட்டிக்கிட்டுப் போறன்டா.’

‘செரி. கூட்டிக்கிட்டுப் போடா. நான் பெருநோம்பி அன்னிக்கு வர்றன் மச்சான். கறிநாளுக்கு இருந்துட்டு வந்தர்றன்.’

அப்போது பொன்னா சோறு கொண்டு வந்தாள். அவள் வரும்போது தொண்டுப்பட்டிக்குள் யாராவது இருந்தால் பிடிக்காது. இன்றைக்கு வந்திருப்பவர் அண்ணன். அதுவும் தன் காரியமாக வந்திருக்கிறார் என்பதால் ஆவலாய்ச் சமைத்துக் கொண்டு வந்தாள். வேலைவெட்டி அற்ற யாராவது உள்ளே வந்து உட்கார்ந்துகொண்டு காளியிடம் ஊர்க்கதை பேசிக் கொண்டிருப்பார்கள். ஆசையாக இரண்டு வார்த்தை அவனிடம் பேசலாம் என்று வருவாள். காளியிடம் பழமை பேசும் ஆளைப் பார்த்ததும் எல்லாம் வடிந்து போய்விடும். அவள் வந்தால், புருசன் பெண்டாட்டி ஏதாவது பேசுவார்கள் என்று புரிந்துகொண்டு எழுந்து போகவும் மாட்டார்கள். பொறுத்துப் பொறுத்துப் பார்த்துவிட்டு அவள்தான் திரும்பிப் போவாள்.

‘ஆராச்சும் வந்தா வெளியிலயே நிக்க வெச்சுப் பேசி அனுப்பீரு. தொண்டுப்பட்டிக்குள்ள வந்து உக்கோந்துக்கிட்டுச் சனியன் புடிச்சதுவ போவுதா ஒன்னா. ஆட்டையும் மாட்டையும் பாத்துட்டுப் போயி அப்பிடி இருக்குது இப்பிடி இருக்குதுன்னு ஊரெல்லாம் போயிப் பேசுதுவ’ என்று கரித்துக் கொட்டுவாள்.

சித்தப்பன் இருந்தால் மட்டும் ஒன்றும் சொல்லமாட்டாள். ஊர் முழுக்க அவரைக் கேவலமாகப் பேசினாலும் பொன்னாவைப் பொறுத்தவரை ‘நல்ல’ மனசுக்காரர். பொன்னாவுக்கு ஆறுதலாக எப்போதும் இரண்டு வார்த்தை சொல்வார்.

இதே போலத் தொண்டுப்பட்டிக்குச் சோறு கொண்டு வந்த சமயத்தில் தெருவில் விளையாடிக்கொண்டிருந்த சின்னஞ் சிறுசுகளைப் பிரியமாய்ப் பார்த்தாள். குழந்தைகளுக்கு என்ன கவலை? எந்நேரமும் விளையாட்டுத்தான். அவர்களோடு சேர்ந்து அச்சாங்கல்லும் பாண்டியும் ஆடலாம். தெருவில் ஓடிப் பிடித்து விளையாடலாம். பொன்னாவுக்கு ஆசைதான். ‘பிள்ள இல்லாத ஊட்டுல பொம்பள துள்ளி வெளையாடறா’ என்று எங்கிருந்தாவது குத்தல் பேச்சு கிளம்பும். தம்பிள்ளைகளை அவளிடம் ஒட்டாமல் நிறுத்திக்கொள்வார்கள். அதனால் போகிற போக்கில் ஒருபார்வை பார்த்து மனசுக்குள் திருப்திப்பட்டுக் கொள்வதோடு சரி.

அப்படித் திருப்தியோடு உள்ளே நுழைந்தபோது 'கன்னுக் குட்டி துள்ளிக் குதிச்சுக் கொண்டாட்டம் போட இப்பிடி எடவசதி இருக்கோனுமப்பா' என்று சித்தப்பாவின் குரல் கேட்டது.

ஈன்று ஒருவாரமே ஆகியிருந்த மாட்டுக்கன்று தொண்டுப் பட்டியின் வடக்குக்கும் தெற்குக்கும் ஓடிக் குதியாளம் போட்டுக் கொண்டிருந்தது.

'எடவசதி இருக்குது மாமா. கன்னுக்குட்டி ஓட்டத்தப் பாத்துச் சந்தோசப்பட்டுக்கலாம். பின்ன ஓடி வெளையாடப் பிள்ளகுட்டியா இருக்குது இங்க' என்று சலித்த மாதிரி பொன்னா சொன்னாள்.

இந்தப் பேச்சை எடுத்தால் சித்தப்பாவின் பதில் ஒத்தடம் தருவது மாதிரி வரும். அதைக் கேட்கவே அவள் இப்படி ஏதாவது சொல்வாள். சித்தப்பா அன்றைக்குச் சொன்னார்.

'மருமவளே கவலப்படாத. கன்னுக்குட்டி துள்ளிக் குதிக்கறதப் பாத்துக்க. அதுங் கொழந்ததான். தெருவுல போயி நின்னா எத்தன கொழந்தங்க ஓடி வெளையாடுது. கொஞ்ச நேரம் பாத்துக்க. போதும். அதுக்குமேல கொழந்தகிட்ட என்ன இருக்குது? எதுவும் கொஞ்சநேரந்தான். இந்தக் கன்னுக் குட்டியவே எடுத்துக்க, இன்னங் கொஞ்சம் உட்டாக் கட்டல் மேல ஏறும். ஆடுவ இருக்கற பக்கம் போவும். நமக்கு எரிச்சலாப் போயிரும். இழுத்துக் கட்டிப் போட்டிருவம். சின்னதுல எந்தம்பி பசவ என்னூட்டுக்கு வருவானுவ. கொஞ்சநேரம் நல்லாருக்கும். அப்பறம் பாத்தா அதப் போட்டு ஒடைக்க, இதப் போட்டு ஒடைக்கன்னு ஒரே ரகள பண்ணிருவானுங்க. போங்கடா நாய்வளேன்னு அடிச்சுத் தொரத்தீருவன். அழுதுக்கிட்டுத்தான் போவானுங்க. போவட்டுமே. அவுங்கூட்டுல கம்முனு இருப்பானுவ. போட்டு ஒடச்சா அவுங்கம்மா சூடு இழுத்திருவா. அதனால தூரத்துல நின்னு பாத்துச் சந்தோசப்பட்டுக்கலாம். வெச்சு வளத்தறதெல்லாம் சள்ள புடிச்ச வேல. அந்த வேல நமக்கு இல்லன்னு திருப்தியா இரு. சந்தோசன்னா என்னன்னு தெரியாத நாய்வ பெத்துப் பெத்துப் போட்டு வளத்துச் சீப்பட்டுக் கிட்டுக் கெடக்கட்டும். நாம அதயும் பாத்துச் சிரிக்கலாம்.'

'உங்களுக்கு எப்பவுமே வெளையாட்டுத்தான் மாமா' என்றாள்.

'வெளையாட்டுத்தானே மருமவளே சந்தோசம். எதயும் வெளையாட்டா எடுத்துப் பாரு. உம் மனசுல கவலயே வராது.

பல்லுமேல நாக்கப் போட்டு அவுங்க பேசறாங்க, இவங்க பேசறாங்கன்னு நெனைக்காத. அதுங்களப் பத்தி நாமளும் கேவலமாப் பேசீட்டாப் போவுது' என்றார்.

அவர் தொண்டுப்பட்டியில் இருப்பதுமாதிரி இப்போதும் சந்தோசமாக இருந்தது பொன்னாவுக்கு. இரண்டு வருசமாக நோம்பிக்குப் போகவில்லை. இந்த வருசம் அண்ணன் விடமாட்டான். அண்ணனுக்குப் பிடித்த கூட்டுச்சாறும் கார வடையும் கொண்டு வந்திருந்தாள். கூடையை இறக்கி வைத்ததும் முத்து சொன்னான்.

'பொன்னா நாங்க சாப்பாட்டுக்கறம். நீ ஊட்டுக்குப் போ. மாப்ளகிட்ட எல்லாம் பேசிட்டன். காத்தால உன்னய ஊருக்குக் கூட்டிக்கிட்டுப் போவ மாப்ள சரின்னு சொல்லீட்டாரு' என்றான்.

அண்ணன் சொன்னாலும் காளியின் வாயால் கேட்டால்தான் அவளுக்கு நம்பிக்கை வரும். பெருநோம்பிக்குப் போக அவன் ஒத்துக்கொண்டிருப்பானா? அவள் சந்தோசத்தோடு 'நெசமாவா?' என்று கேட்க நினைத்தாள். அது காளிக்கு எப்படியிருக்குமோ என்று அடக்கிக்கொண்டாள். 'அதுல உனக்கு அத்தன ஆசயா?' என்று கேட்டுவிடுவான். அண்ணன் இருக்கும்போது எதுவும் சொல்லாவிட்டாலும் அப்புறம் சொல்வான். அவள் மௌனம் கண்டு முத்து சொன்னான்.

'மாப்ள... நீயே சொல்லு மாப்ள ... நீ சொன்னாத்தான் பிள்ள நம்பும். எம் பேச்செல்லாம் இப்ப எங்க செல்லுபடியாவுது?'

'செல்லுபடியாவற எடத்துல ஆவும்' என்று சிரித்த காளி, 'பொன்னா காத்தாலக்கி நீ உங்கண்ணங்கூடவே போயிரு. நான் பெருநோம்பி நாளுக்கு வர்றன். பாத்துக்கலாம்' என்றான்.

அவர்களுக்கு இடைஞ்சலாக இருக்கக்கூடாது என்று உடனே வெளியேறிய பொன்னாவின் மனதில் ஏதேதோ எண்ணங்கள் ஓடின. 'பாத்துக்கலாம்' என்று அவன் சொன்னதற்கு அர்த்தம் என்னவாக இருக்கக்கூடும்? 'எல்லாம் பேசிட்டன்' என்று அண்ணன் சொன்னதும் 'பாத்துக்கலாம்' என்று காளி சொன்னதும் ஒன்றுதானா?

'இதுல யோசிக்க என்ன இருக்குது. சாமி காரியம். உனக்கு யாரு சாமியாத் தெரியறாங்களோ அவுங்களோட இருக்கப் போற. சாமியே உனக்கு எல்லாம் காட்டும். நம்மூர்ல வெள்ளப்பாட்டி இருக்கறா பாரு. அவுங்கம்மாவுக்கு அவ எப்பிடிப் பொறந்தா

தெரியுமா? சாமி பிள்ள அவ. இது வழமதான் பொன்னா. நீ ஒன்னுக்கும் கவலப்படாத. சாமிய நெனச்சுக்க போதும்' என்று அவள் மாமியார் கொஞ்சநேரத்திற்கு முன் சோறாக்கிக் கொண்டிருக்கும்போதுதான் விலாவாரியாகச் சொன்னாள்.

    'அம்மா தேவாத்தா ... உன்னையே நம்பியிருக்கறன். எனக்கொரு நல்லவழி காமி' என்று மனதில் சொல்லிக்கொண்டே போனாள்.

◯

20

பொன்னா போனதும் மீண்டும் சொப்பை நிரப்பினான் காளி. சோற்றையும் வட்டிலில் போட்டுக்கொண்டான். அவனுக்கு எப்போதும் சோறு தின்றுகொண்டே குடிப்பதுதான் பிடிக்கும். முத்து குடிக்கும் வேலையை முழுதாக முடித்துவிட்டு அப்புறம்தான் சோற்றுக்கு வருவான். சிலசமயம் சோறு அப்படியே கிடக்கும். விழுந்துவிடுவான். மத்தியானம்வரை பட்டியிலேயே அடைத்துப்போட்ட ஆட்டை வெளிவிட்டதும் கடலைக்கொடிப் போருக்கு ஓடி வப்வப்பென்று தின்னத் தொடங்குமே அது போலத்தான் அவன் செய்கை. அவன் வேகத்தைப் பார்த்துக் காளி சிரிப்பான். சொப்பைக் காலி செய்ததும் வாயைத் திறந்து 'ஆ'வென்று மூச்சு வாங்கிச் செருமிக் கொண்டான். தொண்டை கனன்று மூக்கிலேறியது. கை நிறையப் பக்கடாவை அள்ளி வாயில் போட்டுக் கொண்டான்.

'மெதுவாத் தின்னு மச்சான். உனக்குக் குடுக்காதயா நான் தின்னரப் போறன்' என்று காளி சிரித்தான்.

'உனக்குத்தான் என்னயத் தெரியுமே. புதுசாவா பாக்கற?' எனச் சொல்லிவிட்டு முத்து 'ஏன்டா மாப்ள ... உனக்குக் கேட்டொடன பொண்ணக் குடுத்தமே. இப்ப ரண்டு வெருசமா எங்கூட்டுக்கு அனுப்பாத வெச்சிருந்தயே... இது நாயமா சொல்லு' என்றான்.

'ரண்டு வருசமா என்னன்னு வந்து கேக்காத இருந்தியே அது மட்டும் நாயமா சொல்லு. இப்ப என்ன அக்கர அப்பிடியே பொத்துக்கிட்டு வந்திருச்சு உனக்கு?'

காளியும் உரிமையோடு பேசினான்.

‘தப்புத்தான் மாப்ள… தப்புத்தான். ஒத்துக்கறன். பெரியவங்க எல்லாம் இருக்கறப்ப நாம குறுக்குச்சால் ஓட்டக்கூடாதுன்னுதான் உட்டுப் புடிச்சன் மாப்ள…’ என்றான் முத்து.

‘என்ன பெரியவங்க மசுத்தராங்க. பெத்த பிள்ளயக் கூட்டிக் குடுக்கத் திட்டம் போட்டுட்டு அதையும் வெக்கமில்லாத எங்கிட்ட வந்து சொல்றாங்க. பெரியவங்களாம் பெரியவங்க.’

காளியின் கோபத்தில் சொற்கள் ஓங்கின. நாய் அவனெதிரில் ஓடி வந்து ‘வள்’ளென்று ஒருமுறை குரைத்துவிட்டுக் கொஞ்சம் தள்ளிப்போய்ப் படுத்துக்கொண்டது. அவன் கோபம் வெளிப்படக் காத்திருந்து முத்து சொன்னான்.

‘அப்படியெல்லாம் சொல்லாத மாப்ள. நீங்க ரண்டு பேரும் படற கஷ்டம் பொறுக்க முடியாத எதாச்சும் செய்யலாமேன்னு பாத்தது. இது ஒன்னும் புதுசில்ல மாப்ள. வழமொறதான.’

‘நீ சொல்லு. உனக்குப் பிள்ள இல்லாத இருந்தா உம் பொண்டாட்டியக் கண்டவனோட அனுப்புவியா?’

‘மாப்ள… கண்டவனோடன்னு சொல்லாதடா. ஆரு மூஞ்சி ஆருக்குத் தெரியுது. எல்லா ஆம்பளையும் அன்னைக்கு ராத்திரி சாமீடா. சாமீன்னு நெனச்சுப் பாரு. உனக்குச் சந்தோசம் வரும். சாமியே வந்து நம்மளுக்குக் கொழந்தயக் குடுத்திருக்குதுன்னா அது எவ்வளவு பெரிய விஷயம்.’

‘நானும் நீயும் போனமே… அப்ப நாம சாமியாடா. சாமின்னு நீ உன்னய நெனச்சிருக்கறயா.’

‘நாம நெனச்சிருக்கறது இல்லீடா. அதனால அந்தப் பொம்பளக்கிக் கொழந்த கெடச்சா அவுங்களுக்கு நாமதான் சாமி.’

‘ஆமாமா. ஒவ்வொருத்தன் மூஞ்சியிலும் சாமி கள பொங்கி வழியுது. எல்லாம் தெருத்தெருவா அலயறானுங்க. எதோ அந்தக்காலம் மசக்காலம். அனுப்புனாங்க. இப்ப அனுப்பு வாங்களா? உம் பொண்டாட்டிய நீ அனுப்புவியாடா.’

‘பத்துப் பனன்டு வெருசமாக் கொழந்தன்னால எத்தன கேவலப்பட்டிருப்பீங்க… வெளிய வராத தொண்டுப்பட்டி காடுன்னு மொடங்கிக் கெடக்கறயே. இதுக்கு ஒரு முடிவு வரோனும். நாலு பேருக்கு முன்னால நாமளும் ஆருன்னு நிக்கோனும். அதுக்கு இதுதான் வழியின்னா அனுப்புவன்டா.’

‘நீ அனுப்புவ. நான் ஒத்துக்கமாட்டன்டா. உனக்குன்னு வந்தா நிய்யும் அனுப்ப மாட்ட. இப்பப் பேச்சுக்குச் சொல்ற.

அந்தக் காலத்துல பையன் பொடுசா இருக்கறப்பவே பெரிய பிள்ளயக் கட்டி வெச்சிருவாங்க. பையனோட அப்பந்தான் அந்தப் பிள்ளைக்குப் புருசனாட்டம் இருப்பான். பையன் பேருக்குப் புருசன். இன்னைக்கி இது ஒத்துவருமா. அதுமாதிரி தான்டா.'

'அப்பிடியில்லீடா. தெரிஞ்சும் தெரியாத போற பொம்பளைங்க எத்தனையோ பேரு. இது அப்பிடியில்லீடா. சாமியே குடுக்கற வரம். நீ பழைய மாதிரி ஆவோனும். எந்தங்கச்சி சிரிச்சிக்கிட்டு வாழோனும். அதுக்குத்தான் மாப்ள ...'

'நீ அந்தக்காலத்து ஆளாட்டமே பேசறீடா. ஒரு பொம்பள எனத்துக்குள்ள எத்தன பேருகிட்டப் போனாலும் தப்பில்ல. பொழங்கற எனத்துக்காரனோட போனாக்கூடப் பொறுத்துக்குவாங்க. பொழங்காத எனத்தோட போனா அவ்வளவுதான். ஊர உட்டே ஏன் எனத்த உட்டே தள்ளி வெச்சிருவாங்க. இன்னைக்கு அப்பிடியா? எனத்துக்குள்ளயே ஒருத்தனோடதான் இருக்கோனுங்கறம். அப்பறம் எப்படி? தெருவுல சுத்தறதுல பாதிக்குமேல திரியறது பொழங்காத எனத்துத் தண்டுவப் பசங்கதான். அதுக்கப்பறம் என்னால பொன்னாளத் தொடவே முடியாது. கொழந்த பொறந்தாலும் தொட்டுத் தூக்க முடியாது போ. எதுக்கு இதெல்லாம். நான் இந்தத் தொண்டுப்பட்டியிலயே கெடந்துட்டுப் போறன். எனக்கு வேண்டாம். அப்பிடி ஒருகொழந்த எனக்கு வேண்டாம். அதுமில்லாத அப்பறம் எல்லாரும் 'வறடன்'னு என்னயப் பாத்துச் சிரிப்பீங்க. வேண்டாம் உடு ...'

'அரசல் புரசலாப் போற பொம்பள எந்த எனத்துக்காரனோட போறான்னு சொல்லறது? எதும் வெளிய தெரிஞ்சாத்தான் தப்பு மாப்ள. தெரியாத வெரைக்கும் எதும் தப்பில்ல. செரி மாப்ள. உனக்கு வேண்டாம்னா வேண்டாம். அதுக்காவ நோம்பிக்கு வராத இருக்காத.'

'வர்றன். ஆனா எம் பொண்டாட்டிய எங்கயும் அனுப்ப மாட்டன் ... தெரிஞ்சுக்க.'

காளியின் பிடிவாதத்தை மாற்ற முடியாது என்று தெரிந்தது. ஆனால் இதை இப்படியே விட்டுவிடவும் முடியாது. வேறெந்த வகையிலாவது இந்த வருசம் இம்முயற்சியைச் செய்து பார்த்து விட வேண்டும் என்று முத்து மனதிற்குள் நினைத்துக்கொண்டான். அதை எப்படி நிறைவேற்றுவது என்பதைப் பற்றியே யோசித்துக் கொண்டிருந்தான். வேறு ஏதேதோ பேசிக்கொண்டிருந்துவிட்டு நடுச்சாமத்திற்கு மேல் தூங்கினார்கள். எனினும் முத்து கரிக்குருவிச்

சத்தம் கேட்டு எழுந்துவிட்டான். காளியைத் தட்டி எழுப்பிச் சொல்லிவிட்டுக் கிளம்பினான்.

'ஒன்னயும் யோசிக்காத. பெருநோம்பி அன்னிக்கு வந்திரு. இதுவெரைக்கும் இல்லாத மாதிரி ஏற்பாடு பண்ணி வெச்சிர்றன். கொண்டாடீர்லாம் வா.'

காளி தொண்டுப்பட்டிக் கடவுவரைக்கும் வந்து அனுப்பினான். முத்து யோசித்தபடி வளவுக்குள் போனான். தான் செய்வது சரியா தவறா என்று அவனால் முடிவு செய்ய இயலவில்லை. நல்லது நடக்க வேண்டும் என்பதற்காகச் செய்கிற காரியம். அது சரியாகத்தான் இருக்கும் என்று நினைத்துக் கொண்டான்.

'மாப்ள எல்லாத்துக்கும் செரின்னுட்டாரு பொன்னா. சாமி காரியம்னு எடுத்துச் சொல்லி ஒத்துக்க வெச்சிட்டன். அவருக்கு உம்மேல அத்தன பிரியம் போ' என்று சொல்லிப் பொன்னாவை அழைத்துக்கொண்டு விடியக் கருக்கலிலேயே ஊருக்குப் புறப்பட்டுவிட்டான் முத்து.

இராத்திரியும் சரி, காலையிலும் சரி காளியும் பொன்னாவும் தனியாகப் பேசிக்கொள்ளச் சந்தர்ப்பம் அமையவில்லை என்பது அவன் மனதிலிருந்தது. அப்படியான சந்தர்ப்பத்தை இனியும் உருவாக்கக் கூடாது என்று நினைத்துக்கொண்டான். பொன்னா மனதில் 'சாமி காரியம்' என்பது மட்டும் இருந்தால் போதும். காளியை எப்படியும் சமாளித்துக்கொள்ளலாம். நாளைக்கு ஒருகுழந்தை பிறந்துவிட்டால் அப்புறம் தெரிந்தால்கூடப் பெரிய பிரச்சினை இருக்காது. குழந்தை சுகம் கிடைத்து விட்டால், சொப்புவாய் திறந்து 'அப்பா' என்றழைத்து மடியேறும் குழந்தைக்குமுன் எதுவும் தப்பில்லை என்று தோன்றிவிடும்.

○

பெருமாள்முருகன்

21

பூவரச மரத்தடிக் கட்டிலில் அரைத்தூக்கக் கண்மூடலோடு கிடந்த காளியை முத்துவின் குரல் எழுப்பிற்று.

'வாங்க மாப்ள . . . வந்து ரொம்ப நேரமாக் காக்க வச்சிட்டனா? நம்மளச் சும்மா இருக்க உடறானுங்களா. நோம்பி நாளும் அதுவுமா ஊட்டோட கெடக்கலாம்னு பாத்தா எங்க முடியுது. நம்ம செந்தான் இருக்கறானுல்ல . . . அவனுக்கு ஒருமாடு பாக்கப் போவோம்னு கூப்பிட்டான். பேசி முடிச்சிட்டு வர இவ்வளவு நேரமாயிருச்சி. வண்டிக்கெல்லாம் பழகுன காளதான். பல்லு இப்பத்தான் ரண்டு. நாப்பது ரூவாய்க்கும் கொறச்சுக் குடுக்க மாட்டம்னுட்டான். முப்பத்தஞ்சுக்குப் பேசி முடிச்சம். செரி வாங்க . . . சோறு திங்கலாம். நீங்க தின்னிருக்கலாம் நான் வர்ற வரைக்கும் இருக்கோணுமா?'

தனியாக இருக்கும்போது மட்டும்தான் காளியை வாடா போடா என்பதெல்லாம். தன் வீட்டுக்கென்று வந்துவிட்டால் 'வாங்க' வரிசைதான்.

காளி 'தனியாத் திங்காட்டி என்ன . . . வர்ட்டும்னு கண்ணசந்தன்' என்று சொல்லிக்கொண்டே எழுந்தான்.

பூவரசந் தையல் இலை நல்ல அகலமாக இருந்தது. நோம்பிச் சமயத்தில் ஊர்ப் பூசைக்காரர் தையல் இலை கொண்டுவந்து வீட்டுக்கு வீடு கொடுப்ப துண்டு. வாசலிலேயே பூவரசு இருப்பதால் அவர் இங்கேயே வந்து தைத்துக் கொடுத்து விட்டுப் போவார். அதனால் இலைப் பஞ்சம் எப்போதுமில்லை. ஏற்கெனவே வயிறு முட்டப் பலகாரம் தின்றிருந்ததால் மறுபடியும் வேண்டாம் எனச் சொல்லிவிட்டான். காதில் மெல்லக்

‘கம்மியாவே தின்னு. வேற ஏற்பாடு செஞ்சு வெச்சிருக்கறன்’ என்றான் முத்து. இந்த மாதிரி சமயத்தில் முத்துவின் ஏற்பாடுகள் பிரமாதமாக இருக்கும். காசுக்குப் பயந்தவனல்ல.

‘பிள்ளகுட்டிக்கு அளவா வெச்சாப் போதும். நாம நல்லா இருக்க வேண்டாமா. அவனுக்கு வேணுங்கறத அவன் தேடிக்கறான்’ என்று சொல்வான்.

சோறு தின்றதும் பூவரச மரத்தடியில் உட்கார்ந்து வெற்றிலை போட்டார்கள். நேற்றுத்தான் செவ்வாய்ச்சந்தை என்பதால் வெற்றிலை நல்ல செழுமையாக இருந்தது. மாமியார் வெற்றிலை போடுபவள். அதனால் எப்போதும் வீட்டில் இருக்கும். வெள்ளைத்துணியில் சுற்றித் தண்ணீர் அண்டாவின்மேல் வைத்திருப்பாள். நாளுக்கு மூன்று நான்கு முறை துணியை நனைப்பாள். அடுத்த வாரம் சந்தை வரும்வரை வாடாது வெற்றிலை.

‘மாப்ள . . . நாம போயிட்டு மெதுவா வரலாமில்ல. உனக்கொன்னும் அவசரமில்லயே’ என்ற முத்து ‘இரு வந்தர்றன் போயர்லாம்’ என்று வீட்டுக்குள் போனான். அவன் அம்மாவிடம் ‘என்னம்மா ஒன்னுமில்லயே’ என்றான்.

‘ஏன்டா போனவன் சீக்கரம் வந்தா ஆவாதாடா. இப்பத்தான் கலியாணம் மூச்சுக்கிட்டு வந்தவங்க மாதிரி ரண்டு பேரும் எழயறாங்க. இந்தப் பொன்னாளக் கூப்புட்டுக் கூப்புட்டு நான் ஓஞ்சு போய்ட்டன் போ. ஆனா ஒன்னும் ஆவுல. நான் பாத்துக்கறன் போ’ என்று குசுகுசுத்தாள் அம்மா. சட்டிபானைகளை எடுத்து ஒழுங்குபடுத்திக்கொண்டிருந்த பொன்னாவிடமும் சொல்லிவிட்டு வெளியேறினான்.

உடனே காளியிடம் வந்தான் முத்து. சிரித்தபடி ‘வா’ என்றான். பேச்சுத் துணைக்குக்கூட ஆளில்லாமல் பூவரசின் அடியிலேயே உட்கார்ந்து கிடந்த அலுப்பு எங்காவது போனால் தேவலை என்றிருந்தது காளிக்கு. தொண்டுப்பட்டியில் இருந்தால் ஆடுமாட்டைக் கவனிக்க என்று ஏதாவது வேலையிருக்கும். எல்லாவற்றையும்விடக் கஷ்டம் வேலை செய்யாமல் சும்மா இருப்பதுதான் என்று தோன்றியது. காட்டுக்குள் சில இடங்களை யெல்லாம் கண்டுபிடித்து வைத்திருப்பான் முத்து. அவற்றை எந்த இடைஞ்சலும் இல்லாமல் தயாராக்கியும் இருப்பான்.

மேட்டுக்காட்டில் ஒரு பாறைத்திட்டு உண்டு. கரடு முரடாகக் கிடக்கும். கல் சந்துகளில் பாலமரங்கள் கோல் கோலாக நீட்டிக் கொண்டிருக்கும். அங்கே யாராவது எப்போதாவது வெளிக்காட்டுக்கு ஒதுங்குவார்கள். அதுவும் பயந்துகொண்டேதான்.

அதற்குள் ஓரிடத்தைக் கண்டுபிடித்து வைத்திருந்தான். உச்சிப் பகுதியில் பனை ஒன்றும் இருந்தது. அதனடியே பாறைக் கற்களைக் கடப்பாரையால் நெம்பித் தள்ளி வட்டமாக இடம் உருவாக்கியிருந்தான். ஐந்து பேர் தாராளமாக உட்காரலாம். இரண்டு பேர் படுத்துத் தூங்கலாம். பாலக் கோல்களின்மேல் நான்கைந்து ஓலைகளை வைத்துக் கட்டி முழுக்க நிழலாக்கியிருந்தான். பனையிலிருந்து விழுந்து கிடக்கும் ஓலைகள் என்பது போலத்தான் பார்ப்பவர்களுக்குத் தெரியும்.

அவனுக்கு வேண்டியதெல்லாம் அங்கே பாறைச்சந்துகளில் இருக்கும். வரமிளகாய், உப்பு, விளிம்புடைந்த ஈய வடச்சட்டி, மண்சட்டி, தடச்சட்டி எனச் சின்னக் குடும்பத்திற்கான பொருட்களே இருக்கும். எலியோ பெருக்கானோ காடையோ கௌதாரியோ ஏதாவது ஒன்று அவ்வப்போது அதற்குள் வறுபடும். ரகசிய இடங்கள் அவன் சந்தோசத்தின் இருப்பிடங்கள்.

அதற்குள் ஒருமுறை கூட்டிப் போனபோது காளி கேட்டான், 'டே மச்சான். இது எதுக்கு வச்சிருக்கற. எவளக் கூட்டிக்கிட்டு வருவ இங்க?'

'அதெல்லாம் இல்ல மாப்ள. ஆராச்சும் வந்து போனாப் பட்டுனு தெரிஞ்சிரும். அதுக்கெல்லாம் இதுவா எடம்? இங்க நான் மட்டுந்தான் வருவன். எங்கப்பன் இருக்கறானே, அவங்கிட்ட இருந்து தப்பிச்சுக்கற இடம் இது' என்றான் முத்து.

கடலைப்பருப்புச் சாலோட்டிக் கொண்டிருந்த சமயத்தில் விடியற்காலையிலேயே வந்து பெரும்புரடை ஒன்றில் கள் வாங்கி அங்கே கொண்டுபோய் வைத்துவிட்டான். இரண்டு ஏர்கள் உழுதுகொண்டிருந்தன. கொஞ்ச நேரத்திற்கு ஒருமுறை பாறைத்திட்டுக்கு ஓடினான். வரும்போது கோவணத்தை இழுத்து விட்டுக்கொண்டு வந்தான். 'வவுறு என்னமோ செரியில்ல' என்றான். எத்தனை முறை ஏரை நிறுத்தி நிறுத்தி ஓட்டுவது? எரிச்சல் பட்டு அவன் பின்னாலேயே போய் அந்த இடத்தை அப்பன் கண்டுபிடித்தார்.

'நீ என்னடா பெருக்கானா மொசலா? இதுக்குள்ள வந்து இப்படிப் பொந்து வெச்சிருக்கற?' என்று சிரித்தார் அவர்.

அப்புறம் எல்லாரும் வந்து பார்த்து அதிசயத்துப் போகும் கண்காட்சி இடமாயிற்று அது. அத்தோடு அந்த இடத்தை விட்டுவிட்டான். இந்த மேட்டாங்காடுகளில் இடமா இல்லை?

சின்ன வயதிலிருந்து இன்றைக்குவரைக்கும் யாருமே அறியாத வகையில் ஓர் இடம் இருக்கிறது. காளிக்கு மட்டும் அது தெரியும். மேட்டாங்காட்டின் எல்லை ஓடையில் போய்

முடிகிறது. அதனோரம் பத்து வேப்பமரங்கள் நிற்கின்றன. வளர்ந்த பெருமரங்கள். அதில் அடர்கிளைகள் கொண்ட மரமொன்றில் இருகிளைச் சந்தினை இணைத்துப் பரண் கட்டி வைத்திருக்கிறான். நொச்சிக்கோல்களைக் கொண்டு அவுனியால் உறுதியாகக் கட்டப்பட்ட அதில் ஓலைப்பாய் உண்டு. அதனடியிலும் வேப்பந்தழைகள் மறைத்துக்கொண்டிருக்கிற மாதிரி வளைத்துக் கட்டியிருக்கிறான். இரவுபகல் எப்போதும் அங்கே படுத்துத் தூங்கலாம். அங்கேயும் பல பொருட்கள் உண்டு. சமைக்க முடியாதே தவிர, மற்ற எல்லாம் செய்யலாம். வீட்டில் சண்டை, அடி என்றால் ஆள் காணாமல் போய்விடுவான். ஒருமுறை ஓர்இரவும் பகலும் மேலேயே இருந்துவிட்டு எதுவும் நடக்காததுபோல் வந்துவிட்டான். எங்கெங்கோ தேடியலைந்தார்கள். ஆனால் கண்டுபிடிக்க முடியவில்லை.

'நீ எதாச்சும் குருவியா காக்காயாப் பொறந்திருக்கலாம்டா' என்றால் 'அப்பிடி இருந்திருந்தா இன்னம் எவ்வளவு சந்தோசமா இருக்கலாந் தெரியுமா?' என்பான்.

அவனுக்கும் தொண்டுப்பட்டி உண்டு. அங்கே எப்போதும் அவன் அப்பனின் ஆளுமைதான். காளியின் தொண்டுப்பட்டிக்கு வரும்போதெல்லாம் சொல்வான்.

'அப்பனில்லாத பசங்கதான்டா குடுத்து வெச்சவங்க.'

அதுமாதிரி ஏதோ இடமும் குடிக்கச் சாராயமும் இருக்கும் என்று நினைத்தான் காளி. ஆனால் முத்து காடுகளைத் தாண்டிப் போய்க்கொண்டிருந்தான். வெயில் அப்போதுதான் லேசாகத் தாழ ஆரம்பித்திருந்தது. தாழத் தாழ அதிகமாக உறைக்கிறது.

'எவ்வளவு தூரம்டா.'

'புதுஎடம் பாக்கோனும்னா புதுச்சரக்கு அடிக்கோனும்னா இந்தக் கஷ்டத்த எல்லாம் கஷ்டமாவே நெனைக்கக் கூடாதுடா. வந்து பாரு. அப்பறம் என்னயக் கட்டிப் புடிச்சு முத்தம் குடுப்ப' என்றான் முத்து.

காளிக்குப் பேராவல் எழுந்தது. மொட்டைக் காடுகளைத் தாண்டி முத்துவோடு போய்க்கொண்டிருந்தான்.

22

காளியும் முத்துவும் போனதும் பொன்னாவின் அப்பனும் அம்மாவும் சுறுசுறுப்பானார்கள். 'நேரமாயிருச்சு' என்று அவசரமாகப் பொன்னாளைப் புறப்படச் சொன்னார்கள். 'நாங்க ரண்டு பேரும் இருந்துக்கறம். நீ போய்ட்டு வா பொன்னா. அந்தச் சாமிய நல்லா நெனச்சுக்க' என்று முத்து வீட்டுக்குள் வந்து சொல்லிப் போனான். ஆவலாய்ப் பொன்னா வெளியே வந்தாள். காளி அவளை அந்த மயக்கச் சிரிப்போடு புருவங்களை மேலேற்றிப் பார்த்து விடைபெற்றான்.

யாராவது இருக்கும்போதோ கூட்டத்திலோ அவன் பேசமாட்டான். அவன் முகபாவனைகள் மூலமாக எல்லாவற்றையும் சொல்லிவிடுவான். அவன் புருவங்கள் உயர்ந்து அவளிடம் பேசும். உதடுகள் சுழிந்து அவளுக்கான சேதியைத் தரும். தலையசைப்பில் அவளிடம் சொல்ல வேண்டியதைச் சொல்லிவிடுவான். யாராவது பார்த்துவிடுவார்களோ என்று அவள்தான் பயந்து போவாள். அண்ணன் பேசி இந்த அளவுக்கு அவனைச் சம்மதிக்க வைத்துவிட்டான் என்பது அவளுக்கு ஆச்சர்யமாக இருந்தது. கொஞ்சதூரம் போனபின் ஒருமுறை திரும்பிப் பார்த்தான். அவன் பார்ப்பான் என்றுதான் அவளும் நின்றாள். வெட்கச் சிரிப்பில் கனிந்து விடைகொடுத்தாள்.

அவர்கள் போய்க் கொஞ்சநேரத்தில் மாட்டுவண்டி வாசலில் வந்து நின்றுகொண்டது. அம்மாவும் அவளும் ஏறி உட்கார்ந்துகொள்ளக் கோதானம் போட்டிருந்தது. வண்டியடியில் சாக்கில் தொட்டில் கட்டி மாட்டுக்குத் தீவனமும் அதன்மேல் கோரைப்பாய்கள் இரண்டும் போட்டிருந்தன. போவனியில் கட்டுச்சோறு எடுத்துப் பக்கத்தில் கோதானத்தில் வைத்துக்கொண்டாள் அம்மா.

அம்மா கட்டுச்சோறு கிளறிய விவரமே அவளுக்குத் தெரியாது. இத்தனைக்கும் நாள் முழுக்கக் கூடவே இருந்தாள். காளியிடம் பேசிக்கொண்டும் அவனைக் கவனித்துக்கொண்டும் இருந்த ஏதோ சமயத்தில் அம்மா புளி ஊற்றிக் கட்டியிருப்பாள்.

‘எந்நேரம்மா கட்டுச்சோறு கட்டுன?’ என்றாள் பொன்னா.

‘என்னமோ புதுசாக் கண்ணாலம் ஆனவியளாட்டம் ரண்டு பேரும் கொழஞ்சிக்கறீங்க. ஜாட பேசிக்கறீங்க. இதுல நான் செய்யற வேலயப் பாக்கறதுக்கு உனக்கு நேரமிருக்குதா?’ என்றாள் அம்மா.

‘ஒரு கொழந்தயின்னு கைல இருந்திருந்தா அடக்கமா இருக்கச் சொல்லும்’ என்றாள் மேலும்.

‘இப்பவாச்சும் உம்புருசனுக்குப் புத்தி வந்திச்சே. இந்த முற கெடச்சரோனுமின்னு சாமிய நல்லா நெனச்சுக்க’ என்றாள்.

பொன்னா ஒரு பெருமூச்சை உதிர்த்தாள். கல்யாணம் ஆன முதல் மாதம் விலக்கானதும் மாமியார் ‘ம்க்கும்’ என்று முகத்தைத் திருப்பிக்கொண்டாள். அன்றிலிருந்து இன்றுவரைக்கும் ஒவ்வொரு மாதமும் அந்த ‘ம்க்கும்’ தொடர்கிறது. அதை மாற்ற இன்னும் ஆகவில்லை. அவளே முழுச்சம்மதத்தோடு அனுப்பியிருக்கிறாள். காளி எப்படி மனம் மாறினான் என்பதுதான் ஆச்சர்யம். அண்ணன் சிறுவயது முதல் சேக்காளி. அதனால் அவன் பேச்சு எடுபட்டிருக்கிறது.

வண்டி ஒரு ஓட்டத்தில் சாலைக்கு வந்துவிட்டது. சாலையின் இருபுறங்களிலும் பெரிய பெரிய புளியமரங்கள் நின்றன. மண்சாலையின் முன்னும் பின்னும் மாட்டுவண்டிகளின் வரிசை. தேர்ப் பார்க்கப் போகும் நாளிலும் வண்டிகள் போகும். ஆனால் இவ்வளவு வண்டிகள் இல்லை. வண்டி வரிசைக்குள் இடை நுழைந்தது இவர்கள் வண்டி. இதைப் போன்று கோதானம் மட்டும் வைத்த மொட்டை வண்டிகள் அதிகமாகத் தெரிந்தன. கூட்டு வண்டிகள் ஒன்றிரண்டுதான். எல்லாவற்றிலும் ஆண்களும் பெண்களும் சிறுவர் சிறுமியரும் நெருக்கியடித்து உட்கார்ந்திருந்தார்கள். இவர்கள் வண்டியில்தான் கூட்டமே இல்லை. அது என்னவோ போலிருந்தது. எல்லா வண்டிகளிலும் மாட்டுத் தீனிக் கத்தைகள் தெரிந்தன. சில வண்டிகளின் அடிப்பகுதியில் இருந்து கோழிச்சேவல்களின் கொக்கரிப்பும் அபாயக் கூவலும் எழுந்தன. இரவு சாமி பார்த்துவிட்டு நாளைக்கு கரட்டுப் பள்ளத்திலிருக்கும் பூச்சிக்குப் பொங்கல் வைத்துச் சேவல் அறுப்பார்கள். அங்கேயே சமைத்துச் சாப்பிட்டுவிட்டுப் பாத்திரங்களைக் கழுவி எடுத்துக்கொண்டு

வரவேண்டும். நூற்றுக்கணக்கில் கோழிச்சேவல்கள் அறுபடும். நாளைக்கும் ஊர் முழுக்கக் கூட்டம் திரியும்.

சாலைப் புழுதி மேலெல்லாம் படிந்ததோடு முகத்தில் அடித்து மூச்சு முட்டியது. அதைக் கொஞ்சமும் பொருட்படுத்தாமல் உடல் முழுக்கத் திருநீறு பூசிக்கொண்டதைப் போலப் புழுதி படிய இருபுறமும் நடந்துபோகும் மக்கள் கூட்டமும் நிறைய. புடவை முந்தானையைத் தலைக்குப் போட்டு உட்கார்ந்திருந்த அம்மாவைப் பார்த்துப் பொன்னாவும் அப்படியே செய்தாள். அம்மா கொஞ்சம் வெளுத்துப்போன புடவையைக் கட்டி யிருப்பதாகத் தோன்றியது. இதுதான் அவளிடம் இருக்கும் நல்ல புடவை போல. காலமெல்லாம் நிற்க நேரமில்லாமல் காடுமேட்டில் பாடுபட்டாலும் நல்ல துணிமணி உடுத்த முடியவில்லை. அதில் அவ்வளவாகக் கவனமும் இல்லை.

போன வருசம் வயக்காட்டுப் பக்கம் வைக்கோல் பாரம் ஏற்ற வண்டி கொண்டு போனபோது வண்டிக்காரர்களுக்கு என்று ஏலம் போட ஒருவன் வந்தானாம். ஏலம் வேண்டாம் என்று சொல்லிவிட்டு வண்டிக்காரர்கள் ஆளுக்கொரு புடவை எடுத்தார்களாம். அப்போது காளி எடுத்துவந்த புடவையைத்தான் பொன்னா கட்டியிருந்தாள். அவன் எப்போதும் மெலியநிறம் உள்ள புடவையையே விரும்புவான். வெளுத்த சந்தன நிறம்கொண்ட அந்தப் புடவை அவளுக்கு மிகவும் விருப்பமானது. அதில் படியும் புழுதியைக் கவலையோடு பார்த்துக்கொண்டும் அவ்வப்போது தட்டிவிட்டபடியும் இருந்தாள் பொன்னா. நல்லவேளையாகக் கொஞ்சதூரம் போனதும் சாலையின் இருபுறமும் இருந்து தண்ணீர் தெளித்துப் புழுதியை அடக்கிக்கொண்டிருந்தார்கள் பெண்கள். வரிசையாக நூற்றுக்கணக்கில் போகும் வண்டிகள் எழுப்பும் புழுதியை அடக்க அந்தந்த ஊர்க்காரர்கள் செய்யும் கைங்கர்யம் இது.

அத்தோடு கொஞ்சதூரத்திற்கு ஒன்றாய்த் தண்ணீர்ப் பந்தல்கள் இருந்தன. பனைஓலைகள் வேய்ந்து முன்னால் தென்னோலைகளைக் கொண்டு கட்டப்பட்ட பந்தல்கள். ஒவ்வொரு பந்தலின் முன்னும் ஒன்றிரண்டு வண்டிகள் நின்றன. எத்தனை பேருக்கென்றாலும் பானைத் தண்ணீர் ஜில்லென்று சொப்பில் கிடைத்தது. பந்தலின் ஒதுக்குப்புறமாய்ப் பனங் கோட்டைகளில் பவ்வியமாய்ச் சிலர் குடித்தார்கள். சில பந்தல்களில் நீர்மோர்ப் பானைகள் இருந்தன. தாகத்திற்கு அது மாதிரி அமுதம் வேறில்லை. எல்லாவற்றையும் வேடிக்கை பார்க்கப் பார்க்கப் பொன்னா சிறுபிள்ளைபோல் உற்சாகமானாள்.

வண்டியோட்டும் இளைஞர்கள் மாட்டை விரட்டி மற்ற வண்டிகளை முந்திப் போனார்கள். ஒருவண்டியை முந்தியதும்

ஓவென்று அந்த வண்டியில் இருந்த இளைஞர்களும் சிறுவர்களும் கத்தினார்கள். அந்தப் போட்டிகளில் மாடுகள்தான் பாவம். மூச்சிரைக்க ஓடித் தடுமாறின. சாலை முழுக்க உற்சாகம் புரண்டோடியது. பொன்னாவின் அப்பன் மெதுவாகவே வண்டியோட்டினார். பொழுதிருக்கப் போய்ச் சேர்ந்தால் போதும். வருசக்கணக்காக நோம்பியைப் பார்த்து அவருக்கு எதுவும் புதிதாக இல்லை. பொன்னாவைச் சிறுபிள்ளையில் சாமி பார்க்கக் கூட்டி வந்ததோடு சரி. பல வருசங்கள் ஓடிவிட்டன. இந்தக் கூட்டத்தைப் பார்க்கப் பார்க்க எல்லா ஒழுங்குகளும் மீறப்படும் என்பதில் அவளுக்குச் சந்தேகமில்லை. கூட்டத்திற்கென்று சில ஒழுங்குகள் இருக்கக்கூடுமோ?

இந்தச் சாலை போலவே சுற்றியுள்ள எல்லா ஊர்களிலிருந்தும் கரட்டூரை வந்தடையும் சாலைகளிலும் இப்படிப் பெருங்கூட்டம் திரண்டு வரும். ஆயிரக்கணக்கான பேருக்கு இடம் போதுமா? ஊர் இன்றைக்கு மட்டும் வெகுதூரத்து நிலங்களுக்கெல்லாம் விரியும். வண்டிகளில் போகும் கூட்டக் கூச்சல் ஆரவாரமாய்த் தொடர்ந்து ஒலித்தது.

தண்ணீர்ப் பந்தல் ஒன்றில் அப்பன் வண்டியை நிறுத்தினார். அங்கே நீர்மோரே கிடைத்தது. பெயர்தான் நீர்மோரே தவிர, நல்ல மோர்தான். ஒரு சொப்புக் குடித்தால் தாகம் மட்டுமல்ல, பசியும் அடங்கிவிடும். பக்கத்தில் பெரிய பண்ணை ஒன்றில் தண்ணீர் நிறைத்து வைத்திருந்தார்கள். அது மாடுகளுக்கு. சில வண்டிக்காரர்கள் எல்லாரும் நீர்மோர் குடித்து வருவதற்குள் வண்டியிலிருந்து மாட்டை அவிழ்த்துப் பண்ணையில் தண்ணீர் காட்டினார்கள்.

சாலைக்கு அருகிலிருக்கும் ஊர் சேர்ந்து செய்யும் பொதுக் காரியம் இது. நோம்பி தொடங்கும் நாளிலிருந்து முடியும் வரைக்கும் பந்தல் இருக்கும். தண்ணீர், மோர் மட்டுமல்லாமல் சில நாள்களுக்குப் பானகமும் கிடைக்கும். அந்த ஊர் மர மேறிகள் சேர்ந்து கருப்பட்டி போட்டுப் பெரிய மொடாக்களில் பானகம் கலக்கி வைத்திருப்பார்கள். நீர்மோர் குடித்து வண்டி புறப்படும்போது வண்டிக்கு அருகில் ஒருவன் வந்தான். இடுப்பில் வேட்டி. கிச்சத்தில் துண்டை மடித்து வைத்திருந்தான். 'சாமீ ...' என்று அழைக்கவும் அப்பன் திரும்பி 'என்னடா' என்றார். ஆளைப் பார்த்ததும் யார் என்று தெரிந்தது. அவன் கேட்டான்.

'சாமீ... பிள்ளைவ நடக்க மாட்டீங்குது. வண்டீல கொஞ்சம் எடங் குடுத்தீங்கன்னா புண்ணியமாப் போவும்.'

'எங்கடா உக்கோருவீங்க?' என்றார்.

‘சாமீ . . . நீங்க கோதானத்துல போயி நல்லா உக்கோந்துக் கங்க. வண்டிய நான் ஓட்டீர்றன். எம்பக்கத்துலயே இவங்களும் உக்கோந்துக்குவாங்க.’

‘வண்டி நல்லா ஓட்டுவியா?’

‘சாமீ . . . வேலியூருப் பெரீசாமி பண்ணயத்தாளு சாமி நானு. மாரன்னு கேட்டுப் பாருங்க. என்னோட வேலயப் பத்தி எல்லாரும் சொல்வாங்க சாமீ. மாட்டப் பதமா ஓட்டுவன். நீங்க பயப்படாம வரலாஞ் சாமீ . . .’

‘செரி வா . . . பாத்து ஏறு’ என்று அவனிடம் மாட்டுக் கயிற்றைக் கொடுத்தார். வலத்து மாட்டைக் கொஞ்சம் நகர்த்திக் கையூன்றி அவன் ஏறினான். இரண்டு சின்னஞ் சிறு பிள்ளைகளை வாங்கி உட்கார வைத்தான். அவன் பெண்டாட்டி கொஞ்சம் பருத்த உடல். சக்கர ஆரக்காலில் கால் வைத்து ஏறிக் கோதானத்தில் உட்கார்ந்திருந்தவர்கள்மீது சிறிதும் படாமல் அவனுக்குப் பின்னால் போய் உட்கார்ந்தாள். குடும்பமே முன்னால் உட்கார்ந்ததும் மாடுகளுக்கு முன்பாரம் அழுத்தியது. பொன்னாவின் அப்பன் கோதானத்தில் பின்னகர்ந்து உட்கார்ந்தார். பேச்சுத் துணைக்கு ஆள் கிடைத்தது.

23

அப்பன் அவனைப் பற்றி விசாரிக்கத் தொடங்கியதும் பொன்னாவுக்குப் பதற்றம் வந்தது. அது முடிந்ததும் அவன் இவர்களைப் பற்றி விசாரிக்கத் தொடங்குவான். கொஞ்சம் கொஞ்சமாக வந்து 'பிள்ளைக்கு எத்தன கொழந்தீக' என்பான். குழந்தை இல்லை என்றதும் பரிதாபம் காட்டுவார்கள். அவர்கள் ஏதாவது மருந்தோ மாயமோ சொல்வார்கள். 'ஒரு ஆளுக்காரனுக்கு முன்னால்கூட நமக்குக் கேவலந்தான்' என்று நினைத்தாள். முடிந்தவரை பேச்சு அங்கே வராமல் இருக்க முயன்றாள். நல்லவேளையாக அப்பன் வெள்ளாமையைப் பற்றிப் பேசினார்.

பிள்ளைகள் இரண்டும் அழகழகாக இருந்தன. அப்பன் மடியில் உட்கார்ந்திருந்த பிள்ளைக்கு எட்டு வயதிருக்கும். இடுப்பில் சின்னக் கண்டாங்கித் துணியைச் சுற்றியிருந்தது. அவள் மடியில் உட்கார்ந் திருந்த சின்னப் பிள்ளைக்கு மூன்று வயதிருக்கும். துணி ஒன்றுமில்லை. எடுத்து மடியில் வைத்துக் கொள்ளலாம் போலிருந்தது. தொடக்கூடாது. தொட்டுத் தூக்கும் இனப் பிள்ளைகளையேகூடப் பொன்னா மடியில் வைத்துக்கொள்வதில்லை. ஆசையாக எடுத்தால்கூட ஏதாவது எதிர்பாராத வில்லங்கம் வந்துவிடும் என்று பயந்தாள்.

மார்கழி மாதத்தில் நாமத்தன் பொங்கல் வரும். குறுக்குவழியில் விடிகாலை நடந்தால் அண்ணாந்து பார்க்கும் அளவுக்குப் பொழுது வரும் நேரத்தில் போய்ச் சேர்ந்துவிடலாம். இது மாதிரி யாராவது வண்டி கட்டிப் போனால் அவர்களிடம் சொல்லிவைத்துப் போகலாம். முதலில் காளியே வண்டி கட்டிப் போவான். அது மிகவும் சந்தோசமான பயணமாக இருக்கும். வண்டி கொள்ளும்வரை ஏற்றிக்கொள்வான்.

விடிகாலையில் கிளம்பினால் பொழுது கிளம்பிப் பளிச்சென்று தெரிவதற்குள் குன்றின் அடிவாரத்திற்குப் போய்விடலாம். குன்று என்பது ராட்சசக்கூடை ஒன்றைக் கவிழ்த்து வைத்தது போன்ற மொட்டைப்பாறை. அடிவாரம் முழுக்கப் பெரிய வனாந்திரம். மார்கழி வியாழக்கிழமைகளில் சுற்று வட்டாரக் கூட்டம் ஏராளமாய் வரும். அடிவாரத்தில் பொங்கல் அடுப்புகள் எரிந்த வண்ணமிருக்கும். அப் பொங்கலுக்கென்றே வைக்கும் பச்சைப் பருப்புக் குழம்பும் பூசனி, வெண்டைக்காய்களும் ருசியாக இருக்கும். எல்லாப் பொங்கல்காரர்களும் ஒரேமாதிரி வைப்பார்கள்.

அந்தக் குன்றுக்குப் போகும் மண்பாதைகளில் வீடுகளையே பார்க்க முடியாது. எங்கு பார்த்தாலும் பசுமை பொலியும் வெள்ளாமைக் காடுகள். கம்மம் பயிர்கள் புடை விரிந்து பூக்கட்டி நிற்கும். தட்டைக்கொடிகளும் அவரைக்கொடிகளும் கம்மம் பயிர்களில் ஏறிப் படர்ந்து நிழலிட்டிருக்கும். கடலைச்செடிகளும் கொட்டச்செடிகளும் கொண்ட மேட்டாங்காடுகள் வழியெல்லாம் சந்தோசம் நிறைக்கும். துவரஞ்செடிகள் மயிலிறகு விரித்தாற்போல வரிசையாக நிற்கும். பாதையில் போகவே மனதுக்கு இதம் வரும். அந்தச் சாமிக்கு 'மூன்று மொட்டை மூன்று பொங்கல்' வேண்டுதல் வைத்திருக்கிறாள். அது என்றைக்கு நிறைவேறுமோ ?

காளியின் வண்டியில் ஒருமுறை நெருக்கியடித்து உட்கார்ந்து செல்லும் அளவு கூட்டம். வண்டுக்காட்டு சூராயி இரண்டு குழந்தைகளோடு வந்திருந்தாள். மூக்கொழுகக் கருநிறத்தில் பையனுக்கு மூன்று நான்கு வயதிருக்கும். பிள்ளை கைக்குழந்தை. இன்னும் தவழக்கூட இல்லை. இரண்டோடு பொங்கல் சருவத்தையும் பொருள்களையும் வைத்துக்கொண்டு பாடாய்ப் பட்டாள். வண்டியிலும் இடமில்லை என்று புருசன்காரன் பின்னால் நடந்து வந்துகொண்டிருந்தான். கைக்குழந்தையை வாங்கிப் பொன்னா தன் மடியில் வைத்துக்கொண்டாள். அதன் முகத்தில் வெயில் படாமல் மறைத்து மடியில் பாந்தமாக வைத்திருந்தாள். நாக்கைச் சுழற்றி 'க்குக்கூ' என்று சத்தம் கொடுத்தால் குழந்தை கொஞ்சிச் சிரித்தது. வண்டியின் ஆட்டத்தில் மேடேறி இறங்கினால் குலுங்கிச் சிரித்தது.

பொன்னாவுக்குக் கல்யாணமாகி ஒரு வருசத்திற்குப் பிறகுதான் சூராயி கல்யாணம். அடுத்தடுத்து இரண்டு குழந்தைகள். அப்படி யாரையும் பார்க்கும்போது பொன்னா மனதிற்குள் சுருங்கிப் போவாள். அவளை மீறி அன்றைக்கெல்லாம் வருத்தமாகவே இருக்கும். கல்யாணமாகி ஒரே வருசத்திற்குள் குழந்தையோடு இருக்கும் பெண்களுக்கு முகத்தில் பொலியும்

பெருமிதத்திற்கும் சந்தோசத்திற்கும் அளவே இருக்காது. பொன்னாவுக்கு முன்னால் அதை ரொம்பவும் காட்டிக் கொள்வார்கள். சிரித்துக்கொண்டே வந்த குழந்தை ஒரு இறக்கத்தில் வண்டி போய்க்கொண்டிருந்தபோது லேசாக முக்கியது. இடுப்பில் வெள்ளைத் துணி சுற்றியிருந்தது. அது முழுக்க நனைந்துபோகக் குழந்தை ஆய் போய்விட்டது.

ஒரே நாற்றம். என்னத்தைத் தின்றுவிட்டுக் குழந்தைக்குப் பால் கொடுத்தாளோ? பொன்னாவின் மடியிலும் படிந்து புடவை ஈரம். பொன்னா முகத்தைச் சுழித்தாள். 'என்ன இந்த நாத்தமடிக்குது? பத்தியமில்லாத எதையாச்சும் தின்னயா?' என்று கேட்டுக்கொண்டே குழந்தையை அவளிடம் தூக்கிக் கொடுத்தாள். புடவையில் படிந்த ஈரத்தையும் நாற்றத்தையும் பொறுக்க முடியவில்லை. வண்டியில் இருந்த எல்லாருமே முகத்தைச் சுழித்தோ மூக்கைப் பொத்தியோ நாற்றத்தைச் சமாளித்தார்கள். பாதையோரம் இருந்த கிணற்றருகே வண்டியை நிறுத்தினான் காளி. வண்டி நின்றதும் அவசரமாக இறங்கி ஓடி அங்கே பெரிய மொடாவில் இருந்த தண்ணீரை மொண்டு கழுவினாள். சூராயி குழந்தைக்குக் கால் கழுவித் துணியை அலசிப் போட்டுக்கொண்டு வந்தாள்.

தூரமாகப் போகும்போது எதற்குக் கைக்குழந்தை? அடுத்த வருசம் வந்து பொங்கல் வைத்தால் சாமி வேண்டாம் என்று சொல்லிவிடுவாரா? அப்படிப் போகும்போது குழந்தைக்கு என்ன கொடுக்கலாம் என்ன கொடுக்கக்கூடாது என்று தெரிய வேண்டாமா? பொன்னாவுக்கு எரிச்சலாக இருந்தது. புடவையில் படிந்திருந்த நாற்றம் போகாமல் இன்னும் இருப்பதாகத் தோன்றிக் கொண்டிருந்தது.

'கொடலப் பொரட்டறாப்ல இப்படி நாறுது. பச்சக் கொழந்தக்கிச் செரிமானம் ஆவறாப்பல கொடுக்கோணும் சூரா' என்றாள் பொன்னா.

உடனே அவள், 'பீன்னா நாறத்தான் செய்யும். எங்கொழந்த பீதான் நாறுதா? உங்க பீயெல்லாம் மணக்குமா? கொழந்த பெத்து வளத்திருந்தா அரும தெரியும். என்னமோ நாறுது நாறுதுன்னு மொழங்குற?' என்றாள்.

குழந்தையின் அருமை தெரியாதவள் என்று அவள் சொன்னதுகூடப் பிரச்சினையில்லை. வாய்க்குள் முனகுவது போலப் 'பிள்ளயில்லாதவ பீச்சீலய மோந்து பாத்தாளாம்னு செலவாந்தரம் சொல்லும். கொழந்த பீயப் பாத்து மூஞ்சியச் சுழிக்கறவளுக்குப் பொறக்கவா போகுது?' என்று சொன்னது

அனைவருக்கும் கேட்டது. பொன்னா விசும்பி அழத் தொடங்கிவிட்டாள். வண்டி ஓட்டிக்கொண்டிருந்த காளிக்கு என்ன சொல்வதென்று தெரியவில்லை. 'பேசாத வரமாட்டீங்க. இந்தப் பொம்பளைங்களுக்கு எங்க போனாலும் வாய் சும்மா இருக்க மாட்டீங்குது' என்று பொதுவாகச் சொன்னான். வண்டி முழுக்கச் சலசலப்பாயிற்று. சூராயி பக்கம் சிலரும் பொன்னா பக்கம் சிலரும் பேசினார்கள்.

'கொழந்தயின்னா பீ மல்லு எல்லாம் இருக்கறதுதான். அதுக்குப் போயி மூஞ்சியச் சுழிச்சாத் தாயிக்குப் பொறுக்குமா?'

'பேண்டிடிச்சுன்னு நீதான் கொழந்தய ஒடனே தூக்கிக் குடுத்திட்ட. பெத்த தாயி யாருகிட்டக் குடுப்பா?' என்று சூராயி பக்கம் பேசியவர்களே பரவாயில்லை. பொன்னாவுக்கு ஆறுதலாகப் பேசுவது போல வந்த வார்த்தைகள் அவளுக்கு மேலும் அழுகையைக் கூட்டின.

'என்ன சாப்பக்கேடோ பாவம் அவளே கொழந்தயில்லாத தவிச்சுக்கிட்டுக் கெடக்கறா. அவள ஒருவார்த்த சொல்லலாமா?'

'கொழந்தய எடுக்கப் புடிக்க இருந்தான்னா அவளுக்கு அது பழக்கமாயிருக்கும். பழக்கமில்லாத என்னமோ சொல்லீட்டா. அதுக்கு அவள வறடின்னு சொன்னா எப்பிடி?'

'அழுவாத பொன்னா… அடுத்த வருசம் இன்னாக் காலம் உங்கையிலயும் ஒரு கொழந்தயக் குடுப்பாரு அந்தச் சாமி…'

கோயில் போய்ச் சேரும்வரை இதே பேச்சுத்தான். காளியின் மேல் பொன்னாவுக்குப் பெருங்கோபம். வண்டியில் அவளை ஏற்றிக்கொண்டு வந்ததுமில்லாமல் அவளோடு சேர்த்துப் பேசுகிறான். எனக்கா வாய் சும்மா இருப்பதில்லை? அவள் பேசிய பேச்சு என்னவாம்? சாமி கும்பிடவும் பிடிக்கவில்லை. குன்றேறவும் பிடிக்கவில்லை. பொங்கல் வைக்கச் சுத்தமாகப் பிடிக்கவில்லை. எல்லாம் ஏதோ பேருக்கு நடந்தன. வண்டி திரும்பும்போது நல்லவேளையாகச் சூராயி ஏறவில்லை. 'நாங்க வர இன்னம் நேரமாவும்' என்று அவள் புருசன் சொல்லியனுப்பிவிட்டான். வேறு வண்டியில் ஏறியிருப்பார்கள். திரும்பும்போது வண்டியில் வந்தவர்கள் எல்லாம் சூராயியைத் திட்டினார்கள். எடுத்தெறிந்து பேசுவாள், ராங்குக்காரி, பொசம் புடிச்சவ என்று என்னென்னவோ வார்த்தைகள் வந்தன. அந்தப் பேச்சுகள் எல்லாம் பொன்னாவுடைய வண்டியில் வருவதால் அவளுக்கு ஆதரவாகப் பேச வேண்டும் என்பதற்காக வந்தவை. சூராயியைப் பார்த்தால் பொன்னாவைத் திட்டுவார்கள்.

பொங்கல் முடிந்து ஒருமாதம் வரைக்கும் காளியிடம் அவள் பேசவேயில்லை. 'எல்லாரும் இருக்கறப்ப உனக்குன்னு நான் பேசுனா பொண்டாட்டி பக்கம் பேசறான்னு சொல்ல மாட்டாங்களா. அதான் பொதுவாச் சொன்னன். அவ எல்லாம் ஒரு பொக்கனாத்தி. அவ பேச்ச எடுத்துக்கிட்டு நீ ஏன் அழுவற?' என்று என்னென்னவோ சொல்லியும் அவள் வாய் பேசவில்லை. எல்லாரிடமிருந்தும் தனிப்பட்டுப் போனதாக உணர்ந்தாள். வீட்டுக்குள்ளேயே அடைந்து கிடந்தாள். எந்த நேரம் என்றில்லாமல் தூங்கினாள். சிலசமயம் சமைப்பாள். சிலசமயம் மறந்தும் போய்விடுவாள். தொண்டுப்பட்டிப் பக்கமோ காட்டுப்பக்கமோ போகவே இல்லை. எப்போதும் முகம் வீங்கியே தெரியும். தலை கலைந்து விரிந்து கிடக்கும். அவன் தலைமயிரைக்கூட அப்படி இருக்க வழக்கமாக விடமாட்டாள். கட்டாயப்படுத்தியாவது அரப்பைத் தேய்த்துத் தலைக்கு ஊற்றிவிடுவாள். எதுவுமே செய்யாமல் கிடந்தாள். அவன் வந்தால் சோறு போட்டாள். ஆக்க மறந்துபோனபோது மாமியார் அவனுக்குச் சோறு போட்டாள். அதிகமும் அம்மா கையாலேயே சாப்பிட்டான். அவளைச் சாப்பிட வைக்கப் பெரும்பாடாயிற்று.

பகலிரவு பேதமற்று அவள் கிடந்தபோது காளியும் அவன் அம்மாவும் பயந்துபோனார்கள். பேய்க்குணம் ஏதாவது சேர்ந்துவிட்டதோ? பொன்னாவின் அம்மா வீட்டுக்குச் சொல்லி அனுப்பவும் யோசித்தார்கள். நள்ளிரவில் வந்து காளி கதவைத் தட்டினால் திறக்க வெகுநேரமாயிற்று. பித்துப் பிடித்தவள் போலக் கிடந்தாள். ஆவலோடு தழுவும் அவள் கைகள் இயக்க மற்றுக் கிடந்தன. வெறுத்துப் போனான். என்ன செய்வது என்று தீவிரமாக யோசித்துக்கொண்டிருந்தபோது அவளை மீட்டெடுக்கும் சம்பவம் எதேச்சையாய் நடந்தது.

அவள் பிரியமாய் வளர்த்த கிடாரி சினையாக இருந்தது. தலையீத்து. ஈனுவதற்கு வலி வந்து துடித்தது. நாள் முழுக்கத் துடித்தும் ஒன்றும் நடக்கவில்லை. காளி கன்று தலை திரும்பியிருக்குமோ என்று கைவிட்டு எடுக்க ஆளைத் தேடிப் போயிருந்தான். மாமியார் தலையில் அடித்துக்கொண்டு ஒப்பாரி வைத்தாள்.

'எங்கெடாரி எங்கெடாரின்னு ஆசயா வளத்தயே. எனக்குப் பிள்ள இல்லைன்னாலும் நான் வளத்தற ஆடும்மாடும் தப்பாத ஈனுமின்னு சொல்லுவியே. இப்ப அந்தக் கெடாரி படற பாட்டப் போயிப் பாப்பியா. அதுக்கு ஒரு தெம்பக் கொடுப்பியா. இல்ல, சாவட்டும்னு உட்டறப் போறியா. ஈருசுரோட துடிச்சுக்

கெடக்குதே. காட்டுக் கருக்கனாரய்யா ... நல்லவழி காட்டு. கூளியாயி ... எம்பக்கம் இராயா.'

அதைக் கேட்டதும் உணர்வு வந்தவள்போல் தொண்டுப் பட்டிக்கு ஓடினாள். கைவிட்டுக் கன்றை எடுத்த பின்னும் கிடாரியின் கால்கள் நடுங்கிக்கொண்டிருந்தன. அது எழுந்து கன்றைப் பார்த்து இயல்பாகும்வரை பத்து நாள்களுக்கும் மேல் தொண்டுப்பட்டியிலேயே கிடந்தாள். சுடுதண்ணீர் வைத்து இரண்டு நேரமும் அதைக் கழுவிட்டாள். அதன் அரத்திற்குச் சோற்றுக்கற்றாழை தடவி ரணம் ஆற்றினாள். கம்பு வேகவைத்துச் சூட்டில் தின்ன வைத்தாள். தலையீத்துக் கிடாரியின்மேல் இருந்த பிரியம்தான் அவளை மீட்டது. அடுத்த வருசம் நாமத்தன் கோயிலுக்கு புரட்டாசி வியாழனில் போகும் பேச்சை அவன் எடுத்தபோது 'எவளயாச்சும் வண்டியில ஏத்திக்கிட்டு வந்து எம் மானத்த வாங்கவா?' என்று சொல்லி நடந்தே கோயிலுக்குப் போனாள். அதிலிருந்து யார் குழந்தையையும் தொட்டுத் தூக்குவதில்லை. தொண்டுப்பட்டியில் எடுத்துக் கொஞ்சக் கன்றுகளும் ஆட்டுக்குட்டிகளும் எப்போதும் இருக்கும்.

○

24

வண்டியில் உட்கார்ந்து அவளையே பார்த்துக் கொண்டிருக்கும் அந்தக் குழந்தையின் கண்கள் பொன்னாவுக்குப் பிடித்திருந்தன. கண்களிலேயே அதன் சிரிப்பு வெளிப்பட்டது. மானசீகமாக அதை எடுத்து முத்தமிட்டாள். அப்பனைவிட மாரன் வண்டியை வேகமாக ஓட்டினான். சில வண்டிகளை அனாயாசமாக முந்திச் சென்றான். இத்தனைக்கும் மாட்டின்மீது சாட்டையை ஒருமுறைகூட வீசவில்லை. சாட்டைக் கம்பால் மாட்டின் பின்பக்கம் லேசாகத் தட்டியதோடு சரி. கைகால்களால் லேசான தொடுதல்கள் மட்டும். மாடுகளின் மொழி வசமாகப் பிடிபட்டிருந்தது அவனுக்கு. வண்டி ஓட்டுவதில் அவன் கவனமாக இருந்ததால் அப்பனோடு பேச்சு தொடரவில்லை. அது பொன்னாவுக்கு நிம்மதியாக இருந்தது.

ஊர் நெருங்க நெருங்கப் புளியமரச் சந்தில் காட்சி தந்து மறையும் கரட்டைப் பார்த்தாள். தலைக்குமேல் கூப்பிய கைபோல் மொட்டைக்கல் உச்சி தெரிந்தது. இறங்கிக்கொண்டிருக்கும் பொழுதின் மெல்லிய வெயில் பட்டு உச்சி துலங்கியது. மனதுக்குள் கும்பிட்டுக்கொண்டாள். ‘இந்த முறை எனக்கு வழிகாட்டாவிட்டால் அந்த உச்சியில் இருந்து விழுவதைத் தவிர வேறு வழியில்லை’ என்று சொல்லிக்கொண்டாள்.

இன்று உன்னைப் பார்க்க வருகிறேன். என்னால் உன்னைக் கண்டுபிடிக்க முடியாமல் போகலாம். நீதான் எனக்கு உணர்த்த வேண்டும். நீதான் எனக்குக் கொடுக்க வேண்டும். நீ எந்த வடிவில் வருவாய், எந்த இடத்தில் நிற்பாய், என்ன வார்த்தை பேசுவாய், எப்படி என்னருகில் வருவாய் எதுவும் எனக்குத் தெரியாது. காளியின்

கைகள் அகண்ட முறம் போலிருக்கும். அவை கன்னத்தை வருடும்போது வடுக்களை மீறிப் பிரியம் வழியும். அவனைப் போன்ற கைகள் உன்னுடையவையா? எப்படி என்னைத் தொடுவாய், எவ்விதம் என் உடலுக்குள் புகுவாய் எதுவும் அறியேன். ஆனால் உன்னையே நம்பி வருகிறேன்.

என் புருசனுக்கு மனப்பூர்வமான சம்மதம் இல்லை. என் அண்ணனுக்காக ஒத்துக்கொண்டிருக்கிறான். உன்னைப் போல அவனும் என்னைத் தன் உடம்பிலேயே வைத்துக்கொள்ள விரும்புகிறவன். பிய்த்தெடுத்து வேறொருவருக்குக் கொடுக்க அவன் ஒருபோதும் விரும்பமாட்டான். எனினும் நான் உன்னைத் தேடி வருகிறேன். நான்கு பேருக்கு முன்னால் அவன் தலை நிமிர்ந்து நிற்கட்டும். தொண்டுப்பட்டிக்குள் அடங்கிக் கிடக்கும் அவன் துள்ளல்கள் திரும்பட்டும். அவன் அணைப்பில் முன்னிருந்த காதல் பெருகட்டும். எல்லாரையும் போல நாங்களும் எங்கும் போகவும் எதிலும் கலக்கவும் நீதான் உதவ வேண்டும். தேவாத்தா ...

அவள் மனம் குவித்துப் பலவாறு வேண்டிக்கொண்டாள்.

அவளை அறியாமல் புதுச்சக்தி உள்ளே புகுவது போலிருந்தது. கண்கள் கிறங்க மயக்கநிலை கொண்டாள். அப்படியே அவள் அம்மாவின் மடியில் சாய்ந்துகொண்டாள். குழந்தையைப் போல உடல் குறுக்கி மடியில் கிடக்க முடியவில்லை என்றாலும் தலை வைத்திருந்ததே அவளுக்குப் பெரும் சுகமாக இருந்தது. காலையிலிருந்து எரிச்சல் படுத்திக்கொண்டிருந்த அம்மா என்பதெல்லாம் மறந்துபோயிற்று. நெடுநாளைக்குப் பிறகு அம்மாவின் கரம் அவள் முதுகை வருடியது. காப்புக் காய்ச்சிய அம்மாவின் கை வருடலில் லயித்தாள். அம்மாவின் கண்கள் எதையோ நினைத்துக் கலங்கின. தாய்க்குக் குழந்தை சுகமும் குழந்தைக்குத் தாய் சுகமும் தேவைப்படுகின்றன. நல்லையன் சொல்வார்.

'கொழந்தயப் பெத்து எதுக்கு வளக்கறம்? அது நல்லா வளந்து ஆளாவோனும்னா? கொழந்தயக் கொஞ்சறதும் வளக்கறதும் நம்மளுக்குத் தேவையா இருக்குது. அதுக்குத்தான் பெத்துக்கறதும் வளக்கறதும். அப்பறம் எதுக்கு வயசான காலத்துல பையன் என்னயப் பாக்கல பிள்ள என்னயப் பாக்கலீன்னு பொலம்பறது? அதெல்லாம் புத்திகெட்ட நாய்ங்க செய்யறது ...'

அவர் சொல்கிற மாதிரியே இருக்கட்டும். எங்களைப் பையனோ பிள்ளையோ காப்பாற்ற வேண்டாம். அவர்களால் நாலு இடத்திற்கு எந்தத் தயக்கமும் இல்லாமல் போனால்

போதும். எங்கே போனாலும் தீட்டுப்பட்டுவிடுமோ என்று ஒதுங்கி நிற்கும் பொழங்கா இனத்து மனுசர் போல ஒரு ஓரமாக நிற்க வேண்டியிருக்கிறதே. ஒதுக்குகிற ஆட்களுக்கு முன்னால் நாங்களும் ஒரு மனுசர்தான் என்று காட்டினால் போதும்.

அவள் மனதில் பலவிதமான குழப்பக் காட்சிகள் நிறைந்தன. நெஞ்சில் சுமத்திய குழந்தையோடு நெடுந்தூரம் நடந்துகொண்டே இருப்பது போல அவளுக்கு வரும் ஒரு காட்சி மயக்கம் அப்போதும் அவளுக்குள் தோன்றியது. அந்தக் குழந்தையின் முகத்தை ஒருபோதும் பார்க்க முடிந்ததில்லை. அது தன் குழந்தையா? எங்கிருந்தோ திருட்டுத்தனமாகத் தூக்கிக்கொண்டு ஓடுவது போலல்லவா நடை இருக்கிறது? அப்படித்தானா? எப்போதும் உடன்வரும் காளி இந்தக் காட்சியின்போது வருவதே இல்லையே? எங்கே போய்விட்டான் அவன்? குழந்தை துணையிருந்தால் போதும் என்று விட்டுவிட்டானா? காட்சிகளும் நினைவுகளும் மயங்க அவள் தூக்கமும் விழிப்புமான நிலையில் அம்மாவின் மடியிலேயே கிடந்தாள்.

எங்கும் ஒரே சத்தம். வண்டிகள் ஒதுங்கும் சத்தம். மாடுகளின் கத்தல். எல்லாவற்றையும் மீறி மனிதர்களின் பேச்சொலிகள். பொருள் பிரிக்க முடியாமல் விடிகாலைக் காகங்களின் கரைதல் போன்ற சத்தம். வண்டியைச் சந்தைக்குள் ஓட்டினான் மாரன். ஏற்கனவே சந்தை நிரம்பியிருந்தது. வண்டி நிறுத்துமளவு இடமிருந்த பகுதியில் வண்டியை நிறுத்தியதும் அம்மா அவளைத் தட்டி எழுப்பினாள். சட்டெனெ அவளுக்கு ஒன்றும் புரியவில்லை. அம்மாவின் மடியில் எவ்வளவு நேரமாகத் தூங்கினோம் என்று அவளுக்குத் தெரியவில்லை. கொஞ்சநேரம் பிதுமாறு கெட்டு விழித்தாள். வெயில் முழுக்கப் போய் இருளுக்கு முந்தைய நிழல் எங்கும் படர்ந்திருந்தது. மாராப்பை இழுத்து விட்டுக்கொண்டு முந்தானையால் முகத்தைத் துடைத்துக்கொண்டாள். அம்மாவின் கையைப் பிடித்துக்கொண்டு வண்டியிலிருந்து இறங்கினாள். சந்தை முழுக்க வண்டிகளும் மாடுகளும் மனிதர்களுமாய்க் குவிந்திருப்பதைக் கண்டாள். அடேங்கப்பா. பூலோகமே திரண்டு இங்கே வந்துவிட்டதா? தேர்க்கூட்டம்கூட இவ்வளவு பார்த்ததில்லை. சந்தைக்குள் இருக்கும் வண்டிக்கூட்டமே இத்தனை என்றால் நாலாப்புறமும் இருந்து நடந்துவரும் கூட்டம் எத்தனை இருக்கும்? சந்தையைப் போல ஒவ்வொரு பக்கமும் ஏதாவது ஓரிடத்தில் வண்டிகளை நிறுத்தியிருப்பார்கள். பெரிய வியப்போடு பொன்னா எல்லாவற்றையும் பார்த்தாள்.

‘சாமி அவுங்க நல்லா இருக்கோனும். இந்தச் சிறுசுவள வெச்சிக்கிட்டு நாங்க எப்பிடி வந்து சேந்திருப்பமோ. அந்தத்

தேவாத்தா சாமிதான் உங்கள எங்க கண்ணுக்குக் காட்டி யிருக்கோணும். இந்த வருசம் கரடேர்றதப் பாக்க எங்கள இப்பிடி நடத்திக் கூட்டியாந்திருக்குது சாமி. எதுனா வேலயின்னாக்கூடச் சொல்லி உடுங்க சாமி. எங்க பண்ணயக்காரரூட்ட வேல இல்லாதப்ப வந்து செஞ்சு தர்றன். சாமி அவுங்கள மாதிரி இருக்கறவுங்களுக்குத்தான் செய்யோனும்.'

மாரன் கும்பிட்டுச் சொன்னான். அவன் பெண்டாட்டி உடல் கூனிக் கும்பிட்டுச் 'சாமிங்க உத்தரவு தரோனும்' என்றாள். பொன்னாவின் அம்மா முந்தானை முடிச்சை அவிழ்த்து ஓரணாவைக் கொடுத்தாள். முந்தானையை ஏந்தி வாங்கிக் கொண்டாள் அவள். கும்பிட்டபடி பின்னே போய் நகர்ந்தார்கள்.

மாரன் குடும்பம் சொல்லிக்கொண்டு போகையில் அந்தக் குட்டிக் குழந்தையின் கண்கள் அவளை நோக்கிச் சிரித்தன. எல்லாம் நல்ல சகுனம்தான். அந்தக் குழந்தையின் கன்னத்தைப் பிடித்துக் கிள்ளி எடுக்க வேண்டும் போலிருந்தது. கூட்டத்தில் மறையும்வரை அந்தக் குழந்தையையே பார்த்துக் கொண்டிருந்தாள். இப்படி ஒரு சூட்டிகையான குழந்தையை எனக்குக் கொடு அப்பனே என்று நினைத்துக்கொண்டாள். அப்பன் வண்டிமாடுகளை அவிழ்த்து வண்டி நுகத்தின் இரண்டு பக்கமும் கட்டித் தீனி அள்ளிப் போட்டார். சந்தைக்குள் அங்கங்கே தீப்பந்தங்கள் எழுந்தன. மனித முகங்கள் புகையுருவங்களாய் நடமாடின. அம்மா கட்டுச்சோற்றுப் பானையை அவிழ்த்தாள். எல்லாம் பனிமூட்டம் போல அவளுக்குத் தெரிந்தன. மயக்க நிலையில் தனக்குத் தொடர்பற்ற கனவொன்றில் நிகழும் காட்சிப் பிம்பங்களாய் அனைத்தையும் கண்டாள்.

25

பிரிந்து கிடந்த மேட்டுக்காடுகளுக்குள் நெளிநெளியாய்ப் போன கொடித்தடங்களிலும் அணப்புக் கரைகளிலும் நடந்தார்கள் முத்துவும் காளியும். பனைகளில் அடையும் பறவைகளின் ஒலிகள். லேசான காற்று சுருட்டும் சருகுகளின் ஓசை. பனையோலைகள் உரசும் சத்தம். அவற்றினூடே இருவரின் குரல்களும் அமானுஷ்யமாய்க் கேட்டன. சிறுபையனிலிருந்து இந்தப் பக்கக் காடுமேடுகள் எங்கும் திரிந்திருக்கிறான் என்றாலும் இப்போது முத்து கூட்டிச் செல்லும் இடம் எதுவென்று ஊகிக்க முடியவில்லை. தொண்டுப்பட்டிக்குள்ளேயே முடங்கிக் கிடந்த இந்தச் சில வருசங்களுக்குள் ஏதேதோ மாற்றங்கள் நிகழ்ந்திருக்கின்றன.

இரண்டு ஊர்களின் காடுகள் வழியாகச் சென்று ஓடையை அடைந்தார்கள். ஓடையின் இருபுறமும் புதர்கள் மண்டிக் கிடந்தன. ஆவாரஞ்செடிகள் குறுமரங்களாய் வளர்ந்து நின்றன. அதன் வழியாகப் போய்ச் சட்டென ஒரு திருப்பத்தில் மேடேறினான் முத்து. காளியின் கண்முன் தென்னந்தோப்பு. நூறு மரங்கள் இருக்கும். இருதென்னைக்கிடையே தேர் போகுமளவு இடம் வேண்டும் என்பதை அனுசரித்து வைக்கப்பட்டிருந்தன. பெரும்பாலும் எல்லா மரங்களும் ஒரே உயரத்தில் இருந்தன. பாளைகளும் குரும்பைகளுமாய். சில மரங்களில் கள்முட்டிகள் தெரிந்தன. இப்படி ஒரு தென்னந்தோப்பை இந்த வட்டாரத்தில் அவன் கண்டதில்லை. மேட்டுக் காடுகள் காய்ந்து கிடக்கும் இந்தப் பகுதியில் எப்படி இதுமாதிரி ஒரு தோப்பு?

குருவி குடிக்குமளவு நீர் கிடக்கும் ஆழக் கிணறுகளை நம்பி மழைக்காலத்தில் ஏதாவது

செய்யலாம். ஒரு செரவு மிளகாய். ஒரு அணப்பு ஆரியம். கொஞ்சம் பருத்தி. தென்னைக்கு வருசம் முழுக்க நீர் வேண்டும். இல்லையெனில் மட்டைகள் காய்ந்து தொங்கி உச்சி சோர்ந்து போகும். இறக்கை கிழிந்த பறவை வானில் உறைந்து நின்றுவிட்ட கோலமாய்த் தென்னைகள் ஆகும். காளி நான்கு தென்னை வைத்திருக்கிறான். மழைக்காலத்தில் நீர் தேங்கி நிற்கும்படி அகலமாகக் கட்டிவிடுவான். கோடை நாளில் மரவேர்களை ஒட்டிச் சிறிய மண் அணைப்பு மட்டும்தான். இரண்டு பறி ஏற்றம் இறைத்து வெளியோடும் நீர் வாய்க்கால் குடித்தது போகத் தென்னைக்கு எவ்வளவு போய்ச் சேரும்? அதை 'உயிர்த்தண்ணீர்' என்பான். உயிரைக் கையில் பிடித்துக்கொண்டு தென்னை நிற்க வாரம் ஒருமுறை அந்தத் தண்ணீர். வீட்டுச் செலவுக்குத் தேங்காய் வேண்டும் என்பதால் அந்த ஏற்பாடு. தனக்குப் போகத் தேங்காய்களை விற்றுவிடவும் செய்வாள் பொன்னா. இரண்டு பேர் சமையலுக்குத் தேங்காய் தொலையாதா?

இந்த வறக்காட்டில் நூறுமரம் கொண்ட தென்னந்தோப்பு. வியப்போடு அதையே பார்த்தான் காளி. உள்ளே நுழைந்ததும் தென்னங்குளிர்ச்சி வாரி அணைத்தது. அடிமட்டைகளும் தென்னோலைகளும் அடுக்கி ஒருபுறமாய் வைக்கப்பட்டிருந்தன. ஒவ்வொரு தென்னையின் அடியிலும் தென்னங்கீற்று மூடாக்கு.

'மச்சான் இது ஆருதுடா? நம்ம பக்கம் இப்பிடி ஒரு தோப்பா? நூறு மரம் இருக்குமா? எல்லாம் காப்புக்கு வந்துட்டாப்பல இருக்குதே? தண்ணிக்கு என்ன பண்றாங்க?'

அவன் கேள்விகளாய் ஆனான். முத்து அந்தத் தோப்பின் கதையைச் சொன்னான். கரட்டூரில் பருத்திக் கிடங்கு போட்டு வியாபாரம் செய்யும் ஏவாரி ஒருவருடைது தோப்பு. அந்த இடம் வெறும் மேட்டாங்காடாய்க் கிடந்ததுதான். ஏவாரிக்குப் பணத்துக்குப் பஞ்சமில்லை. காட்டை வாங்கி அக்கரையிலிருந்து குடியானக் குடும்பம் ஒன்றைக் கொண்டுவந்து குடிவைத்தார். அங்கே பெரும்பண்ணயம் ஒன்றில் பண்ணையாளாகச் சீரழிந்து கொண்டிருந்த குடும்பம் அது. பருத்தி வாங்கப் போகும்போது அவருக்கு அறிமுகம். காட்டைப் பார்த்துக்கொள்ள அழைத்ததும் வந்து இங்கேயே குடியேறிவிட்டது அக் குடும்பம். பணப்பிரச்சினை இல்லாமையால் கேட்கும் பணத்தைக் கொடுத்தார் அவர். காட்டின் மூன்று பக்கமும் கிணறு. தினம் ஒரு கிணற்றில் ஏற்றம் இறைக்கும். அப்புறம் தென்னைகள் வளரக் கேட்பானேன்? அவர் அவ்வப்போது வந்து தங்கிப்போக வில்லை ஓட்டு வீடு ஒன்று தோப்புக்கு நடுவில் இருக்கிறது. குடியானக் குடும்பம் கீற்று வேய்ந்த கொட்டகையில் இருக்கிறது. பாளை வந்து தென்னைகள் பலன் கொடுக்கத் தொடங்கியதும் மரமேறிக்

குடும்பம் ஒன்றும் உள்ளே வந்துவிட்டது. தென்னைகளைச் சிறையெடுத்துவிட மட்டுமல்ல, கள் இறக்கி விற்கவும் அக் குடும்பம் தொடங்கிவிட்டது.

தென்னங்கள்ளை நினைக்கும்போதே காளியின் நாக்கில் நீரூறியது. சில வருசங்களுக்குமுன் தென்னங்கள் விற்கக் கடைகள் பல இருந்தன. எந்த நேரம் போனாலும் வயிறு முட்டக் குடிக்கலாம். பனங்கள்ளின் காரம் இதில் இருக்காது. இனித்துக் கிடக்கும். தொண்டைக்குள் பதமாய் இறங்கும். நெடுநேரம் போதை நீடிக்கும். ஆனால் மலையூர் ஜில்லா முழுக்கக் கள் சாராயக் கடைகளைத் தடைசெய்து உத்தரவு போட்டதும் ஜனங்கள் எல்லாரும் தடுமாறிப் போனார்கள். தென்னை மரங்களில் கள் கலயங்கள் இல்லை. மரமேறிகள் என்ன செய்வதென்று தெரியாமல் தவித்தார்கள். பொதுவில் வாழ்க்கையே சுரத்தில்லாமல் ஆயிற்று. ரகசியமாய்ச் சாராயம் காய்ச்சி விற்றார்கள். எந்த நேரமும் போலீஸ் பிடித்துவிடும் என்னும் பயம் இருந்தது. வெள்ளைக்காரன் ஆட்சி இருக்கும்போது இடையிலே இந்த நூலான்களுக்கு எதற்கு அதிகாரத்தைக் கொடுத்தார்கள் என்று தோன்றியது. அதுவும் கள் சாராயம் பற்றி ஒன்றும் தெரியாத கறி கவுச்சி எதுவும் சேர்த்துக் கொள்ளாத இந்த மலையூர் வக்கீலை முதல் மந்திரிப் பதவியில் உட்கார வைத்தால் எப்படியிருக்கும்?

எந்தச் சீமையிலும் இல்லாத அதிசயமாய் இந்த ஜில்லாவில் இருக்கிற ஜனங்கள் மட்டும் குடிக்கக்கூடாதாம். சொந்த ஜில்லா மக்களுக்கு வக்கீல் செய்த நல்ல காரியம் இது. பக்கத்தில் இருக்கிற கோனத்தூர் ஜில்லாவுக்குப் போய்க் குடித்துவிட்டு வர எல்லாருக்கும் முடியுமா? அப்படியும் கொஞ்சம் பேர் போய் வந்தார்கள். நல்லவேளையாக வக்கீல் போய் மறுபடியும் வெள்ளைக்காரன் ஆட்சியே வந்தது. கடை இல்லை என்றாலும் கெடுபிடி இல்லை. ஆனால் தென்னங்கள் குடித்து ரொம்ப நாளாகிவிட்டது.

நல்ல இடமாய்த்தான் முத்து கூட்டி வந்திருக்கிறான் என்று தோன்றியது. அவன் சொன்னது போலவே வாஞ்சையாய்த் தோளில் கைபோட்டுக் கொண்டான். மரமேறியின் குடியிருப்பு தோப்பின் கடைப்பகுதியில் ஓடையோரமாய் இருந்தது. கள் குடிக்க வருபவர்களால் தோப்புக்கு எந்த இடைஞ்சலும் இல்லை. குடியிருப்பு பெரிதாக ஒன்றுமில்லை. கீற்று வேய்ந்த சின்ன நிலக்குடிசை. அதன்முன் கள் முட்டிகள் கவிழ்த்து வைக்கப்பட்டிருந்தன. உட்காரும் தடுக்குகள் நான்கைந்து கிடந்தன.

அவர்கள் போய்ச் சேர்ந்தபோது பொழுது மஞ்சள் வெயிலை இறைத்துக்கொண்டிருந்தது. தோப்பின் உள்ளே மெல்லிய வெளிச்சமாய்க் கிரணங்கள். குழந்தைகள் இரண்டு தோப்பினுள் குதியாளம் போட்டுக்கொண்டிருந்தன. நிலக்குடிசைக்கு முன் தடுக்கில் போய் உட்கார்ந்தார்கள் இருவரும். குடிசைக்குள் பாத்திரங்கள் உருளும் ஒலி கேட்டது.

'ஆரும்மா உள்ள?' என்றான் முத்து.

'இருங்கண்ணா வந்துட்டன்' என்று உள்ளிருந்து குரல் வந்தது.

'என்னங்கண்ணா இவ்வளவு நேரமாயிருச்சு?' என்றபடியே வந்தவளைப் பார்த்ததும் காளிக்கு அடையாளம் தெரிந்துவிட்டது.

'காத்தாயி . . . நீயா இங்க' என்றான் ஆச்சர்யமாய்.

'இவங்கள உனக்கு முந்தியே தெரியுமா?' என்றான் முத்து.

'ம்' என்றுவிட்டு அவளைப் பார்த்து 'மண்டையன் எங்க?' என்று கேட்டான்.

'அந்தப் பண்ணயக்காரரோட கொஞ்சநேரம் பேசிக்கிட்டு இருந்துட்டு வாரமுன்னு போனாரு... இதா கூப்பிடறன்' என்று கொஞ்ச தூரம் தோப்பினுள் போய் நின்று 'பிள்ளா பிள்ளா...' என்று குரலெடுத்தாள்.

தன் புருசனை அவள் கூப்பிடும் முறை அதுதான். குழந்தையைக் கூப்பிடுவது போல. பக்கத்தில் இருக்கும்போது கூப்பிட்டால் குழந்தையின் பெயர் சொல்லி அழைப்பாள். எதிர்க்குரல் கேட்ட மாதிரி இருந்தது. அவள் குடிசைக்குத் திரும்பினாள்.

'எவ்வளவு நாளா இங்க இருக்கறீங்க?'

'ரண்டு வெருசமா இந்த இருட்டுக்குள்ளதான் கெடக்கறம். சனமான சனத்தோட இருந்துட்டு இங்க வந்து தன்னந்தனியாக் கெடக்கறம். உங்க காட்டுல இருந்து அந்த முண்டத்தேவிடியா முடுக்கனதுக்கு அப்பறம் எங்கெங்கயோ போயிச் சுத்தி அலஞ்சிட்டு இங்க வந்து சேந்தம்' என்று அவள் தன் கொடுமையைக் கொட்டத் தொடங்கினாள்.

○

26

நான்கைந்து வருசங்களுக்கு முன் காளியின் காட்டுப் பனையேற வந்து அங்கேயே கொஞ்ச நாள் இருந்தவர்கள் மண்டையனும் காத்தாயியும். கல்யாணமாகிக் கொஞ்சநாள்தான் இருக்கும். புது மெருகு கலையாத பெண்ணாக இருந்தாள். சொந்த அண்ணன் தம்பிகளோடு வந்த மனஸ்தாபத்தில் வெளியூர் போய்ப் பிழைத்துக்கொள்ளலாம் என்று வந்தான் மண்டையன். மரமேறிக்கு என்ன, பனையுள்ள எந்த ஊரிலும் பிழைப்பு நடக்கும். அல்லக்கவுறும் ஆம்பரக் கத்தியும் இருந்தால் போதும். குருவிக்காரக் குடும்பம் போலப் பாறை கண்ட இடத்தில் நான்கு ஓலைகளை வைத்துக் கொட்டகை போடுவது பெரிய வேலையில்லை.

மண்டையன் பனைவேலையில் கெட்டி. சிறுவயதில் பனையின் நுட்பங்களைப் பிடித்து வைத்திருந்தான் அவன். இந்த மரம் ஊறாது என்று பல வருசங்களாகக் கைவிடப்பட்ட மரங்களைக்கூட என்னென்னவோ செய்து ஏமாற்றி ஊறச் செய்துவிடுவான். பாளைகளைப் பக்குவப் படுத்துவதில் அத்தனை நேர்த்தி. பனங்கள்ளே தென்னங்கள் போலத் தித்திப்பாக இருக்கும். சுண்ணாம்புத் தெளுவு இறக்கினால் கரும்புச்சாறு மாதிரி இனித்துக் கிடக்கும். அதில் வரும் கருப்பட்டி வாயில் வைத்ததும் கரைந்தோடும். வித்தை அத்துபடியாக இருக்கும் ஒருத்தனுக்குப் பிழைக்கவா ஊரில்லை?

காளியின் காட்டுப்பாறையில் கொட்டாய் போட்டுக்கொண்டு இருந்தார்கள். பாதியளவு கள். பாதி சுண்ணாம்புத் தெளுவு. தெளுவைக் காய்ச்சிக் கருப்பட்டி இடும் வேலை காத்தாயிக்கு. காட்டுக்காரர்களுக்கு ஊற்றியது போக மிச்சக் கள்ளை அன்றாடக் கூலிகளாய் இருக்கும் ஆட்களுக்கு விற்பனை செய்வான் அவன். பக்கத்துக்

காட்டில் ஏறிக்கொண்டிருந்த பீத்தான் பெண்டாட்டி வம்புக்காரி. வெளியூரிலிருந்து வந்து கருத்தாய்ப் பிழைக்கும் இவர்களை எப்படியாவது விரட்டினால்தான் தன் பிழைப்பு நடக்கும் என்று முடிவு செய்துவிட்டாள். தினம் பணம் கொடுத்துக் குடிக்க வருகிற ஆட்களே குறைவு. அவர்கள் கோவணத்துணியில் இருந்து அணாவை அவிழ்த்து எடுப்பதற்குள் எத்தனை பாடு? அதிலும் போட்டி என்றால்?

கள் இறக்கினால் அன்றன்றைக்கு விற்றுக் கைமேல் காசு. கடன் சொன்னாலும் வாரம் செவ்வாய்ச்சந்தையன்று பெருமளவு வரும். வாராக்கடன் பட்டியல் பெரிதுதான். வாடிக்கையை விடாமல் தினமும் கேட்டபடியே இருந்தால் வரலாம். மற்றவர்களிடம் வாங்கிவிடலாம். குடியானவர்களிடம் காசை வாங்குவது லேசல்ல. ஆனால் எந்த நேரத்தில் வந்தாலும் ஊற்ற வேண்டும். சுண்ணாம்புத் தெளுவு என்றால் ஆலை போட்டுக் காய்ச்சிக் கருப்பட்டியாக்கி அதைப் பத்திரப்படுத்தி விலை சகாயமாக இருக்கும்போது விற்காமல் அடுக்கி அடுக்கி வைத்து எப்போது விலையேறும் என்று பார்த்துக் காசாக்க வருசம்கூட ஆகிவிடும். எப்படியிருந்தாலும் கள்தான் காசாக்க எளிது. அதனால் கள் விற்பனையில் போட்டி இருக்கும்.

பீத்தான் பெண்டாட்டி கெட்ட கெட்ட வார்த்தைகளில் ஜாடை பேச ஆரம்பித்துவிட்டாள். கள் குடிக்க வரும் ஒவ்வொருவருடனும் காத்தாயியைச் சம்பந்தப்படுத்திப் பேசினாள்.

‘அவ என்ன என்னாட்டம் வெறுங்கள்ளையா விக்கறா. தூமையக் கலந்து குடுக்கறா. அதான் பல்ல இளிச்சுக்கிட்டு அங்க போறானுவ.’

‘கள்ளுக் குடிக்க வர்றவனக் கொட்டாயிக்குள்ள கூட்டிக் கிட்டுப் போயர்றா. அங்க எதக் காட்டறான்னு ஆருக்குத் தெரியும்?’

‘அவ மறப்பாப் போயி மாராப்ப நீக்குனாப் பாலு கொட்டுது. என்னுது சூம்பி வடிஞ்சு போச்சே. எவன் வருவான்?’

எத்தனை நாளைக்கு இந்தப் பேச்சைக் கேட்டுச் சகிப்பது? புதுமணப்பெண்ணாக இருந்த காத்தாயிக்குப் பதிலடி கொடுக்க வார்த்தைகள் வரவில்லை. அவள் வாயில் எல்லா வார்த்தைகளும் சாதாரணமாகப் புழங்கின. இப்படிப் பேச்சைக் கேட்டுக்கொண்டு பிழைப்பதற்கு நாக்கைப் பிடுங்கிச் சாகலாம். தினமும் அழுது கண்கள் வீங்கிப் போயின. மண்டையனும் பயந்த சுபாவம். அதுவுமில்லாமல் நேராகச் சண்டைக்கு வருபவளிடம் நாலு வார்த்தை கேட்கலாம். எங்கோ பார்த்துக்கொண்டு எதையோ

பற்றிப் பேசுவது போல வரும் வார்த்தைகளுக்கு எப்படிப் பதிலடி கொடுப்பது? அதற்காகப் பொழுதைப் பார்த்துக் குரைக்கும் நாய் என்று சும்மாவும் இருக்க முடியவில்லை.

இரவு ஊரடங்கும்வரை உட்கார்ந்து குடித்துவிட்டுப் போகும் மொசலான் பெண்டாட்டியிடம் போய் 'உம் புருசன் அவள வெச்சிருக்கறான். இல்லாட்டி நடுச்சாமம் வரைக்கும் காட்டுக் கொட்டாயில அவனுக்கு என்ன வேல?' என்று சொல்லிவைத்தாள் அந்த ராட்சசி. விளக்கமாற்றைத் தூக்கிக்கொண்டு காத்தாயியை அடிக்க வந்துவிட்டாள் மொசலான் பெண்டாட்டி. பனைகள் முகளமாக ஊறும் தருணத்தில் அப்படியே விட்டுவிட்டுக் கிளம்பிவிட்டார்கள். காளியால் ஒன்றும் செய்ய முடியவில்லை. நேருக்கு நேர் சண்டை போடாமல் ஜாடையே வேலையாய் வைத்திருக்கும் பெண்ணிடம் என்ன பேசுவது? அதுவுமில்லாமல் அவளிடம் வாய் கொடுத்து 'வறடனுக்கெல்லாம் வவுசி வந்திருச்சி பாரு' என்று ஒருவார்த்தை சொன்னாலும் சொல்லிவிடுவாள்.

மறைவாக 'அந்த வறடன் எங்கருந்தோ இதுவளப் புடுச்சாந்து வெச்சிருக்கறான். கட்டுன ஒன்னே கொறங்காடாக் கெடக்குது. கொண்டாந்து வெச்ச இத என்ன பண்ணப் போறானோ' என்று பேசுவதாகக் காளியின் காதுக்கும் வந்தது. அவள் பன்னாடை மயிரைப் பிடித்திழுத்துப் புழுதிக்காட்டுக்குள் போட்டு உதைக்கலாம் என்று வெறியாக வரும். ஆனால் பொன்னா சொல்லிவிட்டாள். 'மரமேறிச் சண்டைக்கு நாம போவ வேண்டாம். அவுங்களுக்கு ஏறும்போது ஒரு புத்தி. எறங்கும்போது ஒரு புத்தி பாத்துக்க.'

மண்டையன் வந்து காளியைப் பார்த்ததும் ரொம்பவும் உற்சாகமாகிவிட்டான். அவனோடு நண்டும் சிண்டுமாய் இரண்டு குழந்தைகள். அவற்றையே பார்த்த காளிக்குத் தன்னையறியாமல் பெருமூச்சு வந்தது. ஆள் வாட்டசாட்டமாய் நாலுபேரை ஒரே அடியில் சாய்க்கிற மாதிரி இருந்து என்ன செய்ய? மண்டை பெருத்துக் குள்ளமாய்த்தான் இருப்பான் மண்டையன். இருந்தாலென்ன, அடுத்தடுத்து இரண்டு குழந்தைகளுக்குத் தகப்பனாகிவிட்டானே. அவன் கைத்தெளுவுப் பக்குவம் உடலிலும் இருக்கும் போல. குழந்தைகள் இரண்டும் கல்லில் அடித்து வைத்த உருவம் மாதிரி அத்தனை அழகு.

'எங்க பண்ணயக்காரரு உங்களுக்குச் சொந்தங்களா?' என்று முத்துவிடம் கேட்டான்.

'சொந்தமா? அட மண்டையா. பொன்னா சொந்தத் தங்கச்சிடா' என்று சிரித்தான் முத்து.

'எப்படியோ உங்ககிட்ட இதப் பத்திப் பேசாத உட்டுப் போச்சாட்டம் இருக்குது பாருங்க. தெரிஞ்சிருந்தா முந்தியே பண்ணயக்காரர இங்க கூட்டியாந்திருக்கலாம். தென்னங்கள்ளு ருசிய அவருக்கும் காட்டியிருக்கலாம்.'

முத்து ஏற்பாட்டில் மொச்சைக்கொட்டை வேகவைத்துச் சோறாக்கி வைத்திருந்தார்கள். தென்னங்கள், தென்னங்கள்ளில் ஊறல் போட்டுக் காய்ச்சிய சாராயம் என்று எல்லாம் வைத்திருந்தான் மண்டையன். பெருநோம்பி முடிந்திருந்தால் நாக்குக்குக் காரமாகக் கவிச்சி போட்டிருக்கலாமே என்று ஆதங்கப்பட்டுக்கொண்டே 'மொதல்ல தென்னங்கள்ளு' என்று சொன்னபோது நிலா வானில் கிளம்பிக்கொண்டிருந்தது.

○

27

சந்தை முழுக்கத் தீப்பந்தங்கள். அவற்றின் பிரகாசிப்பில் வண்டியடியே கட்டிக்கொண்டு வந்திருந்த சிறுசிறு லாந்தர்கள் மங்கிப் போயிருந்தன. தெருக்களைச் சுற்றிவர ரொம்ப நேரமாகும் என்பதால் சோறு தின்றுவிட்டுப் போகலாம் என அம்மா கட்டுச்சோற்றைப் பிரித்து உட்கார்ந்துவிட்டாள். பொன்னாவுக்குப் பசி ஒன்றும் தெரியவில்லை. வயிறு இழுத்துப் பிடிப்பதை மட்டும் உணர்ந்தாள். அம்மா அள்ளி வைத்த சோற்றை ஒன்றும் பேசாமல் தின்றாள். ஒருநாள், இரண்டு நாளுக்கு மட்டும் என்றால் வெங்காயம் போட்டுச் சோறு கிளறுவாள் அம்மா. அதன் ருசியே தனி. இந்தச் சமயத்தில் நாவில் ஒன்றும் உறைக்கவில்லை.

அப்பன் கடைத் தெருவுக்கு வரவில்லை என்று சொல்லிவிட்டார். 'எத்தனையோ வருசமாப் பாத்துப் பாத்துப் பழகுனதுதான. காலோய அங்க ஆரு நடக்கறது. நீங்க போயிட்டு வாங்க. வண்டிக்குக் காவலா இங்கயே படுத்துக்கறன்' என்று சொல்லிவிட்டார்.

கூட்டத்திற்குள் போகும்போது ரொம்பவும் எச்சரிக்கையாக இருக்க வேண்டும் என்பதை மட்டும் திரும்பத் திரும்பச் சொன்னார். கழுத்துச் சரட்டையும் தாலிக்கொடியையும் பத்திரமாகப் பார்த்துக்கொள்ளச் சொன்னார். முந்தானையில் காசு எதையும் முடிந்துகொள்ள வேண்டாம் என்றும் சுருக்குப்பையில் வைத்து மடியில் செருகிக்கொள் என்றும் அம்மாவுக்குச் சொன்னார். 'முடிச்சோக்கிப் பசங்க திரிஞ்சுக்கிட்டு இருப்பானுவ' என்றார். 'மாராப்ப நல்லாப் போட்டுக்கங்க. கண்ட நாய்வ கையி சும்மா இருக்காது' என்று மெதுவாகச் சொன்னார். அவருக்குத் தூக்கம் வராது. அவரைப் போல வண்டி மாடுகளோடு நின்றுகொள்பவர்களிடம் பேச்சுக்

கொடுத்துப் பழமை பேசினால் நேரம் போவதே தெரியாது. கூட்டத்திற்குள் இருவரும் தனித்தனியாகப் பிரிந்துவிட்டாலும் சந்தைக்கு வந்து சேர்ந்துவிடும்படி சொன்னார்.

'வா போலாம். சின்னக் கொழந்தக்கிச் சொல்றாப்பல எதாச்சும் அவரு சொல்லிக்கிட்டேதான் இருப்பாரு.'

அம்மா அவளை அழைத்துக்கொண்டு சந்தைக்கு வெளியே வந்தாள். சாலை முழுக்கத் தலைகள்தான். தீப்பந்த வெளிச்சத்திற்குச் சவால் விட்டபடி அங்கங்கே இருள் திட்டுத் திட்டாக நின்றது. மனித உடல்கள் உரசியும் இடித்தும் தள்ளியும் நகர்ந்துகொண்டிருந்தன. கொட்டக்காட்டில் பிடித்துப் போட்ட புழுக்கள் நெளிவதைப் போலப் பொன்னாவுக்குத் தோன்றியது.

'இந்தப் பக்கந்தான்னு நெனைக்காத. ஊரச் சுத்தி நாலாப்பொறமும் இப்பிடித்தான் இருக்கும். சுத்துப்பட்டி சனங்க கெழடு கிண்டு எல்லாம் வந்திருக்கும் பாத்துக்க' என்று அம்மா சொல்லிக்கொண்டே வந்தது வெறும் ஒலியாய் மட்டும் காதுகளில் விழுந்தது.

சந்தை தாண்டி எட்டுத் தீப முக்குக்கு வந்தார்கள். பெரிய இரும்புக் கம்பங்களில் சுற்று வட்டமாக எட்டுப் பெரிய விளக்குகள் தொங்கின. இது எப்போதும் இருப்பதுதான். இத்தனை கூட்டத்தைச் சமாளிக்கத் தெருக்களில் அங்கங்கே இடைவெளி விட்டுத் தீப்பந்தங்களோ லாந்தர்களோ வைக்கப்பட்டிருந்தன. அவற்றைக் கவனிக்க ஆட்கள் சுற்றிக்கொண்டிருந்தார்கள். எட்டுத் தீபத்தின் அடியில் இரண்டு மூன்று பூக்கடைகள் இருந்தன. மல்லிகையும் கனகாம்பரமும் கலந்த சரத்தை வாங்கிப் பொன்னா தலையில் சூட்டிவிட்டாள் அம்மா.

பொன்னா பூச்சூடுவது அரிது. ஏதாவது விசேசத்திற்குப் போகும்போது கிள்ளி எடுத்த மாதிரி கொஞ்சமாகச் சூடிக் கொள்வாள். காட்டிலும் மேட்டிலும் அலைந்து செம்பட்டை பூத்துக் கிடக்கிற மயிருக்குப் பூ ஒன்றுதானா குறைச்சல்? கல்யாணமாகி வந்த புதிதில் அவள் பூச்சூடுவதைப் பெரிதும் விரும்பினான் காளி. மேட்டுக்காட்டுப் புதர்களில் காட்டு மல்லிக் கொடியோடிக் கிடக்கும். அவற்றைத் தேடிப் பறித்து வருவான். சிறுசிறு பூக்களாக இருக்கும் அவற்றுக்குப் பெருமணம். பத்துப் பூவைத் தலையில் வைத்துக்கொண்டால் நான்கு வீடு தள்ளி இருப்பவர்கள்கூடத் தேடி வந்து கேட்பார்கள். அந்தப் பூ வாசத்திற்கு நாகம் சுற்றிக் கிடக்கும் என்று சொல்வார்கள். அதனால் புதர்களைத் தேடிப் போக வேண்டாம் என்பாள்.

சில நாட்களுக்குச் சுல்லிப்பூ பறித்து வருவான். அதுவும் காடு மேடுகளில் கரையோரங்களில் எங்கும் இருக்கும். கூரான முட்செடி. மெல்லிய காவி நிறத்தில் பூவிருக்கும். அவ்வளவாக மணம் இருக்காது. மூக்கருகே கொண்டுபோய் மோந்தால் புளித்த கள் வாசனை அடிக்கும். பார்வைக்கு மிகவும் அழகாக இருக்கும். கை நிறையப் பூவிருந்தால் பெரிய சரமாகிவிடும். பூவுக்காக அலைய வேண்டியிருக்கிறதே என்று எங்கிருந்தோ இரண்டு மூன்று கனகாம்பரச் செடிகளையும் ஊசிமல்லிச் செடி ஒன்றையும் கொண்டுவந்து நீரோடும் வாய்க்கால் ஓரத்தில் நட்டான். கொஞ்சநாளில் அவை பூத்த பூக்களுக்கு அளவில்லை. தினமும் பறிப்பதும் கட்டுவதும் அதை வைத்துக்கொள்வதற்காகத் தலை சீவுவதும் எனப் பெரும்வேலை. முதலில் ஆர்வமாகச் செய்தாள். நாளாக நாளாக அப்படியே விட்டுப்போயிற்று. தேவைப்படுபவர்கள் வந்து பறித்துப்போனார்கள். இன்னும் வாய்க்காலில் பூத்துக்கொண்டுதான் இருக்கின்றன செடிகள்.

'வெச்ச செடியும் பூக்குது. வெதச்ச வெதையும் மொளைக்குது. வெறும் நெலமாப் போனது நாந்தானா?' என்று செடியடியில் நின்று புலம்புவாள். அவள்மேல் காளி கொண்டிருந்த ஆசைக்காவது ஒரு குழந்தையை அவன் கையில் கொடுத்திருக்க வேண்டாமா?

பெருங்கண்மாயில் ஏராளமான பேர் நீராடிக்கொண் டிருந்தனர். வெயில் காலத்திலும் அதில் பாதிக்குமேல் நீர் கிடந்தது. ஒரு மழை பெய்தால் போதும். ஊர் முழுவதும் இருந்து நீர் வந்து சேர்ந்துவிடும். நான்கு புறங்களிலும் நல்ல வெளிச்சம். குதிப்பவர்களை விரட்டிக்கொண்டும் வேடிக்கை பார்ப்பவர்களை ஓட்டிக்கொண்டும் பணியாட்கள் திரிந்தனர். ஆண்கள் பக்கம் நிறையப் பேர். பெண்கள் பக்கம் குளிக்கும் கூட்டம் குறைவாகத்தான் இருந்தது. பெருங்கண்மாயைப் பார்க்கும்போதெல்லாம் காளியின் பாட்டி தன் புருசனைப் பற்றிச் சொல்லும் சம்பவங்கள்தான் அவளுக்கு நினைவு வரும்.

◯

28

ஒரு வருசம் இப்படிப் பெருநோம்பியின்போது அவரும் வந்திருந்தார். ஆள் வெகு குள்ளம். ஆனால் சாமர்த்தியம் அதிகம். அன்று மாத்தேர் வடம் பிடிக்கும் நாள். சட்டம் ஒழுங்குப் பராமரிப்புக்காக வந்திருந்த வெள்ளைக்காரத் துரை சேவகர் சூழக் கண்மாய்ப் பக்கம் குதிரையில் வந்தார். துரைக்கு எப்போதும் உற்சாகம் அதிகம். போட்டிகளில் ஆர்வம். நோம்பிக்கு இத்தனை மக்கள் கூடுவதைப் பார்த்ததும் ஏதாவது போட்டிக்கு ஏற்பாடு செய்ய வேண்டும் என்று யோசித்துக்கொண்டே வந்தார். கண்மாயில் அந்த வருசம் நீர் நிறைந்து அலையோடியது. இரண்டு மூன்று கோடைமழை வெளுத்து வாங்கியிருந்தது. வெயில் நேரத்தில் கண்மாயில் நல்ல கூட்டம். ஒருபக்கம் ஐந்தாறு சிறுவர்கள் நின்றுகொண்டு கல்லெடுத்துக் எறிந்துகொண்டிருந்தார்கள். யார் அதிக தூரம் எறிகிறார்கள் என்பதில் அவர்களுக்குப் போட்டி. அதைப் பார்த்ததும் துரைக்கு யோசனை வந்துவிட்டது. மறுநாளே ஊரெங்கும் பறையடித்துச் சொல்லிவிட்டார்.

எட்டுகிற கிராமங்கள் வரைக்கும் செய்தி பரவிட்டது. பெருநோம்பியன்று கண்மாய்க் கரையில் கல்லெறியும் போட்டி நடைபெறும். ஒருகரையில் நின்று எதிர்க்கரையை நோக்கிக் கல்லெறிய வேண்டும். நீருக்குள் விழாமல் கல் எதிர்க்கரையில் விழ வேண்டும். அப்படி எறிகிறவர்கள் ஒவ்வொருவருக்கும் ஒருரூபாய் பரிசு. எறிய முடியாமல் தோற்றுப் போகிறவர்கள் ஒவ்வொருவருக்கும் ஒருசாட்டையடி. உடனுக்குடன் அங்கேயே வழங்கப்படும். போட்டியில் கலந்துகொள்கிறவர்களுக்கு மூன்று வாய்ப்புகள் வழங்கப்படும். ஒருவரும் ஜெயிக்க முடியாதபடி போட்டி வைப்பதுதான் திறமை.

அந்த வருசம் ஊரே அந்தப் போட்டியைப் பற்றித்தான் பேசிக்கொண்டிருந்தது. ஒருரூபாய் என்பது பெரிய தொகை. எப்படியாவது பரிசு வாங்கிவிட வேண்டும் என்று பலபேர் முதல்நாளே போய்க் கரையில் நின்று கல்லெறிந்து பார்க்கத் தொடங்கிவிட்டார்கள். அதைத் தடுக்க ஆள் போட்டு விரட்டும்படி துரை கட்டளை போட வேண்டியதாயிற்று.

மறுநாள் கண்மாயைச் சுற்றிப் பெருங்கூட்டம். போட்டியைப் பார்க்க வந்தவர்கள். போட்டியில் கலந்து கொள்பவர்களுக்குத் தயக்கம் இருந்தது. கல்லெறிய முடியாமல் போனால் சாட்டையடி அல்லவா வாங்க வேண்டும்? முதுகுத் தோலுரியும்படி சாட்டையால் விளாசிவிடக் கூடாது என்றும் பட்டும் படாமல் சத்தம் வரும்படி மட்டும் அடித்தால் போதும் என்றும் துரை ஆணையிட்டிருந்தார். மெல்ல மெல்ல ஒவ்வொருவராகப் போட்டிக்கு வந்தார்கள். கிழக்குக் கரையில் நின்று மேற்குக் கரை நோக்கிக் கல்லெறிய வேண்டும். அஞ்சாங்கல் ஆட்டத்திற்கு எடுக்கும் கல் மாதிரி உருண்டை வடிவில் காடை முட்டை அளவுக்கான கற்களைப் பொறுக்கிக் கொண்டுவந்து குவித்து வைத்திருந்தார்கள்.

கல்லெறிய வந்து சாட்டை அடி வாங்கிக்கொண்டே யிருந்தார்கள். பாதியளவைத் தாண்டிப் போய் விழுந்த கல்லே ஒன்றிரண்டுதான். அன்றைய பகல் முழுக்க மக்களுக்கு வேடிக்கை பார்க்க இதுதான். சாட்டையடி யார் மேலாவது கொஞ்சம் வலுவாகப் பட்டுவிட்டால் அவர்களின் சொந்தபந்தங்கள் மட்டும் 'வெள்ளக்காரன் நாயி . . . வெளையாட்டுக்கு அளவில்ல. இந்தக் கரைக்கும் அந்தக் கரைக்கும் கல்லெறியறானாமா. அவனூட்டுல கல்லு உழுவ. அவனுக்குக் கல்லெடுப்பு நடக்க' என்று திட்டித் தீர்த்தார்கள். ஆனால் அவர்களும் நின்று போட்டியை வேடிக்கை பார்த்தார்கள்.

வெள்ளைக்காரத் துரை இடத்தை விட்டு நகர்ந்தானில்லை. குதிரைமீதும் கீழிறங்கியும் அங்கேயே இருந்தான். வெயில் தாங்காமல் அடிக்கடி எதையாவது குடித்தபடி இருந்தான். வெம்மை பொறுக்க முடியாதபோது ஆட்கள் ஓடிவந்து இரண்டு பக்கமும் நின்றுகொண்டு விசிறினார்கள். அழகான படங்கள் வரைந்த சீமைப்பனையோலை விசிறி. காலையில் தொடங்கிய போட்டியில் மத்தியானம் கடந்தும் எவரும் ஜெயிக்கவில்லை. துரைக்கு இளிப்போ இளிப்பு. யாரும் இந்தப் போட்டியில் ஜெயிக்கப் போவதில்லை என்று தெரிந்ததும் பரிசுத் தொகையைப் பத்து ரூபாய் என்று உயர்த்தி அறிவித்தான். ஆசையைத் தூண்டி இன்னும் பலபேருக்குச் சாட்டையடி போட்டுப் பார்த்துச் சிரிக்க விரும்பினான் துரை.

பரிசுத்தொகையைக் கேட்டதும் பல்லிளித்துக்கொண்டு கல்லெறிய வரிசை வந்து நின்றது. இடுப்பு வேட்டியைத் தார்ப் பாய்ச்சிக் கட்டிக்கொண்டு தலைத்துண்டைத் துரைக்கு மரியாதை கொடுப்பதற்காக இடுப்பில் சுற்றிக் கட்டி வெற்று மேலோடு ஓடிவந்து கல்லெறியும் இந்தச் சனங்களைப் பார்த்தால் ஏதோ வினோத உலகத்து மிருகங்கள் போலத் தோன்றியிருக்கக்கூடும். ஒவ்வொரு ஆளும் தோற்றுச் சாட்டையடி வாங்குகையில் தவறாமல் துரைக்குச் சிரிப்பு வந்தது. யாராவது பாதிக்குமேல் விழும்படி கல்லெறிந்துவிட்டால் அவரைப் புருவம் உயர்த்தி வியப்பாகப் பார்த்தான் துரை.

காளியின் தாத்தா சடையப்பன் மத்தியானத்துக்கு மேல்தான் அங்கு போய்ச் சேர்ந்தார். சுற்றி நிற்கும் கூட்டம் பார்த்து விசாரித்தார். போட்டியைக் கொஞ்சநேரம் பார்த்தார். இரண்டு தரம் சுற்றி வந்தார். போட்டியில் கலந்து கொள்ளும் யோசனை அவருக்கு வந்துவிட்டது. காட்டுக்குள் ஆடு மேய்க்கும்போது குறி பார்த்துக் கல்லெறியும் பயிற்சி அவருக்கு உண்டு. சரியாக ஆட்டின் பின்னங்கால் தொடையில் போய்ப் படும்படி கல்லெறிவார். பெரும்பாலும் ஓர் அணப்பு தாண்டிப் போகும் அவர் கல். ஏரிக்குள் கல்லெறிந்தால் ஒரு மீனாவது செத்து மிதக்கும். ஊரிலிருந்து உடன் வந்திருந்த எல்லாரும் அவரைக் குஷிப்படுத்திச் சீழ்க்கை அடித்தார்கள்.

வேட்டியையும் துண்டையும் அவிழ்த்துக் கொடுத்துவிட்டு வெறும் கோவணத்தோடு நின்றார். கற்றாழை நார்க் கயிற்று அரைஞாணில் முன்னால் அகன்றும் பின்னால் நீண்ட வால் போலவும் கோவணம் தொங்கியது. அவர் தோற்றம் கண்டு துரை குலுங்கிச் சிரித்தான். இத்தனை வெயிலிலும் வேர்க்க வேர்க்க உடல் முழுக்க மூடிக் கொண்டிருக்கும் உன்னைப் பார்த்தால்தானடா துரை சிரிப்பு வருகிறது என்று சொல்லவும் சிரிக்கவும் அவருக்குத் தோன்றியது. சிரித்தால் அதில் வெளிப்படும் ஏளனத்தை அவன் கண்டுகொள்வான். அது பெரிய பிரச்சினை ஆகிவிடும் என்று சிரிப்பை அடக்கிக்கொண்டார் அவர்.

கிழக்குக்கரை எல்லை முடிவில் நின்று வேகமாக ஓடிவந்தார். பெருக்கான் ஒன்று உருண்டு வருவதைப் போலிருந்தது. எல்லாரும் அமைதியாகிக் கண்மாயையே பார்த்தார்கள். கல் பாதித்தூரம் தாண்டிப்போய்ச் சொத்தென்று நீரில் விழுந்து சிதறியது. முதல் கல்லிலேயே அவ்வளவு தூரம் எறிந்த ஆள் யாருமில்லை. கூட்டம் கைதட்டி ஆரவாரித்தது. துரைக்கு இப்போது சிரிப்பு வரவில்லை. வாய் திறந்தபடி அவரையே பார்த்துக்கொண்டிருந்தான். மறுபடியும் கரையின் கடைக்

கோடிக்குப் போய் வேகமாக ஓடிவந்தார். கூட்டத்தின் பார்வை முழுக்கக் கண்மாய்க்குள் இருந்தது. எந்த இடத்தில் இப்போது கல் விழும் என்று ஆவலாய்ப் பார்த்தார்கள். முக்கால் கண்மாயில் கல் விழுந்து நீர் சிதறியது. கூட்டத்தில் பேராரவாரம். துரை வியப்பாக ஆளைப் பார்த்தான்.

மூன்றாம் முறையும் அதேபோல் வேகமான ஓட்டம். இப்போது கரை தாண்டும் கல் என்று கூட்டம் முழுமையாக நம்பியது. கண்மாய் தாண்டிப் போன கல் விழுந்த இடத்தை யாராலும் கண்டுபிடிக்க முடியவில்லை. அந்தப் பக்கம் கண்காணிப்புக்காக நின்ற ஆள் கத்திக்கொண்டே கரைமேலிருந்து கல்லொன்றை எடுத்துக் காட்டினான். ஊர்க்கூட்டம் அவரைத் தூக்கிக் கொண்டாடியது. வேடிக்கை பார்த்த கூட்டம் அவர் யார், எந்த ஊர் என்று ஆவலாய் விசாரித்தது. ஆட்டூர் சடையப்பன் என்னும் பெயர் எங்கும் பரவிவிட்டது. கோட்டானைப் போலத் தன் இருப்பிடமே கதியென்று காட்டுக்குள்ளேயே கிடந்த அவரை அதற்குமுன் யாருக்கும் தெரியாது. கொஞ்ச நேரத்தில் பெரிய ஆளாகிவிட்டார்.

துரை முகத்தில் ஈயாடவில்லை. ஆனால் வெளியே காட்டிக் கொள்ளாமல் சட்டென அவனும் கொண்டாட்டத்தில் கலந்து கொண்டான். குதிரை மேலிருந்து இறங்கி வந்து அவர் கையைப் பற்றிக் குலுக்கினான். கூனிக் குறுகி நின்ற அவரைத் தட்டிக் கொடுத்தான். அத்தனை கூட்டத்தின்முன் பத்து ரூபாய் பரிசு அவருக்குக் கொடுக்கப்பட்டது. அந்தப் பத்து ரூபாயில் வாங்கிய நிலம்தான் இது என்று தொண்டுப்பட்டி போட்டிருந்த நிலத்தைக் காட்டுவாள் பாட்டி.

இந்த வருசம் கண்மாய்ப் பக்கம் எந்தத் துரையையும் காணவில்லை. அது நடந்து நாற்பது ஐம்பது வருசங்கள் இருக்கும். அதற்கப்புறம் எத்தனையோ துரைகள் வந்துபோனார்கள். யாராலும் முடியாத காரியத்தை எப்படிச் செய்தாய் என்று கேட்டால் சிரித்துக்கொண்டே 'அந்தச் சாமிய நெனச்சுக் கல்லெறிஞ்சன். கண்காணாத எடத்துல அத அவுங்கதான் கொண்டோயிச் சேத்திருப்பாங்க' என்பார்.

'அது எப்படி பாட்டி முடிஞ்சது?' என்று பொன்னா கேட்டபோது குரலைத் தாழ்த்திப் பாட்டி சொன்னாள்.

'அத நான் ஆருக்கும் சொன்னதில்ல. அவரும் போய்ச் சேந்திட்டாரு. அந்தத் தொரையும் இப்ப இல்ல. ஆனா இன்னம் வெள்ளக்காரன்தான ஆள்றான். அவங்காதுக்குப் போச்சுன்னு வெச்சுக்க. வந்து நம்மளப் புடிச்சோயிக் கச்சேரில வெச்சிருவான்' என்று பயந்தாள் பாட்டி.

‘நானும் ஆருக்கும் சொல்லமாட்டன் பாட்டி. எனக்கு மட்டும் சொல்லு’ என்றாள் பொன்னா.

கண்ணை இடுக்கிக்கொண்டு, ‘தெரிஞ்சா இந்தக் காட்ட வந்து புடுங்குனாலும் புடுங்கிக்குவான் கண்ணு. ஆருக்கும் சொல்லாத’ என்று சத்தியம் வாங்கிவிட்டுச் சொன்னாள் பாட்டி.

கண்மாயைச் சுற்றி வந்தபோது எதிர்க்கரையில் கூட்டத்தை விடவில்லை என்பதை அவர் பார்த்துக்கொண்டார். கல் வந்து விழுவதைப் பார்க்க மட்டும் ஓர்ஆள் அங்கே இருந்தான். எப்படியும் முக்கால் கண்மாய் தாண்டும்படி கல்லிட முடியும் என்று நம்பிக்கை வந்தது. முழுக்கண்மாய் தாண்ட ஒரு தந்திரம் செய்து பார்த்துவிடுவது என்று முடிவு செய்துகொண்டார். கண்டுபிடித்துவிட்டால் ஒரு சாட்டை அடியோடு இன்னும் இரண்டு மூன்று சேர்ந்து விழும். காட்டில் உருண்டு புரண்டு வளர்ந்த இந்த உடல் அந்த அடிகளைத் தாங்காதா என்ற தைரியம் சேர்த்தார். முதல் எறிதலிலேயே முக்கால் தூரம் கல் போயிருக்கும். பாதித்தூரம் மட்டும் தாண்டும்படி கட்டுப்படுத்திக் கொண்டார். அரை, முக்கால் என்று அடுத்தடுத்துக் கல் போனதும் அவரால் கரை தாண்டி எறிய முடியும் என்னும் நம்பிக்கை எல்லாருக்கும் வந்துவிட்டது. அவரது மூன்றாம் எறிதலுக்கு இந்த நம்பிக்கைதான் பலம்.

கிழக்குக் கரைக்கோடிக்குப் போனபோது கல்லைக் கீழே போட்டுவிட்டதாகப் பாவனை செய்தார். குனிந்து எடுக்கும்போது கல்லை இடக்கையால் எடுத்துக்கொண்டார். ஆனால் வலக்கையில் கல் இருப்பதாகப் பாவனை. இடக்கைக் கல்லை மெல்லக் காலோரமாய் நழுவ விட்டுவிட்டு வலக்கையைக் குவித்துக்கொண்டு அவர் ஓடிவரும்போது யாருக்கும் சந்தேக மில்லை. அவர் கல்லெறிவதைப் பார்க்கவில்லை கூட்டம். கண்மாய்க்குள் எங்கே விழும் என்னும் ஆவலிலேயே கூட்டம் இருந்தது. உள்ளே விழவில்லை என்றதும் கரையில்தான் என்று முடிவு செய்துவிட்டார்கள். எதிர்க்கரையில் காவல் இருந்த ஆள் சரியாகக் கவனிக்கவில்லை என்று தன்மேல் குற்றம் வந்துவிடும் என்று ‘இங்குதான் விழுந்தது’ என்று ஏதோ ஒருகல்லை எடுத்துக் கொடுத்துவிட்டான். இதுதான் போட்டியில் வென்ற ரகசியம்.

இதைக் கேட்டது முதல் பொன்னாவுக்கு மனதில் இடி விழுந்தது போலிருந்தது. ஏமாற்றிச் சம்பாதித்த சொத்தில் பிழைத்தால் தகுமா? அதுதான் குழந்தை இல்லாமல் செய்துவிட்டது என்று நினைத்தாள். அவன் வெள்ளைக்காரத் துரையாகவே இருக்கட்டும், சாட்டையடி கொடுக்கும் மோசக்காரனாகவே

இருக்கட்டும். அவனுக்கு அதற்குத் தக்க தண்டனையை அந்தச் சாமிகள் கொடுக்காமலா போய்விடுவார்கள்? அவனை ஏமாற்றிப் பத்து ரூபாய் பெற்று அதில் சொத்தும் வாங்கிக்கொண்டால் வீட்டுக்கு ஆகுமா? தெப்பக்குளத்தைச் சுற்றி ஆயிரக்கணக்கான பேர் நின்று ஆரவாரத்தோடு பார்த்துக்கொண்டிருந்தார்களே, அவர்கள் எல்லாரையும் ஏமாற்றித்தானே பத்து ரூபாய் கிடைத்தது. அவருக்கு அது பெரிய சாதனையாக இருந்திருக்கலாம்.

அந்தப் பத்து ரூபாயைக் கோயில் காரியத்திற்காகச் செலவு செய்திருந்தால் பிரச்சினையில்லை. கண்டபடி செலவழித்துத் தின்று தீர்த்திருந்தாலும் அதனால் பாதகம் ஒன்றுமில்லை. நிலமாக வாங்கி வைத்துத் தலைமுறை கடந்தும் அந்தப் பாவம் வந்துகொண்டேயிருக்கும்படி செய்துவிட்டாரே. அதுதான் சொத்துக்கு வாரிசில்லாமல் போகும்படி சாமி நடத்திவிட்டார். சிலநாள் மருகிக் கிடந்தாள். வயதான காலத்தில் பாட்டியைக் கஷ்டப்படுத்த விரும்பாததால் அவளிடம் இதைச் சொல்லவில்லை. காளியிடம் சொல்லி அழுதபோது அவன் சிரித்தான்.

'அத்தன பேரு நிக்கும்போது கையில கல்லே இல்லாத இடற மாதிரி செஞ்சா ஆருக்கும் சந்தேகம் வராதா? அந்த வெள்ளக்காரன் என்ன இளிச்சவாயனா? எங்க தாத்தா இட்ட கல்லு அந்தக் கரைக்குப் போய்ச் சேந்திருக்கும். அவரு என்ன சாதாரண ஆளுன்னு நெனச்சயா. கட்டயா இருந்தாலும் வலுவான ஆளு. அதையெல்லாம் நெனச்சுக் கஷ்டப்படாத' என்றான்.

அந்த நிலத்தை விற்றுவிடலாம் என்றும் வரும் பணத்தைச் சாமிக்குச் செலவு செய்துவிடலாம் என்றும் சொன்னாள். அதுபோக மீதமிருக்கும் நிலம் போதும் என்றாள். அவனுக்கு நிலத்தை விற்பதில் கொஞ்சமும் விருப்பமில்லை. மண் கைவிட்டுப் போவதை எந்தக் குடியானவன் அவ்வளவு சுலபத்தில் ஏற்றுக்கொள்வான்?

'இதுதான் காரணமுன்னா கொழந்த பொறக்கட்டுமுன்னு வேண்ணா சாமிக்குச் செஞ்சரலாம். எனக்கென்னமோ இதுல நம்பிக்க இல்ல. உனக்காகச் சொல்றன்' என்று சொல்லிவிட்டான்.

மாமியாரைக் கூட்டிக்கொண்டு வந்து இந்தக் கண்மாயில் முழுக்குப் போட்டுக் குளித்துவிட்டு கரட்டு அடிவாரத்திற்குப் போய் வேண்டுதல் வைத்தாள். பாட்டி சாகக் கிடந்த தருணத்தில் அதைப் பற்றிக் கேட்டாள்.

'அதுதான் எனக்கு வெனையா வந்து வாச்சிருக்குதா பாட்டி' என்று கதறினாள்.

கண்ணீர் வழியப் பாட்டி, 'சாமி கேட்டுப் பூப்போட்டுப் பாத்துச் சம்மதத்தோட வாங்குன நெலமாயா அது. அதனால உனக்கு ஒருகொறையும் வராது' என்று சொன்னாள்.

அதற்கப்புறம்தான் கொஞ்சம் மனம் சமாதானப்பட்டது. குழந்தை பிறந்துவிட்டால் வேண்டுதலை நிறைவேற்றிவிட வேண்டும் என்பதில் மிகவும் உறுதியாக இருக்கிறாள்.

கண்மாய் தாண்டிப் பங்களா பக்கம் போனார்கள். சாலை நெடுகிலும் சிறுசிறு கடைகள். வாங்கிக் கொரித்துக்கொண்டே போகப் பொரிகடலை, மொச்சைக்கொட்டை என்று விதவிதமான பதார்த்தங்கள். கச்சாய மணம் ஈர்த்தது. ஏதாவது வாங்கலாமா என்று அம்மா கேட்டாள். எதிலும் அவளுக்கு விருப்பமில்லை. தெருக்களுக்குள் கூட்டம் கடந்து மெல்ல நடந்தார்கள். பெரிய சந்தை அங்கே நடந்துகொண்டிருந்தது. வளையல் கடைகள் ஏராளமாக இருந்தன. பொன்னாவை வற்புறுத்திக் கைக்குக் கண்ணாடி வளையல்களை வாங்கிப் போட்டாள். கொண்டை ஊசிகள் வாங்கினாள். பொன்னா அவற்றுக்கும் தனக்கும் ஏதும் சம்பந்தமில்லை என்பது போல நின்றாள்.

கிழக்குப் பக்கம் போனதும் வெளிச்சம் ஜெகஜோதியாக விளங்கியது. அந்த வெளிச்சமும் வானில் நிலா தெளித்த ஒளியும் சேர மாத்தேர் கம்பீரமாகத் தெரிந்தது. அதன் கூர் உச்சி வானைக் கிழித்துவிடும் போலிருந்தது. நிலை சேர்ந்த தேரின் வடம் தெருவில் ஓடிக் கிடந்தது. எல்லாரும் அதைத் தொட்டுக் கும்பிட்டார்கள். அந்தத் தெரு முழுக்க இரும்புச் சாமான் கடைகள் இருந்தன. இரும்பு வடச்சட்டி, புட்டுச்சட்டி, மண்வெட்டி, கொத்து, தோசைக்கல், அரிவாள் என்று ஏராளமான பொருட்கள். எல்லாக் கடையின் முன்னும் கூட்டம் நின்றது. வியாபாரக் குரல்கள். கட்டுகள் கொண்ட நெடும் பாம்பாய் நடுத்தெருவில் கிடந்த சங்கிலியைத் தொட்டுக் கும்பிட்டுவிட்டு நிமிர்ந்தாள். அம்மாவைக் காணோம்

◯

29

தென்னங்கள் ஒரு சொப்பு உள்ளே இறங்கியதும் வயிறு குளிர்ந்தது. லேசான புளிப்பும் இனிப்பும் கலந்த சுவை. மொச்சைக்கொட்டையை அள்ளி வாய்க்குள் திணித்துக்கொண்டான் காளி. எதிரில் முத்துவும் மண்டையனும். காத்தாயி குடிசைக்குள் படுத்திருந்தாள். குழந்தைகள் இரண்டும் தூங்கி விட்டன. காத்தாயி தூங்கவில்லை. வெளியேயிருந்து வரும் பேச்சுக் குரல்களைக் கேட்டபடி கிடந்தாள். திடுமென அவளைக் கூப்பிடுவார்கள். எல்லாம் செய்து வைத்திருந்தாலும் கேட்கும்போது எடுத்துக் கொடுக்க வேண்டும். எள்ளு மிளகாய்ப்பொடி போட்டுச் செய்த கொத்தவரங்காய்ப் பொரியல் இன்னும் உள்ளேயே இருக்கிறது. கத்தரிக்காய் சுட்டுச் சாறு காய்ச்சியிருந்தாள். எல்லாம் அப்படியே இருந்தன. என்னென்ன மீதமாகப் போகிறதோ என்று நினைத்தாள்.

குடித்துவிட்டு நிறையச் சாப்பிடலாம் என்று நினைப்பார்கள். கண்முன் எல்லாம் நிறைந்திருக்க வேண்டும். ஆனால் கொஞ்சம் தின்பதற்குள்ளாகவே விழுந்துவிடுவார்கள். சிறுவயதிலிருந்து பலபேரை இப்படிப் பார்த்துவிட்டாள். அவள் அம்மா நல்ல விவரமானவள். எவ்வளவு சொல்கிறார்களோ அதில் பாதிதான் ஆக்குவாள். காத்தாயிக்கு இன்னும் அந்தத் தைரியம் வரவில்லை. திடீரென்று போதவில்லை என்றால் என்ன பதில் சொல்ல முடியும்? மண்டையன் தென்னமட்டையை எடுத்து விளாசிவிடுவான். ஆள்தான் பூச்சி மாதிரி. கையோ சாட்டை. நாளைக்குச் சோறு போதுமான அளவுக்கு ஆகும். தினமும் களியையும் கம்பையும் தின்று சலிக்கும் குழந்தைகள் நெல்லஞ்சோறு சாப்பிடட்டும்.

சோற்றுச்சட்டியைத் தண்ணீர்ப்பானைமேல் வைத்து நன்றாக மூடிவிட்டால் ஒன்றும் ஆகாது.

நாளைக்குக் கோழி அடித்துக் குழம்பு வைத்தாலும் சோறு போதும். காளி அண்ணனுக்குக் குழந்தை இருக்கிறதா என்று கேட்க வேண்டும் என அவளுக்குக் நாக்குவரை வந்ததை அடக்கிக்கொண்டாள். கேட்டு அவர் சங்கடப்படும்படி ஆகிவிட்டால் என்ன செய்வது? இந்தத் தோப்புக்கு வந்தபின் அவள் இதுமாதிரி யாருக்கும் சமைத்துக் கொடுப்பதில்லை. முத்து அண்ணன் நல்ல மாதிரி. எப்போதாவது வருவார். பிரியமாய்ப் பேசுவார். அவருக்கு என்பதால் ஒத்துக்கொண்டாள். அது நல்லதாகப் போயிற்று. கூடவே காளியும் வருவார் என்று தெரியாது.

அவர்கள் பேசுவது முழுக்கத் தெளிவாகக் கேட்டது. குழந்தை பற்றிய பேச்சு வருமா என்று எதிர்பார்த்தாள். மண்டையனின் குரல் கேட்டதும் சட்டியோடு கொத்தவரங்காயை எடுத்துப் போனாள். மொச்சைக்கொட்டையும் இன்னும் நிறையவே இருந்தது. கொத்தவரங்காய் ஒருவாய் அள்ளி உள்ளே போட்ட காளி ‘கொடல்கறி மாதிரி இருக்குது’ என்றான். காத்தாயிக்குச் சந்தோசமாக இருந்தது.

‘பொன்னாக்கா நல்லா இருக்கறாங்களா?’ என்றாள் தயங்கியபடி.

‘ம். அவளுக்கென்ன நல்லா இல்லாத’ என்றான்.

அடுத்த கேள்வியைக் கேட்க அவளால் முடியவில்லை. ‘சோறும் சாறும் வேணுமின்னா எடுத்தாந்து வெக்கட்டுமா?’ என்றாள் ஏதோ பேச வேண்டுமே என்பதற்காக.

காத்தாயிடம் பொன்னா நன்றாகப் பேசுவாள். புதுப்பெண்ணாகப் புதுஊரில் போயிருந்தபோது அவளில்லாவிட்டால் அந்த ஒருவருசம்கூட இருந்திருக்க முடியாது. அந்தக்காவுக்கு நல்லது நடந்திருக்க வேண்டும் என்று மனதுக்குள் வேண்டிக்கொண்டே உள்ளே போனாள்.

முத்துவும்கூட இன்றைக்கு மெதுவாகக் குடிக்கிற மாதிரி தெரிந்தது. நிலா வெளிச்சம் அவர்கள் உட்கார்ந்த இடத்தில் நன்றாக விழுந்தது. கலயத்திலிருந்து சொப்புக்களில் ஊற்றி நிறைத்தான் மண்டையன். தென்னங்கள் குடித்து வருசக்கணக்காகி விட்டது. எப்போதாவது அக்கரைப் பக்கம் போகும்போது கிடைக்கும். ஒருமுறை முத்து போய்விட்டு ஒரு பெரிய சுரைப்புருடைக் கள்ளோடு வந்தான். அன்றைக்குக் காளியும் பொன்னாவும் ஊருக்கு வந்திருந்தார்கள். முத்து காளியைக் கூட்டிக்கொண்டு காட்டுக்குள் போனான். வெள்ளாமைக் காலம். கம்மம் பயிர்கள் ஆளுயரம் நின்றன. மழை நன்றாகப் பெய்திருந்ததால் அடர்

பசுமையில் தோகைகள் குளிர்ச்சி காட்டின. கம்மங்காட்டுக்குள் சுவடு பதியாமல் காலடி வைத்துப் போனான் முத்து. அவன் பாணியைப் பின்பற்றுவது கடினமாக இருந்தது.

கம்மங்காட்டின் நடுவில் ஒரு பட்டி போடுமளவு வட்டப் பாறை. அதன்மேல் சிறு குடிசை அமைத்திருந்தான் முத்து. கோழிக்கூண்டு போல இருந்தது. உயரமில்லை. தவழ்ந்து உள்ளே போய் உட்கார்ந்துகொள்ளலாம். வெளியே இருந்து பார்க்கும் யாருக்கும் குடிசை தெரியாது. குருத்தோலைகளைக் கொண்டு ஓட்டை இல்லாமல் வேய்ந்திருந்தான். மழைநாளில்கூட உள்ளே படுத்துக்கொள்ளலாம். கோழி முட்டைகளை வறுத்தான். குடிசைக்கு வெளியில் தீப்போட்டான். சட்டென்று தீப்பற்றிக் கொள்கிற மாதிரியான சுள்ளிகளை வைத்துப் புகை வராமல் எரித்தான். அதற்கப்புறம் இன்றைக்குத்தான் தென்னங்கள். ரசித்துக் குடித்தான் காளி.

'முத்தண்ணா . . . எங்க பண்ணயக்காரருதான் உங்க மாப்பிள்ளயின்னு இத்தன நாளூ எனக்குத் தெரியாத போச்சே. தெரிஞ்சிருந்தா முந்தியே கூட்டியாரச் சொல்லியிருப்பனே. அவுரு கள்ளுக் குடிக்கறதே ஒரு தினுசா இருக்கும். இன்னம் கொஞ்சம் ஊத்தலா ஊத்தலான்னு ஆசயா இருக்கும். ஒவ்வொருத்தன் மொடக்மொடக்குன்னு குடிச்சிட்டுக் காறித் காறித் துப்பிக்கிட்டுக் கெடப்பானுவ' என்றான் மண்டையன்.

'மண்டையா . . . என்னயத்தான சொல்ற நீ' என்று சிரித்தான் முத்து.

'உன்னய இல்லண்ணா . . . நீ காறிக் காறித் துப்பமாட்டயே' என்றவன் சாராயப் பாட்டிலை எடுத்து முன்னால் வைத்தான். 'நேத்துக் காச்சுன சரக்கு. அடிச்சுப் பாருங்க' என்றான்.

'என்ன மண்டையா அடிக்கடி பான வெச்சிருவியா.'

'இல்லைங்க. கள்ளூ மிச்சமாவறத ஊறல் போட்டு வெச்சாப் பத்துப் பாஞ்சு நாளுக்கு ஒருபான வெக்கலாம். தோப்புப் பண்ணயக்காரருக்குத் தெனமும் சாராயந்தான் வேணும். அப்பறம் தோப்புக்காரரு வந்தாருன்னா ஒருபோத்தலு கொண்டுக்கிட்டுப் போவாரு. இங்க நம்மளுக்கு ஒருகொறையும் இல்லீண்ணா. இங்க வந்ததுக்கப்பறம் கையில ரண்டு காசு பொழங்குது. சட்டிபானையத் தூக்கிக்கிட்டு அலயாத ஒருபக்கமா இருக்கறம்.'

'உம் பொண்டாட்டிக்குத்தான் இங்க பிடிக்கலயாட்டம் இருக்குது.'

'அவ கெடக்கறா. மரமேறிக்கு இதவிட நல்ல எடம் கெடைக்குமா? ஒடம்பு கிடம்பு செரியில்லாத போனா ரண்டு

வார்த்த சொல்றதுக்கு ஆளில்லைங்கறா. சொந்தபந்தம் கூடவே இருந்தா மட்டும் தாங்கறாங்களா? இந்தக் கருமாந்தரம் கொழந்தப் பிரச்சினதாண்ணா தாங்க முடியல. காடு மேட்டுல திரியறம். கள்ளயுங் கிள்ளையுங் குடிச்சிப்புட்டுச் சும்மா இருக்க முடிய மாட்டீங்குது. ரண்டு கொழந்தைக வெள்ளாட்டுக் குட்டியாட்டம் இருக்குதுவ. இப்ப வேற மறுபடியும் மாசமாயிட்டா. இருக்கறதுவளே கைக்கொழந்தீங்க. இதுல இன்னொன்னுன்னா எப்படிச் சமாளிக்கறதுன்னுதான் தெரீல.'

'பாத்துக் கலச்சுப்புடறதுதான.'

'அதுக்குப் பயப்படறா. எங்கூர்ல எருக்கலங்கோலச் செருவி ஒருபிள்ள பாவம் செத்தே போயிட்டா. அதிலருந்து அத நெனச்சாலே பயமா இருக்குது. அப்பறம் இதுவ ரண்டையும் எப்பிடி நான் கரையேத்துவன்? இன்னம் நாலு பொறந்தாலும் எப்படியோ ரண்டு சொப்புக் கள்ளக் குடுத்தா வளராதயா போயிரும்?'

சொப்பில் ஊற்றிய சாராயமும் உள்ளே போனதும் தலை கிறுகிறுத்தது. தென்னங்கள் சாராயத்தின் ருசி தனியாகத் தெரிந்தது. காளி மண்டையனைப் பார்த்துச் சொன்னான்.

'செரி கவலப்படாத . . . இப்பப் பொறக்கறதக் குடுத்துருடா. நான் வளத்துக்கறன்.'

சொப்புக்கள்ளை மறுபடியும் மடக்மடக்கென்று குடித்தான். அதைப் பார்க்க முத்துவுக்கு நிம்மதியாக இருந்தது. இராத்திரித் தங்கல் இங்கேயேதான். பச்பச்சென்று விடியும்போது எழுந்து போனால்கூடப் போய்ச் சேருவதற்குள் பெருநோம்பிக்குப் போனவர்கள் திரும்பிவிடுவார்கள்.

'பண்ணயக்காரரே. . . உங்களுக்கு இன்னம் கொழந்த இல்லியா.'

'அந்தக் கொறைய ஏன்டா கேக்கற. போவாத எட மில்ல. வேண்டாத சாமியில்ல. இன்னம் ஒன்னும் நடக்கல மண்டையா . . . அதான் உங்கொழந்தயக் கேக்கறன்.'

'அவ்வளவுதான. இப்பப் பொறக்கப் போற கொழந்தய உனக்குக் கொடுத்தர்றன். வெச்சுக் காப்பாத்திக்க பண்ணயக்காரரே. . .'

குடிசைக்குள்ளிருந்து காத்தாயி விருட்டென்று வெளியே வந்தாள். புருசனைப் பார்த்துக் கோபமாகப் பேசினாள்.

'குடிச்சுப்புட்டாப் பிய்யவா தின்னுருவ? போதையில பண்ணயக்காரரு கிட்டச் சொல்லீர்ற. நாளைக்கு வந்து

கேட்டார்ன்னா என்ன சொல்லுவ? பெத்த கொழந்தய அப்பிடித் தூக்கிக் குடுத்தர முடியுமா? குடுத்தாலுந்தான் பண்ணயக்காரரூட்ட நம்ம பிள்ள வளர முடியுமா? நெனச்சுப் பேசு ஆமா ... அவிய சொந்தக்காரங்க நம்மூடேறிக்கிட்டு ஒதைக்க வந்துருவாங்க. சொந்தபந்தத்துல பாத்து ஒன்ன எடுத்து வளத்துக்கட்டும் அவரு.'

'அப்பக் குடுக்க மாட்டீங்களா? குடுங்கடா ... நான் வெச்சுக் காப்பாத்திக்குவன். எந்த மயரான் என்ன சொல்லீர்றான்னு பாத்தர்றன் ...'

என்று சொல்லிக்கொண்டே காளி தடுக்கில் சாய்ந்து விழுந்தான். அவன் எதுவும் சாப்பிடவில்லை என்பது நினைவு வந்தது. காத்தாயியைச் சோறு கொண்டுவரச் சொல்லிப் பிசைந்து ஊட்டினான் முத்து. 'கொழந்த வேணும்டா ... கொழந்த' என்று சொல்லியபடியே மறுபடியும் தடுக்கில் விழுந்துகொண்டான். முத்துவும் மண்டையனும் பொறுமையாகச் சாப்பிட்டுக் கொண்டிருந்தார்கள். காளியின் புலம்பல் வார்த்தைகள் வந்தபடியே இருந்தன. மனதில் கிடப்பதைப் பேசித் தள்ளட்டும். 'கொழந்த இல்லியா' என்று ஒருசொல் கேட்டுவிட்டதற்கு இத்தனை புலம்பலா? காளியின் நிலை கண்டு மிகவும் பரிதாபம் கொண்டான் முத்து.

30

பெருங்கூட்டத்திற்குள் தனியாக நின்
றிருந்தாள் பொன்னா. அவளோடு வந்த
அம்மாவை எங்கும் காணவில்லை. மனிதத்
தலைகள் நெருக்கியடித்துக்கொண்டு தெருக்களில்
திரிந்தாலும் எல்லா முகங்களும் புதியவை.
தோளில் கை பதித்துக்கொண்டு ஆதரவாய் வந்த
அம்மா எந்தச் சந்தர்ப்பத்தில் ஒதுங்கினாளோ
தெரியவில்லை. மாத்தேரின் உச்சியில் கண்கள்
நிலைத்திருந்த கணத்தில் அம்மா கூட்டத்திற்குள்
கலந்திருக்கக்கூடும். எந்த வேலைக்கும் தேவை
யான பொருட்கள் குவிந்து கிடக்கும் இரும்புச்
சாமான் கடைகளையே வாய்ப்பாய்ப் பார்த்துக்
கொண்டிருந்தபோது அம்மா விலகியிருக்கக்கூடும்.
இந்தக் கண்கள் வேடிக்கையில் லயித்திருந்த ஏதோ
ஒருகணத்தில் அவளை நெருங்கியிருந்த எல்லாமும்
விடுபட்டிருக்க வேண்டும்.

பய பீதியில் கொஞ்சநேரம் உறைந்து அப்படியே
நின்றாள். ஆனால் கூட்டம் விடவில்லை. ஏதாவது
ஒருபக்கமாகத் தள்ளிக்கொண்டே இருந்தது.
பெருவெள்ளத்தில் அலைபாயும் மரக்கட்டை
போல அசைந்துகொண்டிருந்தாள். தெருக்களில்
தொங்கிய பெரிய லாந்தர்கள் பாம்புபோல் மூச்சு
விட்டுக்கொண்டிருந்தன. மங்கும் லாந்தர்களைச்
சரிசெய்து மீண்டும் எரியச் செய்யும் ஆட்கள்
மட்டும் கூட்டத்திற்குள் தனித்துத் தெரிந்தார்கள்.
அங்கங்கே கைத்தடியோடு போலீஸ் நடமாட்டம்
இருந்தது. இருள் நிழல் படிந்தும் வெளிச்சப் புள்ளி
விழுந்தும் புகையுருவங்கள் நடமாடிய கூட்டத்தை
நோட்டம் விட்டாள். ஒருமுகமும் அவளுக்குப்
பரிச்சயமானதல்ல. இந்த ஊரில் இத்தனை மனிதர்கள்
இருக்கிறார்களா என ஆச்சர்யம் கொண்டாள்.
அப்படியானால், இந்த உலகம் முழுக்க எவ்வளவு
பேர் இருப்பார்கள்? அளவில்லாத மக்களைப்

பூமாதேவி சுமந்து கொண்டிருக்கிறாள். ஆனால் அவர்களில் ஒருவர்கூடத் தெரிந்தவர்களில்லை.

ஊர்க்கார முகம் ஏதாவது தென்படுகிறதா என்று கொஞ்ச நேரம் நோட்டம் விட்டாள். ஒன்றும் காணோம். சொந்தக்காரர்கள் எவராவது? காட்டுவேலைச் சமயத்தில் உடனிருந்த எந்த முகமாவது? சின்ன வயதிலிருந்து மனதில் பதிந்து கிடக்கும் ஏராளமான முகங்களை வெளியே எடுத்து அவற்றின் சாயல் பொருந்திய முகம் ஏதாவது தட்டுப்படுகிறதா எனச் சோதித்தாள். எதுவுமில்லை. அப்படியே இருந்தாலும் இந்தக் கூட்டத்திற்குள் புகுந்தபின் அடையாளமற்ற புதிய முகம் எல்லாருக்கும் கிடைத்திருக்கக்கூடும். என்னுடைய முகமும் புதியதுதான். பூச்சரம் வாங்கி வைத்தும் கண்ணாடி வளையல்களை அணிவித்தும் என்னைப் புதியவளாக்கிவிட்டாளா அம்மா? இவற்றால் எல்லாம் மாறிவிடுமா? புதிதாக்குவது அம்மாக்களின் வேலை. அதற்காக அவர்களும் புதிதாகிக்கொண்டே இருக்கிறார்கள். இதோ என் முகம், உடல் தோற்றம் எல்லாம் புதிதாகிவிட்டன. அம்மாவாக இதுதானே தேவை.

பழகிய முகங்கள், பழகிய இடங்கள் என்றால்தான் பயம். என்ன சொல்வார்களோ என்ன நடக்குமோ என்று எப்போதும் பயந்து திரிய வேண்டும். எதையாவது விருப்பப்படி செய்ய முடிந்திருக்கிறதா? எந்த நேரத்திலும் தெரிந்தவர்கள் யாராவது வந்துவிடலாம் என்னும் எச்சரிக்கை உணர்வு இருந்துகொண்டேயிருக்கும். இங்கு எல்லாரும் இருக்கிறார்கள். ஆனால் யாருமில்லை. பெரும் நிம்மதி அவளுக்குள் வந்தது. பயம் தெளிவாகி எல்லாவற்றையும் புதிதாகப் பார்க்கத் தொடங்கினாள். ஒவ்வொன்றும் அவளுக்குப் புதிதுதான். புதியவற்றின் வசீகரம் அவளை ஈர்க்கத் தொடங்கியதை உணர்ந்தபோது தேரின் சக்கரத்தருகே நிற்பதை அறிந்தாள்.

பெரிய சக்கரம் போலத் தானும் இப்போது எல்லாம் விட்டுப் புதிதில் நிலைகொண்டிருப்பதாகத் தோன்றியது. இந்தக் கூட்டத்திற்குள் துள்ளிக் குதித்து ஓட வேண்டும் என்று ஆசைகொண்டாள். வெடித்துச் சிரிக்க வேண்டும் என்று விரும்பினாள். இங்கே எதற்கும் தடையில்லை. எதுவும் செய்யலாம். இந்த ஊர் முழுவதையும் ஒரே ஓட்டத்தில் சுற்றி எல்லாவற்றையும் அறிந்துகொள்ள வேண்டும் என்று துடித்தாள். ஆனால் நிதானம் வேண்டும். அதை இழந்துவிட்டால் ஒன்றையும் தனக்குள் கொண்டுவர முடியாது என்று எண்ணினாள்.

அவள்முன் நான்கு வழிகள் இருந்தன. தேருக்கு மேற்கே போனால் கையை விரித்துக்கொண்டு நிற்பது போன்ற கீழ்க்

கோயில். அதைச் சுற்றிலும் சந்துகள். அவை ஒவ்வொன்றும் பல வழிகளாய்ப் பிரிந்து எல்லாச் சாலைகளுக்கும் கொண்டு சேர்க்கும். அடேங்கப்பா ... எத்தனை வழிகள். ஒன்றிலிருந்து ஒன்றாய்க் கிளைத்துச் செல்லும் அந்த வழியின் நெடுகிலும் ஆட்டமும் பாட்டமும் கொண்ட நிகழ்ச்சிகள். அவற்றின் சன்னமான ஒலிகள் காதுகளில் விழுந்தன.

கிழக்குத் தெருவின் வடக்கும் தெற்குமாய் இரண்டு பக்க வழிகள். வடக்கே இருந்துதான் அம்மாவோடு வந்தாள். தெற்கே கொஞ்சம் போனால் மறுபடியும் நான்குவழிப் பிரிவு. அதன் மையத்தில் ஏதோ நிகழ்ச்சி நடக்கிறது. தேருக்குக் கிழக்கே கரட்டடித்தெரு. அது கரட்டின் ஒருபகுதியில் போய் முட்டி அங்கிருந்து கரட்டைச் சுற்றிச் செல்லும். எந்தப் பக்கம் போவது என்று தீர்மானிக்க முடியவில்லை. எனினும் தனக்குமுன் எத்தனை வழிகள். தேர்ந்தெடுத்துக் கொள்வதற்கான எத்தனை வாய்ப்புகள். நினைக்க நினைக்கப் பெரும் சந்தோசமாய் இருந்தது. சட்டென எந்த வழிக்குள்ளும் நுழையாமல் அந்தச் சந்தோசத்தை அனுபவித்தாள்.

பிறகு அவளை அறியாமலே தெற்கு நோக்கி நடந்தாள். கூட்டம் அந்தப் பக்கம் அதிகம் இருந்ததால் கால்கள் அதைத் தேர்வு செய்தனவா? கூட்டமே அவளை வழிநடத்திச் செல்கிறதா? அடுத்தடுத்து நிலைகொண்டிருந்த குறுந்தேர்களைக் கடந்து வந்தபோது நாற்சந்தியில் சிலம்பம் நடந்துகொண்டிருந்தது. சுற்றிலும் பிடிக்கப்பட்ட தீப்பந்தங்களுக்கு நடுவே பத்துக்கும் மேல் இளைஞர்கள். அகல இடம் உருவாக்கி வட்டமாக நின்று கொண்ட கூட்டத்தின் நடுவில் தடிகளின் ஓசை. ஒரேவிதமான ஒழுங்கில் தடிகள் மோதும் ஒலி. முன்பக்கம் கொஞ்சம் பேர் உட்கார்ந்திருந்தார்கள். இளைஞர்கள் எல்லாரும் குடுமியை ஒரே மாதிரி முடிந்திருந்தார்கள். தாவிக் குதித்து எழும்போது அவர்கள் தார்ப்பாய்ச்சிக் கட்டியிருந்த வேட்டிகள் நெகிழ்ந்து கொடுத்தன. அவிழாமல் இருக்க என்ன மாதிரி முடி போட்டிருப்பார்கள் என்று யோசித்தாள்.

கூட்டத்தில் பெண்கள் அதிகமில்லை. சில கிழவிகளும் சிறுமிகளும் மட்டும் உட்கார்ந்திருந்தார்கள். நிற்கும் கூட்டத்தில் அரிசியில் கல் போல ஒன்றிரண்டு பெண்கள் அங்கங்கே. உட்கார்ந்திருப்பவர்களுக்குப் பின்னால் வசமாக நின்றுகொண்டிருந்தாள். முன்பக்கம் படியச் சீவிப் பின்பக்கம் பரப்பிவிட்டுக் கழுத்தைத் தடவுவது போல முடிந்திருந்த குடுமி அவர்கள் அசைவில் மேலெம்பிக் கழுத்தில் மீண்டும் படியும் அழகைப் பார்த்துக்கொண்டேயிருக்கலாம் போலிருந்தது. இரு

அணியாக அவர்கள் பிரிந்தும் பிரிவில்லாமல் ஒன்று கலந்தும் தடிகள் மோதுவதற்குச் சரியான இடைவெளி கொடுத்தும் எல்லாச் சமயத்திலும் பிசிறில்லாமல் தடி போடும் ஒழுங்கு பிடித்திருந்தது. கொஞ்சநேரம் கண்களை மூடிக்கொண்டு தடி ஒலியை மட்டும் கேட்டாள். மனசுக்குள் பீடித்துக் கிடக்கும் இறுக்கங்களை எல்லாம் பட்பட்டென்று தட்டி உடைப்பதை உணர்ந்தாள். தடிகள் மோதிக் கொள்வதல்ல இது. வெறும் சண்டையும் அல்ல. மூடிக் கிடக்கும் ரகசியங்களை வெளிக் கொண்டுவர மேற்பூச்சுகளைத் தட்டிச் சிதறடிக்கும் மந்திரக்கோல் விளையாட்டு.

கண்களைத் திறந்தபோது தீப்பந்த வெளிச்சத்தில் வேர்வை மின்னும் உடல்கள் தென்பட்டன. எல்லா உடல்களும் ஒரே மாதிரி தோன்றின. கரும்பாறையை எடுத்து நிறுத்தி வடிவமைத்த உடல்கள். தசைகள் இறுகுவதும் தளர்வதும் அவள் மனதை ஊசலாட்டின. காதுக் கடுக்கன்கள் தூரியாடின. கால் சலங்கையின் நாதம் தடியொலிக்கு இசைந்தது. அவர்கள் எல்லாருமே சாமிகளாகத் தெரிந்தார்கள். கொஞ்சம் நிறுத்தி அடுத்த அடவுகளைத் தொடங்கினார்கள். அங்கேயே உட்கார்ந்துவிடலாமா என்று தோன்றியது. இது போல எல்லாச் சாலைகளிலும் இன்னும் எத்தனையோ இருக்கக்கூடும்.

அவள் யோசனையினூடே தன் வலக்கையைப் பற்றும் வித்தியாசமான தொடுதலை உணர்ந்தாள். சட்டென முகம் திருப்பிப் பார்க்கவும் இயலவில்லை. தொடுதலில் ஆவல் இல்லாமையை அறிந்தாள். காளியின் தழுவல் சிலசமயம் இப்படித்தான் இருக்கும். அவன் மனம் அவளை விட்டு எங்கோ யோசித்துக்கொண்டிருக்கும். வெறும் உடலால் ஆன முயக்கம். ஏன், இந்தச் சமயத்தில் காளியைப் பற்றிய யோசனை வர வேண்டும் என்று பதறினாள். பழையவற்றை உதறி எறிந்தது எது? மனசுக்குள் குவியல் குவியலாகப் படிந்து கிடக்கும் அவற்றை அத்தனை எளிதில் உதறிவிட முடியுமா? மேலோட்டமாக வாரிக் கொட்டிவிடலாம் என்று தோன்றுபவற்றைப் பற்றிப் பிரச்சினையில்லை. அழுந்திக் கொஞ்சம் கொஞ்சமாக உள்ளே போய் மக்கிக் கிடப்பவற்றை வெட்டி எடுத்து வீசுவது அத்தனை எளிதா?

காளியைப் பற்றிய யோசனையைத் தவிர்க்கக் கையைப் பற்றிய முகத்தைத் திரும்பிப் பார்த்தாள். அவள் எப்போது பார்ப்பாள், உடனே சிரிக்கலாம் என்பதற்காகவே தயாரித்து வைத்திருந்த சிரிப்பு. இளைஞன்தான். ஆனால் சிரிப்பில் அனுபவம் கொள்ளும் ஆர்வமில்லை. எண்ணிக்கையைக் கூட்டும் சாதனை

பெருமாள்முருகன்

மமதை. இவன் சாமியில்லை. இன்றைக்கு எல்லா ஆண்களும் சாமி என்று அம்மா சொன்னாளே. இருக்கலாம். ஆனால் இவன் தனக்கான சாமியல்ல என்று உறுதியாகத் தெரிந்தது. சட்டெனக் கையை உதறிச் சற்றே தள்ளி நின்றுகொண்டாள். அவனை மறுபடியும் திரும்பிப் பார்க்கவேயில்லை. உடனே அவ்விடம் விட்டு நகர்ந்துவிட வேண்டும் என்னும் தூண்டலை ஏற்றாலும் நின்று போகலாம் எனத் தீர்மானித்தாள்.

சிலம்பத்தின் ஒலிகள் மனதில் படிய மறுத்தன. சலங்கைகள் தனியாகவும் தடிகள் தனியாகவும் ஒலித்தன. உருவங்கள் ஒலிக்குத் தொடர்பில்லாமல் இயங்குவனவாகத் தோன்றின. அந்த உருவங்களை அக்கூட்டத்திலிருந்து உருவித் தனியாக எடுத்தாள். ஒவ்வொரு உருவத்தையும் கட்டியணைத்து முத்தம் கொடுத்தாள். இந்தச் சாமிகளுக்கு இவ்வளவுதான் என்று தோன்றவும் மெல்ல அவ்விடம் விட்டு நகர்ந்தாள். தெற்குத் தெருக் கூட்டத்திற்குள் கலந்தாள். அது எதை நோக்கிப் போகிறது என்று தெரியவில்லை. போனபின் தெரிவதுதான் நல்லது. தெரிந்த ஒன்றை நோக்கியே போய்க்கொண்டிருந்தது போதும். இந்த ஓர் இரவாவது தெரியாத ஒன்றை நோக்கிப் போகக் கிடைத்த வாய்ப்பை முழுமையாகப் பயன்கொள்ள நினைத்தாள்.

தெற்குத் தெருவிலிருந்து கீழ்க் கோயில் நோக்கிப் போகும் சந்தருகே வட்டக்கூட்டம் ஒன்று நின்றிருந்தது. எட்டிப் பார்த்தாள். கரகாட்டம். நான்கு பேர். இரண்டு பெண்களும் இரண்டு ஆண்களும். அவர்கள் பெண்கள்தானா? பெண் வேடமிட்ட ஆண்களா? உற்றுப் பார்த்தும் உறுதியாகச் சொல்ல முடியவில்லை. நாயனத்திற்கேற்பத் துள்ளி ஆடும் ஓர் ஆட்ட முடிவின் உச்சம் நடந்துகொண்டிருந்தது. ஊர்க் கோயில் நோம்பிக்கு ஒவ்வொரு வருசமும் இந்த ஆட்டம் உண்டு. பார்த்துச் சலித்தது. அங்கே தங்காமல் கால்கள் நகர்ந்தன. அசையும் கூட்டத்தைப் பார்த்தாள். தன்னைப் போலவே எல்லாரும் தனித்தனியாக இருக்கிறார்களா என்று அறிய ஆவல் கொண்டாள். தனித்தனியாக நடப்பவர்கள், இருவராகச் செல்பவர்கள், ஐந்தாறு பேராகக் கூவலோடு போவோர் என்று பலதரப்பட்டவர்கள் இருந்தனர். பெரும்பாலும் ஆண்கள்தான்.

பெண்களை விரல்விட்டு எண்ணிவிடலாம். கடைப்பகுதியில் பெண்கள் குழுமியிருக்கக்கூடும். ஏதாவது பொருள்கள் வாங்கிக்கொண்டே இருப்பதில் அவர்களுக்கு விருப்பம் மிகுதி. சித்திரை வரை கடைகள் இருக்கும். பொறுமையாக ஒருநாள் காளியோடு வருவாள். இரண்டு பேருக்கு என்ன பொருள்கள் தேவை? கல்யாணத்தின்போது கொடுத்த சீர்ச் சாமான்களே

வீட்டு அட்டாலியில் துணி போட்டு மூடிக் கிடக்கின்றன. குழந்தை ஓடி விளையாடினால் சொப்புச் சாமானும் மரப்பாச்சிப் பொம்மையும் என்று கண்டதும் கழியதும் வாங்கிக் குவிக்கலாம். இப்போது காட்டுவேலைக்கு ஏதாவது இரும்புச் சாமான் வாங்கினால் உண்டு.

அவளுக்குப் பின்னால் ஒருகும்பல் சிரிப்பும் கும்மாளமுமாய் வந்தது. லேசாகத் திரும்பிப் பார்த்தாள். விடலைக் கும்பல் ஒன்று. கொஞ்சம் நின்றால் அவள்மேல் அப்படியே விழுந்து அமுக்கிக்கொள்ளும் ஆவேசம் கண்டாள். இந்தக் கும்பலில் தனக்கான சாமியை எப்படிக் கண்டடைவது? அருகே வரவர அவர்கள் சிரிப்பில் சாராயம் வழிவதைக் கண்டாள்.

‘எல்லார்த்தையும் தாங்கும்டா. பச்சமரம். ஏறலாமா கேளுடா.’

‘உனக்கு மேல. எனக்குக் கீழடா.’

கும்பல் பேச்சில் எப்போதுமே சுவையிருப்பதில்லை. அருவருப்பு நுரைத்துத் ததும்பும் வார்த்தைகளிலிருந்து காதுகளைக் காத்துக்கொள்ள வேகமாக நடந்து போனாள். இரண்டு தெருக்கள் இணையும் இடத்தில் பூவாயி கோயில். அதன் பின்னாலிருக்கும் விரிந்த திடலில் கூத்துப் பாட்டு எழுந்து வந்தது. ஆழக் கிணற்றுக்குள் இருந்து வருவது போலக் குரல் கேட்டது.

சந்தனுக்கு முன்பிறந்த சணபதியே முன்னடவாய்
கட்டினேன் உன்காலை காப்பாற்ற வேண்டுமய்யா ...

கும்பல் இன்னும் அவளைத் தொடர்வதாகப் பட்டது. கூத்துத் திடலுக்குள் புகுந்துவிட ஓடினாள். பூவாயி கோயில் நோம்பிக்கு வருசம் தவறாமல் பொங்கல் கொண்டு வருவாள். அந்தக் கோயிலில் பூக்குழி மிதித்தல் பெரியளவு நடக்கும். குழந்தை பிறந்தால் கையிலேந்திக்கொண்டு பூமிதிப்பதாக வேண்டிக்கொண்டிருந்தாள். கைஓடு வேய்ந்த சிறுவீடுதான் கோயில். அதன் இருபுறமும் நுழைந்து பலர் போய்க் கொண்டிருந்தார்கள். அவர்களோடு சேர்ந்து வேகமாகக் கூத்துத் திடலுக்குள் புகுந்தபின்தான் கொஞ்சம் ஆசுவாசமாயிருந்தது. அவர்களிடம் சிக்கியிருந்தால்? நோம்பிச் சமயத்தில் அப்படி ஒன்றும் நடந்துவிடாது. மனதை அதிலிருந்து நீக்கிக் கூத்துக்குக் கொண்டுவந்தாள்.

31

கூத்து அப்போதுதான் தொடங்கியிருந்தது. கூட்டம் அளவாக இருந்தது. இனிமேல் வந்து சேர்வார்கள். தெருவெங்கும் ஏராளமான நிகழ்ச்சிகள் ஆகையால் இதற்கு இந்தக் கூட்டம் அதிகம்தான். உட்கார்ந்து இருந்து பார்க்கும் கூட்டம் இது. கோமாளி வரவேற்றுப் பாடிக் கொண்டிருந்தான்.

வந்தனம் வந்தனம் வந்தனம்
அப்படி வந்தனம் வந்தனம் வந்தனம்
குந்தனம் குந்தனம் குந்தனம்
வந்த சனம் எல்லாம்
இப்படிக் குந்தனம் குந்தனம் குந்தனம்

கோமாளி எல்லாப் பக்கமும் சுற்றிச் சுற்றி வந்து 'குந்தனம் குந்தனம்' என்று பாடினான். வேடிக்கை பார்த்துவிட்டு நகர்ந்துவிட நினைத்திருந்த பேர்களே அதிகம் போல. கோமாளியின் பேச்சைக் கேட்ட சனம் குறைவு.

அப்பன் மாரே அண்ணன் மாரே

என்று கோமாளி இழுத்தான். பெட்டிக்காரர் வாசிப்பை நிறுத்திவிட்டுக் கோமாளியைப் பார்த்து 'எவன்டா அவன் ஔறுவாயன் . . . அர்த்தமாப் பேசுடா. அப்பனுக்கு அண்ணனுக்கெல்லாம் ஏதுடா மாரு?' என்று கத்தினார். எல்லாரும் சிரித்தனர்.

உடனே கோமாளி, 'இதுதான் போங்காலங்கிறது. எதோ பொட்டி வாசிப்பாரே தவிர ஒருவார்த்த ஒழுங்காப் பேச வராது. என்னய ஔறுவாயங்கிற. நீ ஔறுவாயன் ... உங்கொப்பன் ஔறுவாயன் ... உங்கொம்மா ஔறுவாச்சி . . . உம்பொண்டாட்டி ஔறுவாச்சி... வேசையாத் தெருவில நீ வெச் சிருக்கறயே கூத்தியா ... அவ ஔறுவாச்சி ...' என்று அடுக்க அடுக்கச் சிரிப்பு பொங்கியது.

பெட்டிக்காரர், 'அட சாமி . . . நீ சொல்லுக்குக் கவியாரப்பா. அர்த்தமாத்தான் பேசற' என்று பின்வாங்கினார்.

'சரிய்யா. நீ சொன்னாப்பல அர்த்தமாப் பாடறம் பாரு...,

அக்கா மாரே தங்கை மாரே
அம்மா மாரே பாட்டி மாரே
நாக்குச் செவக்கச் செவக்கப்
பாக்கு வெத்தல போட்டு
உக்காருங்களே உக்காருங்களே

மாரை இழுத்து இழுத்துப் பாடிப் பின்பகுதியை விரைவான தாளக்கட்டுடன் முடித்தான்.

தடுக்குப் போட்டும் போர்வைகளை விரித்தும் உட்கார்ந்திருந்த ஆட்களுக்கு நடுவே புகுந்து பொன்னா போனாள். உள்ளே போய் முன்பக்கமாக உட்கார்ந்துகொள்ள நினைத்தாள். தீப்பந்த வெளிச்சம் அவள் முகத்தில் அடித்தது. மாராப்பை நன்றாக இழுத்துவிட்டுக்கொண்டு நடந்த அவள் பக்கம் கைநீட்டிக் கோமாளி சொன்னான்.

'ஆகா . . . அதாகப்பட்டது நம்ம நாடகத்தப் பாக்கத் தரும தொரைங்க தட்டாம வாழ்ற சென்னப் பட்டணத்துல இருந்து ஸ்ரீவள்ளி சினிமாப் படத்துல முருகனுக்கேத்த வள்ளியம்மா வேசங் கட்டுன நம்ம குமாரி ருக்மணி அம்மாவே வந்திருக்கறாங்க. அங்க பாருங்க அவிங்க வவுசி என்ன, அவிங்க அழகு என்ன, அவிங்க பொடவக் கட்டு என்ன, நடை என்ன, நாட்டியம் என்ன . . . மயிலே தூது செல்லாயோ மயிலே தூது செல்லாயோ . . . அவுங்களுக்கு ஜோராக் கைதட்டிக் குந்திப் பாக்க ஒரெடம் குடுங்க மகா ஜனங்களே ...'

என்று சொன்னதும் எல்லாரும் கைதட்டிக்கொண்டு பொன்னாவைப் பார்த்துச் சிரித்தார்கள். 'காயாத கானகத்தே நின்றுலாவும் நற்காரிகையே' என்று பொன்னாவின் பக்கமாகக் கைநீட்டிக் கோமாளி பாடத் தொடங்கக் கூட்டத்தின் முழுக் கவனமும் அவள்மேல் வந்தது. கோமாளி 'குமாரி ருக்மணி' என்று தன்னைத்தான் சொல்கிறான் எனத் தெரிந்ததும் வெட்கத்தோடு தலைகுனிந்து கிடைத்த இடத்தில் சட்டென உட்கார்ந்துகொண்டாள்.

அவளைச் சில திரைப்படங்களுக்குக் காளி கூட்டிப் போயிருக்கிறான். ஸ்ரீவள்ளி படம் கண்ணன் டாக்கீஸில் வெகுநாட்கள் ஓடியது. பட்டிக்காட்டு ஜனங்கள் எல்லாரும்

மாட்டுவண்டி கட்டிக்கொண்டு கூட்டம் கூட்டமாகப் போய்ப் பார்த்தார்கள். 'அட . . . நம்ம சாமி கதயாமா' என்று பார்க்கிற பக்கமெல்லாம் பேச்சு.

'சாமம் ஏமமின்னு கண்ட வளவுக்குப் போயிக் கூத்துப் பாக்கற குடியானவன நாங் கண்டதில்ல சாமி . . . அவந்தான் போறான்னா குதியாளம் போட்டுக்கிட்டு இந்தக் கொமுரியுமா போவா? அது பத்தாதுன்னு இப்ப என்னமோ படம் ஆடறாங்களாம். அதுக்குக் கௌம்பீட்டாங்க' என்று மாமியார் நீட்டி முழக்கிக்கொண்டிருந்தாள்.

காளிதான் 'பேசாத இரும்மா. அது சாமி படம். ஊரே பாக்குது. நாடே பாக்குது. நீ வேண்ணாலும் வா' என்றான்.

'ஆமா. இன்னமேத்தான் நான் போயி அவுத்துப் போட்டு ஆடறதப் பாக்கப் போறனா? எப்படியோ போங்க' என்று சொல்லிவிட்டாள்.

காளியும் பொன்னாவும் போய்ப் பார்த்தார்கள். நடந்து செல்லும் கூட்டத்தோடு கூட்டமாய் இரண்டு பேரும் நடந்தே போனார்கள். பாத யாத்திரைக்கு நடந்து போகும் கூட்டம் போலப் படம் பார்க்கும் கூட்டம் சாலையெங்கும் போய்க்கொண்டிருந்தது. படம் பொன்னாவுக்கு அவ்வளவாகப் புரியவில்லை. காளி அவ்வப்போது விளக்கிச் சொல்லிக்கொண்டிருந்தான். ஆள் சேர்ந்தால் ராத்திரியில் நடந்து வந்து படம் பார்த்துப் பார்த்து அவனுக்குப் பழக்கம். பொன்னா மூன்றோ நான்கோ படம்தான் பார்த்திருக்கிறாள். அவளுக்குத் தெளிவாக விளங்குவதில்லை. பாட்டு வரி எதுவும் புரியாது. கொஞ்சநேரத்தில் தூக்கம் வந்துவிடும். அப்படியும் வள்ளி படத்தை ஓரளவு பார்த்தாள். வள்ளியாக நடித்த ருக்மணி அழகோ அழகு. மாசு மருவற்ற அந்த முகம் பொன்னாவின் மனதில் அப்படியே பதிந்திருந்தது. அந்த அழகு தனக்கு வருமா என்று நினைத்துக் கன்னம் தடவிக்கொண்டாள். அவளைப் போல ரவிக்கை மாட்டி நகைகளைப் பூட்டிக்கொண்டால் வந்தாலும் வரும். ரவிக்கை போட்டால் எப்படி இருக்கும் என நினைத்து மாராப்பை இழுத்து மூடினாள்.

கோமாளியின் கேலிக்கு ஆளானதை நினைத்து வருத்தமாக இருந்தது. ஆனால் இப்போது யாரும் அவளைப் பார்க்கவில்லை என்றதும் தைரியம் வந்தது. வெகுநேரம் நடந்ததும் பதற்றமாய் ஓடி வந்ததும் உட்கார்ந்த பின்தான் தெரிந்தன. கால்கள் மடிந்து ஓய்வெடுக்கக் கெஞ்சின. ஆள்கார வளவில் கோயில்

நோம்பியென்றால் கூத்து வைக்காமல் இருக்கமாட்டார்கள். தை நோம்பியின்போது காலாகோயில் பூசை செய்வார்கள். அப்போதும் கூத்து நடக்கும். சுடுகாட்டில் நடக்கும் அதற்குப் போவதில்லை. கோயில் நோம்பிக் கூத்தின்போது பார்க்க வரும் குடியானவர்களுக்கென்று தனியிடம் ஒதுக்கியிருப்பார்கள். அப்படிப் பல கூத்துக்கள் பார்த்திருக்கிறாள். எப்பேர்ப்பட்ட உம்மணாமூஞ்சியையும் கோமாளி சிரிக்க வைத்துவிடுவான். நாடகத்திற்குள் போனால் மனம் ஆசுவாசப்படும் என்று நினைத்துக் கவனிக்க ஆரம்பித்தாள். வேசம் கட்டாமல் ஒருவர் என்ன நாடகம் என்று அறிவிக்க வந்தார். கோமாளியும் உடனிருந்தான்.

வந்தவர்: அதாகப்பட்டது, முப்பத்து முக்கோடி தேவர்களும் பிரம்மா விஷ்ணு சிவன் எனப்படுகிற மூன்று தெய்வங்களும் தம் தேவியரோடு வந்து இங்கேயே இருந்து விடலாமே என்று நினைக்கிறபடி பூவளம் பொன்வளம் பால்வளம் நெல்வளம் பொலிகிற பூலோக சொர்க்கமாகிய நம் கரட்டூரிலே இன்றைக்குப் பெருநோம்பி பாங்குடன் நடந்துகொண்டிருக்கிறது. அலங்காரபூரணன் தேவாத்தா மாச்சாமியாரு என்றெல்லாம் அழைக்கப்படுகிற படியளக்கும் சாமி கரட்டு மேலிருந்து இறங்கி வந்து எட்டுத் தெருக்களையும் ஏற்றமுடனே சுற்றி நானாவித ஊர்களுக்கும் போய் எழுந்தருளிவிட்டு மீண்டும் கரடேறுகிற பெருநோம்பி வைபவம் இன்றைக்கு நடந்துகொண்டிருக்கிறது...'

கோமாளி: சாமிகள் ஊரச் சுத்துனாங்கன்னு இந்தாளு சொல்றாரு. அவுங்க என்ன உன்ன மாதிரி தொண்டாடா? செரி. எங்க சுத்துனாலும் கடசீல இல்லெடம் வந்து சேரத்தான வேணும். அதுதான் பெருநோம்பி நாளு. அது செரி ... அதென்னமோ கூவாத்தா கூவாத்தான்னு சொன்னயே... யாரோட ஆத்தாவக் கூவச் சொன்ன?'

வந்தவர்: அது கூவாத்தா இல்லப்பா. தேவாத்தா.

கோமாளி: தேவாங்கு ஆத்தாவா. செரி. இன்னொன்னு சொன்னயே ... மத்தியானச் சோறு மத்தியானச் சோறுன்னு. அதென்ன? நானும் நிய்யும் மத்தியானச் சோறு திங்கலீன்னுதான சொன்ன?

வந்தவர்: அய்யோ ... அதில்லப்பா.

கோமாளி: நானும் பாக்கறன். அப்பவே புடிச்சு என்னய அப்பா அப்பான்னு சொல்றயே. உங்கம்மா ஆருன்னே எனக்குத்

தெரியாது. நீ என்னய அப்பன்னு சொல்றயே. எஞ்சொத்துக்குப் பங்குக்கு வரலாம்னு பாக்கறயா.

வந்தவர்: அப்படி என்னப்பா சொத்து இருக்குது உனக்கு?

கோமாளி: பார்ரா. மறுபடியும் அப்பாங்கற?

வந்தவர்: செரிடா மொன்னத் தாயோலி. உஞ்சொத்து என்னன்னு சொல்லு.

கோமாளி: ம். அப்படி மானம் மரியாதயாக் கூப்புடு. ஆத்து மேல அஞ்சேக்கராவும் ஏரி மேல ஏழேக்கராவும் இருக்குது. ஆருக்கும் குடுக்கமாட்டன். நான் செத்தாலும் அதும் எம்பேர்லயேதான் இருக்கும். செரி. நீ மத்தியானச் சோத்தப்பத்திச் சொல்லு.

வந்தவர்: ஆத்து மேலயும் ஏரி மேலயும் நிய்யே வெச்சுக்க. அது மத்தியானச் சோறு இல்லடா. மாச்சாமியாரு. மா சாமி ஆரு. அதாகப்பட்டது தாயாகவும் தந்தையாகவும் சாமி இருக்கறாரே சாமி அதத்தான் இப்படிச் சொல்றது. புரிஞ்சுதாடா?

கோமாளி: என்ன வார்த்தைக்கு வார்த்த டா போடற. மரியாத தெரியாத ஆளுகிட்ட வந்து மாட்டிக்கிட்டனே. செரி. மத்தியானச் சோறுன்னா தாயும் தந்தையும் சேந்து இருக்கறதா?

வந்தவர்: அடச்சீ. நல்ல நாள் அதுவுமா அசிங்கமாப் பேசாதீடா. ஏழேழு பிறவிக்கும் பாநரகக் குழிக்குத்தான் போய்ச் சேருவ.

கோமாளி: அடடே பூஞ்சொர்க்கத்துக்குப் போற ஆளப்பாரு. செத்தாப் பூந்தேருக் கட்டக்கூட நாதி கெடையாது. சொத்துபத்து சேத்து வெச்சிருந்தாத்தான கட்டுவாங்க. வெறும்பய. காத்தாலக்கிப் பாருங்க. புட்டுக்காரம்மாகிட்டக் கடஞ்சொல்லிக் கெஞ்சிக்கிட்டு நிப்பாரு இவரு. இப்ப நான் என்ன அசிங்கமாப் பேசீட்டன்? சேந்து இருக்கறதான்னன். அது நெஜந்தான? சேந்துதான நானும் நிய்யும் வந்தம். இதப் போயி அசிங்கங்கற.

வந்தவர்: அடப் படுபாவி . . . சேந்து இருக்கறதில்லைடா. தாயாகவும் தந்தையாகவும் இருக்கறது. தாயும் சாமிதான். தந்தையும் சாமிதான். (பாடுகிறார்)

சீர்வளம் பெருகும் சாஞ்சி தேசத்தை ஆளும் மன்னன்
போர்பெரும் காடர் கோன்தன் பெருமையை விளங்கச் செய்யும்

தார்பெரும் பெருந்தொண் டையன் சரிதை நாடக மாய்ப்பாட
காா்பெருங் கரத்தோன் தொந்திச் சணபதி காப்புத் தாமே.

அகோதரப்படிக்கு இன்றைக்கு நடத்தப் போகிற நாடகம் என்னவென்றால் சீர்வளம் பெருகும் சாஞ்சி தேசத்தை ஆளுகின்ற மன்னன், சாமியின் அடியவர்களுக்கு அனுதினமும் அன்னதானம் அளித்து வாழ்ந்து வரும் பெருந்தொண்ட பக்தன், பிள்ளைக்கறி கேட்டுச் சோதனை வைத்த சாமிக்கு அந்தப்பிரகாரமே அமுது படைக்கச் சாமி பிள்ளையை உயிர்ப்பித்துக் கொடுத்த கதை. இந்த நாடகத்தைக் கண்டு களிக்கும் பிள்ளை இல்லாதவர்களுக்குப் பிள்ளை வரம் கிடைக்கும்...

கோமாளி: புருசனில்லாதவர்களுக்குப் புருச வரம் கிடைக்கும். பொண்டாட்டி இல்லாதவர்களுக்குப் பொண்டாட்டி வரம் கிடைக்கும். அப்படித்தானுங்களே.

கூட்டம் முழுக்கச் சிரித்துப் புரண்டது. ஓராளும் எழுந்து சென்றதாகத் தெரியவில்லை. கொஞ்சம் கூட்டம் சேர்ந்திருந்தது. இந்தக் குழுவில் கோமாளி வேசக்காரன் கெட்டி என நினைத்தாள். கடைசிவரை ஆட்களை அவன் கட்டிப்போட்டுவிடுவான். ஆனால் பெருந்தொண்டர் நாடகம் என்றதுதான் அவளுக்குப் பிடிக்கவில்லை. இந்த நாடகத்தை ஆள்கார வளவு நோம்பியில் ஒருமுறை நடத்தப் பார்த்திருந்தாள் பொன்னா. யாருக்கோ குழந்தை இல்லை என்று வேண்டுதல் வைத்துப் பிறந்ததால் இந்தக் கூத்தைப் பணம் போட்டு நடத்த ஏற்பாடு செய்திருந்தார்கள். அதற்குப் பொன்னாளைக் கட்டாயமாய் வரச் சொல்லி அந்த வளவில் இருந்து ஆள்மேல் ஆள் வந்து சொல்லிப் போனார்கள். பேராளனைக் கொன்று கறி சமைக்கும் கட்டத்தில் அழாதவர்களும் துடிக்காதவர்களும் இருக்க முடியாது.

சந்தனப் பலகையைத் தாழவைத்து அன்பன்
சதிருடனே கத்தியைத் தீட்டுவானாம்
குங்குமப் பலகையைத் தாழவைத்து அன்பன்
குளிரக்குளிரக் கத்தியைத் தீட்டுவானாம்

என்று மனம் கரையும்படி பாடுவார்கள்.

தாயாரும் கைகாலும் பிடிக்கவே பெற்ற
தகப்பனும் கழுத்தை அறுப்பானாம்

அந்தச் சமயத்தில் பெண்கள் பக்கம் தேம்பி அழும் சத்தம் பலமாக இருக்கும். எல்லாம் முடிந்து பேராளன் உயிரோடு வந்ததும் அவனுக்கு எலுமிச்சங்கனி சுற்றிப் போடுவார்கள். யார்

எலுமிச்சங்கனி வாங்கிவந்து கொடுத்தாலும் பேராளனுக்குச்
சுற்றித் திரும்பக் கொடுப்பார்கள். அதை மடியேந்தி
வாங்கிக்கொண்டால் பிள்ளைப்பேறு கிடைக்கும். பொன்னா
அப்படி மடியேந்தி வாங்கினாள். ஊரில் தம்பியார் கதை
உடுக்கடித்துப் பாடும்போதெல்லாம் எலுமிச்சங்கனிக்கு
மடியேந்தினாள். ஆனால் ஒன்றும் ஆகவில்லை. பிள்ளையைக்
கொடுத்துவிட்டுப் பிள்ளைக்கறி கேட்கலாம். இல்லாதவர்களிடம்
என்ன கேட்பாய் கடவுளே? அங்கிருந்து போய்விட வேண்டும்
என நினைத்தாள்.

○

32

அப்போது அவளருகே ஒருருவம் வந்து லேசாக உரசியபடி உட்கார்ந்தது. அந்த உரசலை வகை பிரித்துப் பார்த்தாள். ஒன்றும் புலப்படவில்லை. தனக்கான சாமி இதுதானோ? அவள் வலக்கைத் தோள்பட்டையில் உரசி அழுத்திய உருவத்தை மெல்ல நோக்கினாள். அறியும் ஆவல் குறுகுறுக்கும் மெல்லிய மீசை முகத்தைக் கண்டாள். கண்கள் அவளை நேராகப் பார்த்தன. அந்தக் கண்களை ஏற்கனவே எங்கோ பார்த்திருப்பதாக உணர்ந்தாள். எங்கே எப்போது என்பதுதான் தெரியவில்லை. கண்மூடி மனதிற்குள் தேடினாள். அந்த உருவம் அவளை ஒட்டி நன்றாக உட்கார்ந்துகொண்டது. தோளில் முகம் பதிக்க முயன்றது. அனுமதிப்பதா வேண்டாமா என்று அவளால் முடிவுசெய்ய இயலவில்லை. இன்னும் முன்னேறி வருவதற்குள் தீர்மானிக்க வேண்டும். லேசாக உடலை அசைத்துத் தன் இசைவின்மையை மெலிதாக உணர்த்தினாள். அதே சமயம் புறக்கணிப்பாக எடுத்துக்கொள்ள முடியாமல் அது இருந்தது. இத்தனை தந்திரம் தனக்குள் எப்படி வந்தது என்று யோசித்தாள். ஏற்கெனவே இருந்ததுதான் இப்போது வெளிப் படுகிறதோ?

காளி அவள் அசைவின் நுட்பங்களைப் பிடிப்பதில் கெட்டிக்காரன். லேசான புறக்கணிப்பு என்றாலும் சட்டென விலகிக்கொள்வான். அம்மாதிரி சமயங்களில் அவனை மீண்டும் ஈடுபடுத்தப் பெரும் பிரயத்தனம் செய்ய வேண்டும். தலை உதறிக் காளியைத் தவிர்த்தாள். அந்த உருவம் சற்றே விலகி மீண்டும் அணைந்தது. திரும்பி மீண்டும் பார்த்தாள். கண்களும் முகமும் அவள் மனதில் மின்னலடித்து அடையாளம் காட்டின. ஆனால் இது அவனல்ல. அவன் சாயல். பொன்னா

பதினான்கு வயதில் பெரியவள் ஆனாள். அப்போது அவள் மனதில் இருந்த ஆண்முகம் சத்தி. அவர்கள் பண்ணயத்தில் ஆடு மேய்த்துக்கொண்டு பண்ணயத்தாளாகச் சத்தி இருந்தான். பல வருசமாக அவர்கள் பண்ணயத்திலேயே இருந்தவன். அவள் சிறுபிள்ளையிலிருந்து அவனோடு விளையாடித் திரிந்திருக்கிறாள். பெரியவள் ஆனபின் மனதில் எழுந்த கற்பனைகளுக்கும் கனவுகளுக்கும் அவன்தான் முகமாக இருந்திருக்கிறான். காளிக்கு அவளைக் கொடுப்பது என்று முடிவானவுடன் சத்தியை நீக்கிவிட்டு அந்த இடத்தில் காளியை வைத்துப் பார்க்க ரொம்பவே சிரமப்பட்டாள்.

காளியை வைத்துக் கற்பனை செய்யும் எதுவும் சத்தியில் வந்து முடியும். கொஞ்சநாள் இரண்டு முகங்களுக்கும் இடையே அலைக்கழிந்தாள். கல்யாணத்திற்குப்பின் மெல்ல மெல்லச் சத்தி முகம் மறைந்துபோயிற்று. அவனை மறந்தேவிட்டாள். இதோ மிக அருகில் நெருக்கமாக அவன் முகம். சட்டென அவன் வேண்டாம் என்று தீர்மானித்தாள். கொஞ்சம் தள்ளி உட்கார்ந்து அவன் நெருக்கத்தைத் தவிர்த்தாள். அவன் பெருமூச்சின் வேகம் காற்றில் அலைந்து அவளைத் தாக்கியது. அவள் திரும்பியபோது கெஞ்சும் கண்களுடன் கை விரித்தான். அவளுக்குச் சிரிப்பாக வந்தது. கோப முகம் காட்டித் தலையசைத்துவிட்டுத் திரும்பி உட்கார்ந்தாள். இத்தனை கூட்டத்தின் நடுவே எவ்வளவு சாதாரணமாக அவன் கேட்கிறான். யாரையும் பொருட்படுத்தாமல் அவனோடு ஒரு உரையாடலையே நடத்தி முடித்திருக்க முடிகிறது என்று வியந்தாள். சுற்றுப்புறம் தொடர்பான உணர்வு அப்போதுதான் அவளுக்கு வந்தது. சுற்றியிருப்பவர்களைக் கண்டு வெட்கத்தோடு தலை கவிழ்ந்தாள்.

பெருந்தொண்டர் அடவு போட்டு வந்து தன்னை அறிமுகப்படுத்திக்கொண்டிருந்தார். கூத்து நன்றாகத்தான் இருக்கும் போல. பக்கப் பார்வையில் அவனைப் பார்த்தாள். ஆளைக் காணோம். எழுந்து வேறிடம் போகலாம் என நினைத்தாள். அவனைத் தேடி வருவதாக நினைத்துக்கொள்ளலாம். பொறுத்துப் போவது நல்லது என்று தோன்றியது. இந்தச் சாமி என்ன வேலையெல்லாம் செய்கிறது? மறைந்து போய் ஆழத்தில் புதையுண்டு கிடக்கும் முகமொன்றைத் தோண்டி எடுத்து வந்து முன்னால் நிறுத்துகிறது. காலத்திற்கும் அந்த முகத்தையே நினைத்துக்கொண்டிருக்கும்படி தண்டனையா? முன் எந்தப் பரிச்சயமும் இல்லாத புதுமுகத்தோடு எனக்குத் தரிசனம் கொடு என்று வேண்டிக்கொண்டாள். இரண்டு சாமிகளைப் புறக்கணித்துவிட்ட கோபம் இருக்குமோ? அந்தக் கும்பலும்கூடச் சாமிதானா. நோட்டம் பார்க்கிறதோ சாமி?

எந்தப் பக்கம் போனாலும் வழிகள் வைத்திருப்பதைப் போல எங்கும் சாமிகள் நடமாட்டம். எனக்கு விருப்பமான வடிவத்தில் வா என்று சொல்லிக்கொண்டிருந்தாள். பூவாயி கோயில் கடந்து மீண்டும் தெருவுக்கு வந்தாள். அதுவும் அடுத்த தெருவும் இணையும் இடத்தில் அகலமான இடம் உண்டு. அங்கே சீழ்க்கைச் சத்தம் பலமாகக் கேட்டது. அதை நோக்கிப் போனாள். நாக்கு தவித்தது. மனதின் தாகம் நாக்கு வழியாக எட்டிப் பார்க்கிறதா? அந்தத் தெருவில் நான்கைந்து தண்ணீர்ப் பந்தல்கள் இருந்தன. ஆட்கள் யாரும் இல்லை. வேண்டியவர் மோந்து குடிக்கலாம். மோந்து குடித்து முகத்தில் அள்ளி இறைத்துக்கொண்டாள். பானைத் தண்ணீர் முகத்தில் ஜில்லென்று பட்டதும் புத்துணர்ச்சி வந்தது போலிருந்தது.

நிலவொளியில் கீழ்க்கோயில் கோபுரம் உயர்ந்து தெரிந்தது. மனதுக்குள் கும்பிட்டுக்கொண்டு தெருத் திருப்பத்தை வந்தடைந்தாள். அங்கே நல்ல கூட்டம். ஒயிலாட்டக் குழு ஒன்று ஆடிக்கொண்டிருந்தது. இருபது பேருக்கு மேலிருக்கும். தலையில் மஞ்சள் துண்டு. கையில் நீளமான சிவப்புத் துணி. மேளத்திற்குத் தகுந்த மாதிரி ஆட்டம். நாலு அடவு வைத்துச் சட்டெனத் திரும்புகையில் கை வீசும் துணிகள் அந்தரத்தில் பறந்து வரும் பாம்புகளைப் போல நாக்கு நீட்டி அடங்கின. அதிசயமாக அதைப் பார்த்தாள். ஆட்டம் அவளுக்கு ஏற்கனவே தெரிந்ததுதான். ஊர்க் கோயில் நோம்பியில் ஒன்பது நாட்களும் இந்த ஆட்டம்தான் நடக்கும். இளசுகள் வெயில் காலத்தில் வாத்தியார் வைத்துக் கற்றுக்கொள்வார்கள். கோயிலில் ஆடுவதால் கோயிலாட்டம் என்றும் பேர். கையசைவும் காலசைவும் மெதுவாகத் தொடங்கிக் கொஞ்சம் கொஞ்சமாக வேகம் பெற்று உச்சத்திற்குப் போகும். வேகம் பெறப் பெறச் சீழ்க்கை ஒலி கூடும். சில சமயம் பாடல் பாடித் தொடங்குவதும் உண்டு. ஒரு ஆட்டத்திற்கும் அடுத்த ஆட்டத்திற்கும் இடையே பாடல் வரும். இந்த ஆட்டத்தில் வண்ணம் சேர்த்ததும் வேறு வகை போலத் தெரிகிறது.

சீழ்க்கை வரும்போது அவள் தன்னையறியாமல் கைதட்டிக் குதித்தாள். சந்தோசச் சிரிப்பு பொங்கியது. விட்டால் உள்ளே நுழைந்து அவளே ஆடிவிடுவாள் போல உற்சாகம். முன்னால் போய்த் திரும்பும்போது ஆட்டத்தின் அழகு உச்சம் பெற்று எல்லாவற்றின் மேலும் கவிந்தது. ஆடுகின்றவர்களைப் பார்த்து ஆண்கள் இத்தனை அழகானவர்களா என வியந்தாள். அவர்களைத் தாவி அணைத்துக்கொள்ள வேண்டும் என வெறியாய் இருந்தது. ஒரு குதிப்பில் பக்கத்தில் நின்ற பெண்ணின்மேல் சாய்ந்துவிட்டாள். அவள்மேல் இடித்தும் அவள் எதுவும் சொல்லாமல் சிரித்தாள். 'பொம்பளைங்க ஆட்டம்

எங்கயும் நடக்கல’ என்று கிசுகிசுப்பது போலச் சொன்னாள். நடந்தால் அதில் சேர்ந்து ஆடலாம் என்பதாய் அவள் எண்ணம். அந்தப் பெண்ணை நட்பாய்ப் பார்த்தாள் பொன்னா.

அவள் காது மடல்களை எதுவோ தீண்டுவதாய் உணர்ந்து சுற்றிலும் பார்த்தாள். துடைத்துக்கொண்டாள். பின்கழுத்தில் ஊர்வதாய்த் தோன்றியது. தேய்த்துக்கொண்டே திரும்பியபோது பக்கவாட்டில் இருந்து இரண்டு கண்கள் தென்பட்டன. அவற்றின் தீண்டுதல் என்பதை உணர்ந்தாள். தீப்பந்த வெளிச்சத்தை ஊடுருவி வந்து தீண்டி ஈர்க்கும் கண்கள். மடித்துக் கட்டிய வேட்டியும் கழுத்தின் இருபுறமும் சுற்றி மார்பில் விழுந்த துண்டும் அவனை யார் மாதிரியும் இல்லாமல் காட்டின. அசட்டையாக வாரப்பட்ட முடி. கன்னிச் சவரம் செய்யப்படாத மீசையும் தாடியும். இவன்தான் தனக்கான சாமி என்று சட்டென மனதில் பட்டது. பார்வை சிரித்தது. உதட்டில் நிரந்தரமான சிரிப்பு. ஆட்டத்தின் பக்கம் லேசாகத் திரும்பி உடனே அவளை நோக்கி வந்துவிடும் கண்கள். ஆவல் தேக்கிய முகத்தை விரும்பிப் பார்த்தாள். கண் மூடி அந்த முகத்தை நினைவில் கொண்டுவர முயன்றாள். பிடிபட மறுத்து நழுவியது. கண்கள், உதடு, தலை என்று ஒவ்வொன்றும் தனித்தனியாக நினைவில் வந்தது. இணைத்துக்கொள்ள முடியவில்லை. ஏன் நினைவில் தங்கவில்லை?

ஏற்கனவே தங்கியிருக்கும் எந்த முகம் போலவும் இது இல்லை. முக அடுக்குகளில் புதிதாக ஒன்று இடம்பெறுவது அத்தனை சுலபமும் இல்லை. இப்படித்தான் எதிர்பார்த்தேன் சாமி என்று கடவுளை நினைத்தாள். அவன் கண் இமைகள் தாழ்ந்து புருவம் சரிந்தது. வெளியே போக அழைக்கிறான் என அர்த்தம் கொண்டாள். அவளை வெட்கம் சூழ்ந்தது. காளியும் இப்படித்தானே ஜாடை காட்டிப் பேசுவான் என நினைவு வரவும் மனம் கூம்பியது. காளியை ஒருபோதும் புறந்தள்ளிவிட முடியவில்லை. பன்னிரண்டு வருசமாக அவளுக்குள் படிப்படியாய்ப் புதைந்து போயிருக்கிறான். அவனை யாரும் ஒன்றும் செய்துவிட முடியாது. எந்த ஆணிடமும் அவன் இருப்பான். அல்லது அவனை அவளால் அடையாளம் கண்டுகொள்ள முடியும். அந்த உருவத்தை நோக்கித் தயவுசெய்து காளியை ஞாபகப்படுத்தாமல் இரேன் என்று இறைஞ்சிக் கேட்டுக்கொள்ளலாம் எனத் தோன்றியது. ஜாடையில் கேட்டால் அவனும் காளியைப் போலப் பேசுவான். சட்டென வெளியேறி அவன் வார்த்தை பேசும்படி சூழலை மாற்றிக்கொள்ள வேண்டும் என்று நினைத்தாள்.

ஒயிலாட்டக் கூட்டத்தை விலக்கிக்கொண்டு வெளியே வருகையில் அவனும் வந்து கை கோத்துக்கொண்டான். இத்தனை வேகமாகத் தன் மனதைப் படித்துவிட்டானே என்று ஆச்சர்யப்பட்டாள். பெண்ணைப் புரிந்துகொள்ளச் சின்ன அசைவு போதும் ஆணுக்கு. அவன் கைப்பிடி மிக ஆறுதலாகவும் ஆதரவாகவும் இருந்தது. அவளோடு சேர்ந்து நடந்தான். இனி அவனே வழிநடத்தட்டும் என்று தீர்மானித்தாள். வழியெங்கும் பெரிய கூடைகளில் வெள்ளைத் துணி விரித்துப் புட்டு விற்கும் கடைகள். அங்கங்கே சிறுசிறு கூட்டம் நின்றது. அவள் காதுகளில் உதடுகள் பட்டு 'புட்டு திங்கலாமா?' என்றது. பிரியமும் மயக்கமும் குழைந்த ஆண் குரல். யோசிக்கவே இல்லை. தலையாட்டினாள். வரிசையாக இருந்த கடை ஒவ்வொன்றையும் எட்டிப் பார்த்துவிட்டுத் திரும்பினான். எதிலும் நிற்கவில்லை.

தெருவில் பாதித்தூரம் போய் ஒருகடையில் நின்றான். ஈய வட்டலில் தையல் இலை போட்டுச் சுடச்சுடப் புட்டு. நான்கு. அவளால் தின்ன முடியாது என்று தோன்றியது. பெரிய பெரிய புட்டு. மறுக்கவில்லை. புட்டுக்கேற்ற கூட்டுச்சாறு. அவனும் வாங்கிக்கொண்டு வந்து அருகில் நின்றபடி தின்றான். கடைகளில் தேடித் தேர்ந்தெடுக்கிற ரசனை அவளுக்குப் பிடித்திருந்தது. அப்படித்தான் அவன் தன்னையும் தேர்வு செய்திருப்பான் என்பது சந்தோசம் கொடுத்தது. ஒருபுட்டை எடுத்து அவன் வட்டலில் போட்டாள். அண்ணாந்து அவன் முகம் பார்க்கக் கூச்சமாயிருந்தது. 'ஏன் போதுமா?' என்றான். இன்னும் கொஞ்சம் வார்த்தைகள் பேசேன் என்று மனதிற்குள் கெஞ்சினாள். ஆண் எவ்வளவு பேசினாலும் சரியாகப் பேசவில்லை என்றுதான் தோன்றுகிறது. பிரியமானவன் எப்போதும் இடைவிடாமல் பேசிக்கொண்டேயிருக்க வேண்டும்.

குனிந்து சாப்பிடும் அவளைச் 'செல்வி இங்க பாரு' என்றான். யார் செல்வி என்று அதிர்ந்து நிமிர்ந்தவளின் வாய்க்கருகே புட்டோடு அவன் கை. வாய் திறந்து வாங்கிக்கொண்டாள். சுற்றிலும் நிற்பவர்களுக்குத் தெரியாமல் இருக்கத் தனக்குப் புதுப்பெயர் சூட்டியிருக்கிறான். என்னவென்று அழைப்பது எனக் குழம்பாமல் சட்டென அவளுக்கு ஒருபெயரைச் சூட்டிய சாமர்த்தியம் கவர்ந்தது. தயக்கமில்லாமல் அவளுக்கு ஊட்டினான். அவனுக்கு ஊட்ட வேண்டும் என்னும் ஆசையைக் கூச்சம் தடுத்தது. அதை உணர்ந்தவன் போல 'ம்' என்று குனிந்து வாயைக் கையருகே கொண்டு வந்தான். தலை நிமிராமல் கொடுத்தாள்.

தின்று முடித்து அவனோடு நடந்தபோது ரொம்பவும் ஒட்டிக்கொண்டாள். அவளுக்கு வழி தெரியவில்லை. சுற்றிலும் நடமாடும் மனிதர்கள் பற்றிய உணர்வு ஏதுமில்லை. அவன்தான் தன் சாமி. சாமி அழைத்துப் போகும் இடத்திற்குப் போவதுதான் தன்வேலை என்று மட்டும் நினைத்தாள். மழையில் நனைந்த கோழிக்குஞ்சாய் ஒடுங்கி அவன் அணைப்புக்குள் இருந்தாள். கூட்டத்தின் ஆரவாரம் ஏதுமற்ற எங்கோ அவன் அழைத்துப்போவதாய்ப் பட்டது.

◯

33

இரவில் எழுந்து மாட்டுக்குத் தீனி போடும் நேரத்தில் காளிக்குச் சரியாக விழிப்பு வந்தது. தலைக் கிறுகிறுப்பினால் எழ முடியவில்லை. கொஞ்ச நேரம் தலையைப் புரட்டியபடியே கிடந்தான். கீற்றுத் தடுக்கு அழுந்திக் கரக்முரக்கெனச் சத்தம் வந்தது. லேசான தடுமாற்றத்தோடு எழுந்து உட்கார்ந்தான். நிலவொளியில் எல்லாம் துலக்கமாகத் தெரிந்தன. தான் இருக்கும் இடம், சூழல் பற்றிய புரிதல் அப்போதுதான் பளீரென உறைத்தது. திடுமென ஓலமிட்டபடி பெருங்காற்று ஒன்று தென்னந் தோப்புக்குள் புகுந்தது. தென்னோலைகள் வேகமாக அசைந்தன. பரிதாபமாகக் கத்தி அவை மாரடித்துக் கொண்டன. அந்தச் சலசலப்பில் ஒருகணம் காளி பயந்து போனான்.

பனைகள் காற்றில் சலசலக்கும் ஒலி அவனுக்குத் தெரிந்ததுதான். கைகளைக் குவித்து மாரில் ஒடுக்கிக் கொண்டது போலப் பனை ஓலைகள் இருக்கும். கைகளை நீள விரித்துப் பதறிப் புலம்பும் தென்னைக் காட்சியை அவன் இப்போதுதான் பார்க்கிறான். மெல்லக் காற்று குறைந்தது. குடிசை வாசலில் வெவ்வேறு கோணங்களில் தடுக்குப் போட்டு முத்துவும் மண்டையனும் கிடந்தார்கள். அத்தனை பெருங்காற்றும் அவர்களைச் சிறிதும் அசைக்கவில்லை. போதையேறிக் காளி விழுந்தபோது முத்து நல்ல நிலையில் இருந்தான். எப்போதும் இப்படியானதில்லை. நீத்தண்ணி குடிப்பது போலக் கடகடவெனக் குடித்துவிட்டு வெகுசீக்கிரத்தில் காலைப் பரப்பிவிடுவான் முத்து. இரவில் எல்லாம் எப்படி மாறியது?

தென்னங்கள்ளையும் சாராயத்தையும் கண்டதும் எழுந்த ஆவல் அளவு மீறியிருக்கக்கூடும். ஆனால் சந்தோசமாகத்தான் இருந்தது. இங்கேயே

தங்கல் போடும் எண்ணம் இல்லை. தங்கும்படி ஆகிவிட்டது. இப்படி வந்து குடித்துவிட்டு இரவில் படுத்துக் கிடப்பது முத்துவுக்கு வழக்கமாக இருக்கும். அதனால்தான் அவனும் ஒன்றும் சொல்லவில்லை. வானை அண்ணாந்து பார்த்தான். நிலா எங்கிருக்கிறது எனத் தெரியவில்லை. வெளிச்சம் மட்டும் தோப்புச் சந்துகளுள் விழுந்துகொண்டிருந்தது. எழுந்து பானைத் தண்ணீரில் முகம் கழுவினான். வாயில் எச்சில் நாறியது. காறித் துப்பிக் கொப்பளித்துக்கொண்டான். அவிழ்ந்திருந்த வேட்டியை முழுவதுமாக அவிழ்த்து முகத்தைத் துடைத்தான். கோவணத்தை நன்றாக இறுக்கிவிட்டு மேலே வேட்டியைக் கட்டிக்கொண்டான். துண்டைக் காணவில்லை. முத்துவின் உடம்புக்கடியே சிக்கியிருந்த துண்டை உருவி இழுத்தான். அவனைக் கொஞ்சம் புரட்டி விட்டுத்தான் எடுக்க முடிந்தது. தடுக்கில் உட்கார்ந்தான்.

என்ன செய்வதென்று தெரியவில்லை. இனிமேல் தூக்கம் வராது. மாட்டுக்குத் தீனி போடும் நேரத்தில் எழுந்தால் அதற்கப்புறம் தூக்கம் வருவதில்லை. சும்மா அப்படியே பார்த்துக் கொண்டிருப்பான். நிலா வெளிச்சமாக இருந்தால் குடத்தைத் தூக்கிக்கொண்டு கிணற்றுக்குப் போய்விடுவான். ஒருநாளைக்கு இருபது குடம் தண்ணீர் தேவைப்படும். அதை எந்த நேரத்தில் சேந்தினால் என்ன? இனித் தூக்கமில்லை. கால் நீட்டலாம் என்று தடுக்கில் படுத்தான். மீண்டும் ஒருகாற்று வேகமாக உள்ளே புகுந்தது. இங்கேதான் காற்றைப் பார்க்க முடிகிறது என்று நினைத்தான். மாசியிலேயே இப்படிக் காற்று. ஆடிக் காற்றடிக்கும்போது தோப்புக்குள் யாரும் இருக்கவே முடியாது. ஓயாத காற்றில் மரங்கள் அலறிக்கொண்டிருந்தால் ஆள் எப்படி இருப்பது? இருந்தால் பழகிவிடலாம். ஆடிக்காகக் குடிசையைக் காலி செய்து ஓடியாவிடுவான் மண்டையன்?

மண்டையனுக்கு இன்னும் பாசம் குறையவில்லை. பேச்சுக்குப் பேச்சு 'எங்க பண்ணயக்காரரு' என்கிறான். குழந்தையைக் கொடுத்துவிடு என்று கேட்டதும் உடனே சரி என்றான். அவனுக்கு என்ன கொடுப்பினையோ. பெண்டாட்டியோடு படுத்து எழுந்தால் குழந்தை உருவாகிவிடுகிறது. வேண்டாம் வேண்டாம் என்பவனுக்கு இந்தா இந்தா என்று கொடுக்கும் சாமி, வேண்டும் வேண்டும் என்பவனுக்குப் போடா மயிரே என்கிறது. குழந்தையை அவன் கொடுக்கச் சம்மதித்தால்கூட காத்தாயி ஒத்துக்கொள்ள மாட்டாள். என்னதான் கஷ்டம் என்றாலும் பெற்ற குழந்தையை வாரிக் கொடுக்க எந்தத் தாய்க்கு மனம் வரும்? அவள் சொன்னது போல இவன் வீட்டில் அவன் குழந்தை என்பது ஒத்துவருமா?

சொந்தக்காரக் குழந்தையாகவே பார்த்து எடுத்துக் கொள்ளலாம் என்று ஒரு பேச்சு வந்தபோது பொன்னா சொன்னாள்.

'நம்ம சொந்தக்காரங்க கொழந்த எதும் வேண்டாம். எனக் கென்னமோ பொழப்பயே தூக்கிக் குடுத்துட்டாப்பல பேசுவாங்க. அவுங்க முன்னாலயே வெச்சு வளக்கறது முடியாது. எதாச்சும் சளி காச்சல்னாக்கூட நம்ம செரியாக் கவனிக்கலீன்னு எதுனா சொல்லுவாங்க. எங்காச்சும் கண்காணாத எடத்துல இருந்து ஒருகொழந்தயக் கொண்டாந்து எங்கிட்டக் குடு. வேண்ணா வளத்தறன்.'

காளிக்கும் குழந்தையை எடுத்து வளர்ப்பதில் ஆர்வம் இல்லை. அப்போது மட்டும் ஊர் வாய் அடங்கிவிடுமா? 'எவன் பெத்த பிள்ளைக்கோ அப்பன்னு சொல்லிக்கிட்டுத் திரியறாண்டா' என்றுதான் பேசுவார்கள். கல்யாணம் கருமாதிகளில் கூப்பிட்டு முன்னால் உட்கார வைத்துக்கொள்வார்களா? அப்போதும் வறடன்தான். பொன்னா வறடிதான். தொண்டுப்பட்டிக் கட்டிலில் அவனுடன் சேர்ந்து கிடந்த இதே மாதிரியான நிலா இரவொன்றில் பொன்னா,

'நமக்கு இன்னொருத்தரு கொழந்தய எடுத்து வளக்கறது வேண்டாம் மாமா. என்ன இருந்தாலும் என் வவுத்துல பொறக்கற கொழந்தமேல வெக்கறாப்பல அந்தக் கொழந்த மேல பிரியம் வெக்க முடியாது. எதுனா ஒன்னுன்னா நம்ம வவுத்துல பொறந்திருந்தா இப்படிச் செய்யுமான்னு தோனும். நம்ம சொந்த அப்பன் அம்மாளா இருந்தா இப்பிடிச் சொல்லு வாங்களான்னு அதுக்கும் நெனப்பு வரும். பொறந்தாப் பொறக்கட்டும். இல்லீன்னா இப்பிடியே இருந்திரலாம் மாமா' என்றாள்.

இன்னொருமுறை வேறுமாதிரி பேசினாள். மழை நன்றாகப் பெய்திருந்ததால் பருத்தி போட்டிருந்தார்கள். செடிகள் செழுசெழுவென மேலெழும்பி வந்துகொண்டிருந்தன. தாழியங்காட்டு வத்தக்கிழவி ஒரு பட்டி ஆட்டையும் விட்டு விட்டு எங்கோ பனைநிழலில் உட்கார்ந்துவிட்டாள். தொண்டுப் பட்டியில் இருந்த பொன்னாதான் பார்த்துவிட்டு ஓடினாள். முழுக்க முழுக்க வைத்த வாய் எடுக்காமல் கடித்துத் தின்றன ஆடுகள். வெளியே ஓட்டுவதற்குள் ஒருசெரவு செடிகள் வெறும் கோலாய் நின்றன. வயிறு பற்றி எரிந்தது.

'ஆடு மேய்க்கற முண்டைவ வெச்சு வெள்ளாம பண்ணிப் பாத்தாளுங்கன்னா தெரியும். ஆட்ட உட்டுட்டு எவனோட போயித் தொலைஞ்சாளுவளோ. வரட்டும் இன்னைக்கு நோண்டி நொங்கெடுத்தர்ரன்' என்று கத்திக்கொண்டேயிருந்தாள்.

திருட்டு முழி முழித்துக்கொண்டு கிழவி வந்தாள். அவளைப் பார்த்ததும் இன்னும் வெறியேறக் கத்தினாள் பொன்னா. 'வெயில்ல லேசாக் கண்ணசந்துட்டன். அதுக்கு ஏன் இந்தத் தொற தொறக்கற?' என்று சாதாரணமாகச் சொன்னாள் கிழவி. அதைக் கேட்டதும் பொன்னாவின் கோபம் தலைக்கேறியது. 'நானா தொறக்கறன். வந்து பாரு. ஒருஅணப்புப் பருத்திக் காட்டயும் பாழ் பண்ணி வெச்சிருக்கறத. நான் தொறக்கறனாம். வயசுல நீ தொறந்திருப்ப' என்று ஏதேதோ வாய்க்கு வந்ததைப் பேசினாள் பொன்னா. அவள் வாயை அடக்கக் கிழவிக்குக் கிடைத்த அஸ்திரம் ஒன்றே ஒன்று. 'அடப் போ. பிள்ள இல்லாத சொத்துக்கு இந்த ஆட்டம் ஆடற' என்று அதைப் பிரயோகித்துவிட்டாள். அதிர்ந்து நின்றுவிட்டாள் பொன்னா.

சுதாரித்துக்கொண்டு 'பிள்ள இல்லாத சொத்தத் திங்கறதுக்கு நீதான் பிள்ளயாப் பொறந்திருக்கறயா' என்று பேசினாள். என்றாலும் கிழவியின் சொற்கள் ஆறாக் காயமாய் நெஞ்சில் பட ஆவேசமாய்த் தொண்டுப்பட்டிக்கு வந்தாள். 'மாமா நீ என்ன செய்வியோ ஏது செய்வியோ எனக்குத் தெரியாது. இப்பவே எனக்கு ஒரு கொழந்த வேணும்' என்று ஆரம்பித்துவிட்டாள். பொம்மையா, தேர்க்கடையில் போய் உடனே வாங்கித் தருவதற்கு? அவளுக்குச் சமாதானம் சொல்லவே முடியவில்லை.

'எங்கயாச்சும் போயீ ஒருகொழந்தயக் கொண்டா. தீண்டா ஊட்டுல எடுத்துக்கிட்டு வந்தாலுஞ் செரி. காசுக்கு வாங்கிக்கிட்டு வந்தாலுஞ் செரி. இந்தச் சொத்தப் பிள்ள இல்லாச் சொத்துன்னு நாளைக்கு ஒருத்தி சொல்லக்கூடாது. இப்பவே போ' என்று அவனைப் பிடித்துத் தொண்டுப்பட்டிக்கு வெளியே கொண்டுவந்து விட்டாள்.

அத்தனை ஆவேசம். அவன் எங்கே போவான்? எப்படிக் குழந்தையைக் கொண்டு வருவான்? கொஞ்ச நேரம் அப்பிடியே நின்றுவிட்டு உள்ளே எட்டிப் பார்த்தான். கட்டுத்தரைக் கூளத்தின்மேல் விழுந்து கிடந்தாள். அன்றைக்கு அவளைத் தேற்ற வெகுபாடாகிவிட்டது. குழந்தையை எடுத்து வளர்க்கும் பேச்சு அவ்வப்போது இப்படி எழுந்து அடங்கிப் போகும். அந்தப் பேச்சிலிருந்து அவளை மீட்கத் தொடர்ந்து இரண்டு மூன்று நாள் இரவுகளில் தொண்டுப்பட்டியிலிருந்து வீட்டுக்குப் போக நேரும். நிதானமான பேச்சு செய்யாத வேலையை அவனுடைய தீவிர அணைப்பு செய்துவிடும். கொஞ்சம் கொஞ்சமாக இறுக்கம் தளர்த்தி அவள் முழு ஈடுபாடு காட்டினால் மீண்டுவிட்டாள் என்று அர்த்தம்.

34

இன்றைக்கும் அவள் பேச்சும் அசைவுகளும் அழைப்பு விடுவனவாகவே இருந்தன. முத்துவோடு வராமல் அங்கேயே இருந்திருந்தால் நன்றாக இருக்கும். அவள் அம்மா மட்டும்தான் உடனிருப்பாள். கதவைத் தட்டித் தண்ணீர் கேட்டால் உடனே புரிந்துகொள்வாள். இப்போதுதான் என்ன, இன்னும் விடிய எவ்வளவோ நேரமிருக்கிறது. மெல்லப் போனால்கூடக் கரிக்குருவி கத்தும் நேரத்துக்குப் போய்விடலாம். பொன்னாவின் நினைப்பு அவனை இருப்புக்கொள்ள விடவில்லை. பெருங்காற்று அடித்தாலும் உடல் தணிய மறுத்தது. எழுந்து உட்கார்ந்தான். முத்து நன்றாகத் தூங்குகிறான். தூங்கி எழுந்து காலையிலும் கள்ளைக் குடித்துவிட்டு மெதுவாக வீடு வந்து சேரட்டும். காலையில் கோழிக்கறி போடுவார்கள். அதில் கொஞ்சம் எடுத்துக்கொண்டு மறுபடியும் வந்தால் போகிறது. மண்டையனிடம் சொல்லிக்கொண்டு போகலாம். தீர்மானத்தோடு எழுந்தான்.

மண்டையனின் தலைமாட்டுப் பக்கம் சாராயப் போத்தல்கள் தெரிந்தன. ஒன்றில் பாதியளவு இருந்தது. இன்னொன்று முழுவதுமாக இருந்ததை எடுத்துக்கொண்டான். எதற்கும் இருக்கட்டும். பாதியளவு இருந்ததும் அவனை ஈர்த்தது. அதைத் திறந்து கொஞ்சம் குடித்தான். வெறும் வயிற்றில் சுள்ளென்று இறங்கியது. சுற்றும் முற்றும் பார்த்தான். குடிசைக்கு அல்லையில் நான்கைந்து தேங்காய்கள் மட்டையோடு கிடந்தன. அவற்றை எடுத்து வந்து வாசல் முன்னால் கிடந்த அரிவாளால் கொத்திப் புட்டான். நல்ல நெத்துக் காய்கள். உடைத்து ஒன்றைத் தின்றான். இன்னொன்றைக் கையில் எடுத்துக்கொண்டான். தோப்பைவிட்டு வெளியே வந்தான்.

நிலா மேற்கு வான் பக்கம் லேசாகச் சரிந்திருந்தது. வெகுதூரம் நடக்க வேண்டும் என்பதுகூட அவனுக்குத் தோன்றவில்லை. பொன்னா பூவரச மரத்தடிக் கட்டிலில் படுத்துக் கொண்டு அவனைக் கைநீட்டி அழைத்துக்கொண்டிருந்தாள். நிலவொளியை வடித்தனுப்பும் புதர்வெளி அடர்ந்த ஓடைக்குள் இறங்கி ஏறுவது மட்டும் கஷ்டமாக இருந்தது. மறுபடியும் காற்று வீசியடிக்கத் தென்னோலைகளின் ஓசை பின்னால் ஓலக்குரலாய்க் கேட்டது. மேலேறி வந்ததும் மேட்டாங்காடுகள் வெகுதூரம் விரிந்தன. அங்கங்கே பனைகள் ஆதரவாய்த் தெரிந்தன. கூத்துப் பார்த்துவிட்டு இப்படி வெகுநேரம் கழித்துக் காட்டுப் பகுதிக்குள் புகுந்து வந்த நினைவுகள் மனதில் ஓடின.

ஓடிப் பிடித்துக்கொண்டு காடே செலவாங்கும்படி ஒரு கூட்டமே வரும். மரத்தில் உறங்கும் பறவைகள் விழித்துப் பயந்து கத்தும். அங்கங்கே காட்டுக்கொட்டாயில் குடியிருப்பவர்கள் மறுநாள் விசாரிப்பார்கள். கல்யாணம் ஆனதும் எல்லாம் போய்விட்டன. சித்தப்பன் சொல்லுவார்,

'கலியாணம் பண்ணிக்காமலயே பொம்பள சொகம் தாராளமாக் கெடைக்கும்னா எவன்டா கலியாணம் பண்ணிக்குவான்?'

அவர் சொல்வது ஒருவகையில் சரிதான். கல்யாணம் சுகத்தை மட்டுமா கொடுக்கிறது? சொத்துக்கும் கொள்ளிக்கும் வாரிசைத் தருகிறது. செத்த பொணம் எத்தெருவோ என்று விட முடியுமா? கொள்ளிக்கு ஆளில்லை என்றால் யார் யாரையோ தேடிப் பிடிக்க வேண்டும். கையில் காலில் விழுந்து கெஞ்ச வேண்டும். கொள்ளிக்காகச் சொத்தை எழுதி வைத்த கதையெல்லாம் உண்டு. பிள்ளையில்லாத சொத்தைக் கட்டிக் காப்பதுபோல் அவமானம் ஏது? சித்தப்பன் சொத்துக்கு அடிதடிதான் நடக்கப் போகிறது.

தொண்டுப்பட்டிக்கு வந்து பேசிக்கொண்டிருக்கும்போது 'சொத்தெல்லாம் உம்பேருக்கு எழுதி வெச்சர்றன். உன்னயவிட எனக்கு யார்ரா பெரிசு' என்பார்.

'நானே எஞ்சொத்த என்ன செய்யறதுன்னு தெரியாத தவிக்கறன். இதுல உஞ்சொத்து வேறயா? உனக்குக் கொழுப்பு தான சித்தப்பா' என்பான்.

அதற்கு அவர் 'உனக்குப் பொறக்கும்டா. அப்பிடியே இல்லீனாலும் என்ன கொறஞ்சிருது. உள்ளவரைக்கும் நீ அனுபவி. உங்காலம் முடியும்போது எவனாச்சும் காமான் சோமானுக்கு

எழுதி வெய்யி. இந்த மண்ண வாரி மூட்ட கட்டிக் கொண்டுக் கிட்டாப் போவப் போறம்' என்று சாதாரணமாகச் சொல்வார்.

குண்டாவில் பாதியளவு கறியோடு ஒருமுறை வந்தார். குழம்பிலிருந்து மூட்டுப்போட்டு நன்றாக வறுத்த கறி. கையில் சாராயப் பாட்டிலும் இருந்தது. அந்தச் சமயம் காட்டில் காளிக்கு நிறைய வேலை. ஆரியப்பூட்டை நான்கு நாட்களாகப் பொறுக்கிக் காயப் போட்டிருந்தான். ஆரியத்தாள் அறுக்கும் வேலை நடந்து கொண்டிருந்தது. பூட்டை பொறுக்க ஆள் விடுவான். தாளறுக்க ஆள் விடமாட்டான். பனிப்பதத்தில் விடிகாலை நேரம் அறுக்கத் தொடங்கினால் பொழுது நெற்றிக்கட்டுக்கு வருவதற்குள் அரை அணப்பு அறுத்துவிடுவான். பூட்டை பொறுக்கியபின் வெறுந்தாள் காட்டுக்குள் ஒருவாரம் சேர்த்தி நின்றால் குறைந்தா போகிறது? நிலா வெளிச்சம் நன்றாக இருந்தால் இரவிலேயே அறுக்கப் போவான். பொன்னாவுக்குத் தெரிந்தால் சண்டைக்கு வருவாள். ஆரியக் காட்டுக்குள் வெள்ளெலிக் கூட்டம் நடமாடும். எலியைப் பிடிக்கப் பாம்புகள் வரும். ராத்திரியில் எதற்கு வம்பு?

கொஞ்சம் வேலை செய்யாமல் விட்டுவிட்டுத் திடீரெனக் கடும் வேலை செய்தால் உடம்பு அசந்துபோகிறது. அதனால் சித்தப்பன் சரியான நேரத்தில் சும்மா வராமல் எல்லாம் கொண்டு வந்திருந்தது சந்தோசமாக இருந்தது. சொப்பில் ஊற்றிக் குடித்தபடி கறியைத் தின்றான். கோழிக்கறி. பதமாக வெந்த சமயத்தில் எடுத்துப் பச்சை மிளகாய் கிள்ளிப் போட்ட வறுவல்.

'ஏது சித்தப்பா கறிச்சாறு காச்சவும் வறுக்கவும் நல்லாக் கத்துக்கிட்டயாட்டம் இருக்குது?' என்றான்.

'அட இந்த மாதிரி வேலயெல்லாம் நமக்கு ஆவுமா? ஒரெடத்துல செத்தநாழி உக்காரவே வளையாத பொச்சு சோறாக்கிச் சாறு காச்சி வறுக்கற வெரைக்கும் வளையுதா? எல்லாம் தம்பி பொண்டாட்டிவ கொண்டாந்து குடுத்தது தாண்டா' என்று சொல்லிச் சிரித்தார்.

'நம்புளுக்கு அப்பறம் சொத்துக்கு வாரிசு வேணும்பயே. வாரிசு இருந்து என்ன பயா பண்ணுது? நாலஞ்சப் பெத்த தாய்தகப்பனும் பாக்க ஆளில்லாத அனாதயாத்தான் கெடந்து சாவறாங்க. ஆனா நான் அப்பிடிச் சாவமாட்டன். தாய் தகப்பன் சொத்து சொன்னாலும் சொல்லலீன்னாலும் வாரிசுகளுக்குத்தான். ஆனா எஞ் சொத்து? என்ன பண்ணுவன், எங்க போவும்னு ஆருக்குத் தெரியும்? அதனால எல்லாரும் உழுந்து உழுந்து கவனிப்பாங்க. அன்னைக்கொரு நா எதோ பேச்சுவாக்குல

என்னய ஆரு கவனிக்கப் போறா, சொத்தயெல்லாம் சாமி பேருக்கு எழுதி வெச்சுட்டு எங்காச்சும் மடத்துல போய்க் கெடந்து சாகறன்னு ஒரு வார்த்த சொல்லி வெச்சன். அதிலருந்து தம்பீங்க ஊட்ல எது செஞ்சாலும் ஒரு குண்டா நெறையா எனக்கும் வந்திருதுன்னாப் பாரேன். இன்னைக்கு ரண்டு ஊட்டுலயும் கறி. சோறும் கொழம்பும் கறியும் நானும் ஆளுக்காரப் பையனும் தின்னும் மூயுல. அதான் நீ கொஞ்சம் திம்பயின்னு கொண்டாந்தன்' என்றார்.

அவருடைய தம்பி பெண்டாட்டிகள் ஒருவர் மாற்றி ஒருவர் வந்து 'கறி போதுங்களா மாமா', 'கொழம்பு இன்னங் கொஞ்சம் கொண்டாரட்டுமா மாமா' என்று வரிசை வைத்து அழைத்துக் கவனிக்கிறார்களாம்.

'நான் இருக்கற எடத்துக்கு எல்லாம் வந்துரும். எங்கயும் போவ வேண்டீதில்ல பாத்துக்க. கொழந்த பெத்த எவனுக்கு இந்தக் கொடுப்பின இருக்குது? கவலப்படாத. உனக்கும் நாளைக்கு என்னாட்டம் கவனிப்புக் கெடைக்கும் பாரு' என்று குஷிப்படுத்தினார்.

அவரோடு பேசும்போதெல்லாம் குழந்தைத் துக்கம் மறந்து உற்சாகம் வரும். குழந்தையே வேண்டாம் என்று உறுதியாக நினைப்பான். ஆனால் வேறு ஏதாவது சின்ன விஷயம் முன்வந்து மறுபடியும் குழந்தை ஏக்கத்தைத் தந்து கெக்கலி கொட்டிச் சிரிக்கும். எப்படியிருந்தாலும் சித்தப்பா பாவம்தான். அவர் எத்தனையோ பெண்களைச் சந்தையில் பார்த்திருக்கலாம். கூடிக் கிடந்திருக்கலாம். எங்கெங்கோ சுற்றித் திரிந்தவர்தான். எப்போதாவது என்றால் பரவாயில்லை. பசியெடுக்கும் போதெல்லாம் நாய் கழுநீர்ப்பானையில்தான் வாய்வைக்க வேண்டும் என்றால் பாவமில்லையா?

பொன்னாவின் உடல் கிளர்த்தும் இந்த நடுச்சாம ஓட்டத்தை அவரால் அனுபவித்திருக்க முடியுமா? காலையிலிருந்து எத்தனை விதமான சீண்டல். போய்த் தவிப்பை ஆற்றிக்கொள்ளலாம் என்னும் நம்பிக்கை அவருக்கு என்றேனும் கிடைத்திருக்குமா? பொன்னாதான் உடல் பற்றிய பல்வேறு ரகசியங்களையும் வெளியே கொண்டு வந்தவள். அவள் கண்ணசைவில் கனன்று துடிக்கும் இந்த உடல். தொடாமலே உடலைத் தன்வசமாக்கிக் கொள்வாள். தொட்டால் கூத்தில் வாசிக்கும் மத்தளமாகிவிடும். ஒருவிரல் பட்டால் அதற்கொரு ஓசை. ஒற்றைக் கையால் பிடித்தால் அதற்கொரு ஓசை. இரண்டு கைகளும் என்றாலும் ஆடிப் போய்விடும். தொடுதல் தொடர்கையில் மத்தள இசைக்கு ஏற்ற உச்ச அடவில் உடல் ஏறித் தாவும்.

பெற்று வளர்த்து ஆளாக்கியவள் அம்மா. ஆனால் அம்மாவின் எல்லை துளிதான். பெண்டாட்டியின் ஆளுகைக்கு எதுவும் நிகரில்லை. நண்பர்களை விட்டதும் சொந்தபந்தங்களை விட்டதும் தொண்டுப்பட்டியே கதி என்றானதும் எல்லாம் பொன்னாவால்தான். 'நீ சொன்னாப் போறன்' என்றாள். அதற்குப் 'போகிறேன்' என்றல்ல பொருள். உனக்காக எதையும் செய்வேன் என்று அர்த்தம். எல்லாம் கொடுத்தும் கைப்பிடிக்குள் அடங்குபவள் அவள். அவளை யோசிக்க உடல் வேகம் கொண்டது. லேசான தலைக் கிறுகிறுப்பைப் பொருட்படுத்தாமல் கரையேறி நடந்தான்.

வீடுகள் அற்ற காட்டுப்பகுதித் தடங்கள் அவனை வழி நடத்தின. தூரத்தில் இருந்தே பூவரசு இருட்குடையாய்த் தெரிந்தது. காற்று அடங்கிப்போயிற்று. மரம் இருளாய்ச் சமைந்து நின்றது. வீட்டில் தட்டுவது போலக் கதவைச் சுண்டினால் திறந்து விடுவாளா. வெகுநேரம் எதிர்பார்த்துத் தூங்கிப் போயிருப்பாளா. அவள் எதிர்பார்த்து அவன் போகாத நாட்களில் தூக்கமின்றிக் கண் சிவந்து காலையில் எரிப்பாள். அமைதிப்படாத உடலின் அட்டகாசம் பொறுக்க முடியாது.

பூவரசடியில் கட்டில் அப்படியே கிடந்தது. கதவை நோக்கிப் போனான். பெரிய இரும்புத் தொறப்பு தொங்கியது. நாதாங்கியில் தொறப்பைத் தொங்க விட்டுவிட்டு உள்ளே தாழ்ப்பாள் போட்டிருக்கிறார்களா? தொறப்பைத் தள்ளிப் பார்த்தான். நாதாங்கியில் சங்கிலி ஏறியிருந்தது. போதைக் கிறுகிறுப்பு முழுக்க வடிந்துவிட்டது. தொறப்பையும் அசைத்து அசைத்துப் பார்த்தான். விளையாடுகிறாளா? இரவில், மாமனார் வீட்டில் என்ன விளையாட்டு? கதவோடு சாய்ந்து நின்றான். எதிரே கட்டுத்தரையைப் பார்த்தான். மாடுகள் இல்லை. வண்டியும் இல்லை.

'ஏமாத்திட்டா ஏமாத்திட்டா' என்று வாய் முணுமுணுத்தது. கதவில் தலையை ஓங்கி ஓங்கி முட்டிக்கொண்டான். குடுமி அவிழ்ந்து முதுகில் புரண்டது. 'கண்டாரோலி போயிட்டயாடி. எம் பேச்ச மீறிப் போயிட்டயாடி' என்று கத்தினான். அவன் கத்தலுக்கு எதிரொலியாய் நாய் மட்டும் ஒருகுரல் கொடுத்தது. பூவரச மரத்தில் ஏறியிருந்த கோழிகள் இறக்கையடித்து லேசான சலசலப்புக் காட்டின. 'எல்லாஞ் சேந்து என்னய ஏமாத்திட்டீங்களேடி' என்று சொல்லிக்கொண்டே அழுதான். பெரிய கேவல் மெல்ல அடங்கியது.

திடீரென வெறி கொண்டவனாய் எழுந்தான். கையிலிருந்த சாராயப் போத்தலைத் திறந்து அப்படியே ஊற்றிக்கொண்டான்.

சிறு கமறல்கூட இல்லை. அப்படியே மூடிக் கையில் எடுத்துக் கொண்டு நடந்தான். தலைத்துண்டு எங்கே விழுந்ததெனத் தெரியவில்லை. அவிழ்ந்த மயிர் முதுகில் பரவிச் சாட்டையாய் விசிறி அடித்தது. மெல்லத் தடுமாறி நடந்தான்.

பச்செனு விடியும்போது தொண்டுப்பட்டிக்கு வந்து சேர்ந்தான். நாய் ஓடி வந்து உடலைச் சுருட்டிக் கால்களுக்குள் புகுந்து பிரியம் காட்டியது. 'ச்சுடாய்' என்று ஓங்கி உதைத்தான். ஒரே கத்தலோடு வலியைப் பொறுத்துக்கொண்டு ஒதுங்கியது. பூவரச மரத்தடியில் மாடுகள் தீனி தின்றுகொண்டிருந்தன. அங்கே கிடந்த கல்மேல் உட்கார்ந்தான். போத்தலைத் திறந்து சாராயத்தை ஊற்றிக்கொண்டான். 'தேவிடியா முண்ட . . . ஏமாத்திட்டயேடி' என்று இரைந்து சொன்னபோது மூச்சு வாங்கியது. 'நீ தவிச்சுக் கெடக்கோனும்டி. ஏமாத்திட்டயேடி தேவ்டியா முண்ட ...'

அப்படியே கீழே சாய்ந்தான். போரிலிருந்து சோளத்தட்டு உருவிக் கட்டிக் கொண்டுவந்து போட்ட கயிறு முதுகில் அழுந்தியது. மேலே பார்த்தான். பூவரசங் கிளைகள் வானில் விரிந்து பரவியிருந்தன.

ஆசிரியரின் பிற நாவல்கள்

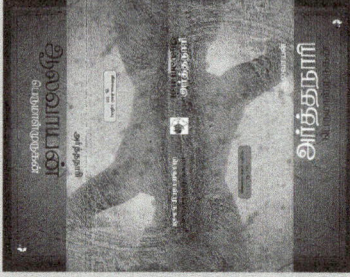

ஆலவாயன்,
அர்த்தநாரி
விலையடக்கப் பதிப்பு:
ரூ. 225

பூனாச்சி
அல்லது
ஒரு வெள்ளாட்டின் கதை
ரூ. 175

மாதொருபாகன்
விலையடக்கப் பதிப்பு:
ரூ. 145

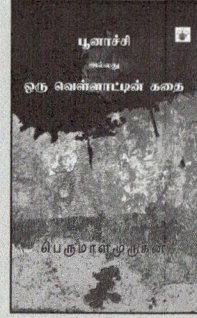

கழிமுகம்
விலையடக்கப் பதிப்பு:
ரூ. 150

நிழல்முற்றம்
ரூ. 150

பூக்குழி
ரூ. 175

கூளமாதாரி
ரூ. 325

ஏறுவெயில்
ரூ. 250

கங்கணம்
ரூ. 375

ஆளண்டாப் பட்சி
ரூ. 275